റൊമാൻസ് ഓഫ് വേഡ്സ്

ഇംഗ്ലീഷ് വാക്കുകളുടെ ഉൽപ്പത്തി

Romance of words

Prof. V Sukumaran

CHINTHA PUBLISHERS
Thiruvananthapuram

First Edition
August 2010

Second Edition
April 2021

Published & Typesetting
Chintha Publishers, Thiruvananthapuram

Cover Design
Abdul Azeez

ISBN - 978-81-26204-81-6

CR - 2299 / 5455

Email: chinthapublishers@gmail.com
Website: www.chinthapublishers.com

Distribution
DESHABHIMANI BOOKHOUSE
H O Thiruvananthapuram 695035

Branch
Head Office Kunnukuzhi • Statue Thiruvananthapuram •
KSRTC Bus Station Thiruvananthapuram
KSRTC Bus Station Alappuzha • KSRTC Bus Station Ernakulam •
Machingal Lane Thrissur • IG Road Kozhikode •
Mavoor Road Kozhikode • NGO Union Building Kannur •
Central Bus Terminal Complex Thavakkara Kannur

റൊമാൻസ് ഓഫ് വേഡ്സ്

ഇംഗ്ലീഷ് വാക്കുകളുടെ ഉൽപ്പത്തി

പ്രൊഫ. വി സുകുമാരൻ

ചിന്ത പബ്ലിഷേഴ്സ്
തിരുവനന്തപുരം-695 035

പ്രൊഫ. വി സുകുമാരൻ

അധ്യാപകൻ, മാർക്സിസ്റ്റ് ചിന്തകൻ, സാഹിത്യനിരൂപകൻ, കോളമിസ്റ്റ്.

ജനനം മദ്രാസിൽ 1936 സെപ്തംബർ 30ന്. അച്ഛൻ റാവു സാഹേബ് എം പി നാരായണൻ നായർ, അമ്മ വാവുള്ളിപ്പതി കല്യാണി അമ്മ.

നാലു പതിറ്റാണ്ട് ഇംഗ്ലീഷ് സാഹിത്യം യൂണിവേഴ്സിറ്റിതലത്തിൽ പഠിപ്പിച്ചു: ഇന്ത്യക്കകത്തും പുറംനാടുകളിലും. യൂറോപ്പിലും ആഫ്രിക്കയിലും തെക്കനേഷ്യയിലുമായി ഒരുപാടു നാടുകൾ ചുറ്റിക്കണ്ടു. ഇംഗ്ലീഷിലും മലയാളത്തിലും ധാരാളമെഴുതുന്നു: ലേഖനങ്ങൾ, സാഹിത്യവിമർശനം, മിഡിൽ പേജ്, കോളങ്ങൾ. 2006 ൽ ശക്തി-തായാട്ട് പുരസ്കാരം ലഭിച്ചു, സാഹിത്യനിരൂപണത്തിന്. സാഹിത്യ-സാംസ്കാരിക രംഗങ്ങളിൽ സജീവം, പുരോഗമന കലാസാഹിത്യ സംഘത്തിന്റെ സംസ്ഥാനക്കമ്മിറ്റി അംഗം.

കൃതികൾ: *How to Fall in Love with English, The Epic That is English, The Empires of English, Cruelty Towards Shakespeare. ആധുനികതയുടെ അക്ഷരമാല, കുഞ്ചൻചിരിയുടെ രണ്ടാംവരവ്, അക്ഷരം അഗ്നി, വെള്ളാനയുടെ നാട്, ബിലാത്തിവിശേഷം: പുതിയ പാഠം, മാർക്സിയൻ സൗന്ദര്യശാസ്ത്രം നവസിദ്ധാന്തങ്ങൾ.*

ഭാര്യ	: കഥാകാരിയായ കുമുദം
മക്കൾ	: അജിത് (യു കെ), അനൂപ് (ഹോങ്കോങ്ങ്) ഇപ്പോൾ താമസം കോഴിക്കോട്
വിലാസം	: A-5, സുരഭി, ഗിരിനഗർ കോഴിക്കോട് - 10

ഉള്ളടക്കം

മുഖക്കുറിപ്പ്

വാക്ക് എന്നത് ഒരു വിസ്മയമാണ്; പ്രലോഭനമാണ്; മരീചികയാണ്, ഇംഗ്ലീഷിലായാലും ശരി, ഗൈർവാണിയിലായാലും ശരി, മലയാണ്മയിലായാലും ശരി, മറ്റേത് മനുഷ്യപ്പേച്ചിലായാലും ശരി. അതിനു വികാരമുണ്ട്; ഭാവമുണ്ട്; ചൂടും തണുപ്പുമുണ്ട്. അത് സൃഷ്ടിക്കുന്നു; സംഹരിക്കുന്നു; പുനർനിർമിക്കുന്നു. പാലച്ചുവട്ടിൽ വഴിപോക്കനോട് ചുണ്ണാമ്പു ചോദിച്ചു നിൽക്കുന്ന യക്ഷിയാകുന്നു വാക്ക്.

വാക്കിന്റെ പിന്നാലെയുള്ള പ്രയാണമാണ് ഈ പുസ്തകം. ആപൽക്കരമായ യാത്ര. നിങ്ങളിതിൽ പങ്കുചേരുമെന്ന് എനിക്കുറപ്പുണ്ട്.

ചിന്ത പബ്ലിഷേഴ്സിനു നന്ദി.

പ്രൊഫ. വി സുകുമാരൻ

1

ടേസ്റ്റ് ഇംഗ്ലീഷ്

യൂണിയൻ ജാക് കൊടിയിറങ്ങുകയും 'ഗോഡ് സേവ് ദി കിങ്' ('God save the king') ജനഗണമനയ്ക്ക് വഴിമാറിക്കൊടുക്കുകയും ചെയ്ത നാൾമുതൽ ഇംഗ്ലീഷ് ഭാഷയെ കെട്ടുകെട്ടിക്കുക എന്ന ആക്രോശം ചില വടക്കൻ തൊണ്ടകളിൽ നിന്നുയർന്നുകേൾക്കായി. ഈ കൗബെൽറ്റ് കോലാഹലത്തിന്റെ തലപ്പത്ത് ശൗര്യശകാരങ്ങളുമായി നിന്നത് സേഠ് ഗോവിന്ദദാസ് എന്നൊരു എം പിയായിരുന്നു. മഹാശയൻ അതീവ സംസ്കൃതവൽകൃത ഹിന്ദിയുടെ അഭിഭാഷകനുമായിരുന്നു. ആംഗലം ചത്താലേ ഹിന്ദി ജീവിക്കൂ എന്ന് അദ്ദേഹം ആത്മാർഥമായി വിശ്വസിച്ചു. ശീമത്തമ്പുരാന്റെ പേച്ചിനു സ്വതന്ത്ര ഭാരതത്തിൽ എന്തു പ്രസക്തി? എന്നാണ് സേഠും സംഘവും ചോദിച്ചത്. നമ്മുടെ മഹാഭാഗ്യമെന്നു പറയട്ടെ, ഭരണയന്ത്രത്തിന്റെ ഡ്രൈവിങ് സീറ്റിലിരുന്നത് മാറാലകളില്ലാത്ത ഒരു വലിയ മനസിന്റെ ഉടമസ്ഥനായിരുന്നു - ജവാഹർലാൽ നെഹ്റു. ഹാരോ പബ്ലിക് സ്കൂളിലും കേംബ്രഡ്ജ് വിശ്വവിദ്യാലയത്തിലും പഠിച്ചിറങ്ങിയ നെഹ്റു ഇംഗ്ലീഷിനെ അഗാധമായി സ്നേഹിച്ചിരുന്നു. ഈ ഭാഷ ബ്രിട്ടീഷ് ദ്വീപുകളുടെ സ്വകാര്യസ്വത്തല്ലെന്നും അതിന് ആഗോളമായ വ്യാപനമുണ്ടെന്നും അത് അനുനിമിഷം വളരുകയും വികസിക്കുകയുമാണെന്നും അദ്ദേഹം തിരിച്ചറിഞ്ഞു. നാനാ ഭാഷകൾ കുമ്മിയടിക്കുന്ന നമ്മുടെ നാട്ടിൽ ഒരു ബന്ധഭാഷയായോ പൊതുഭാഷയായോ ഇംഗ്ലീഷ് നിലനിൽക്കേണ്ടത് അത്യാവശ്യമാണെന്ന് നെഹ്റുവിന് ബോധ്യപ്പെട്ടു. തെക്ക്-വടക്ക് വിടവിനു മുകളിലൂടെ ഒരു തടിപ്പാലം തീർത്തത് ഇംഗ്ലീഷാണെന്ന സത്യം രാജാജിയെപ്പോലുള്ള പക്വമതികളും വിളിച്ചുപറഞ്ഞു. അങ്ങനെ ഇംഗ്ലീഷ് ഇന്ത്യൻ മണ്ണിൽ തുടരുകതന്നെ ചെയ്തു.

ഇന്ന് എന്താണ് ഇംഗ്ലീഷിന്റെ അവസ്ഥ? നാലായിരം ലക്ഷത്തിൽ

പ്പരം ജനങ്ങൾ ഇംഗ്ലീഷ് തായ്മൊഴിയായി ഉപയോഗിക്കുന്നു. മറ്റൊരു അയ്യായിരം ലക്ഷം ആളുകൾ ദേശീയഭാഷയായോ രണ്ടാം ഭാഷയായോ ബന്ധഭാഷയായോ ഇംഗ്ലീഷുപയോഗിക്കുന്നു. കമ്യൂണിസ്റ്റ് പച്ചപോലെ, ഇംഗ്ലീഷ് അതിവേഗം ബഹുദൂരം പടരുന്നു.

ഇന്ന് ഇംഗ്ലീഷ് രാഷ്ട്രീയത്തിന്റെ ഭാഷയാണ്, നയതന്ത്രത്തിന്റെ ഭാഷയാണ്, ലോകവ്യാപാരത്തിന്റെ ഭാഷയാണ്, ടെക്നോളജിയുടെ ഭാഷയാണ്, വിവരസാങ്കേതികവിദ്യയുടെ ഭാഷയാണ്, സാമ്പത്തികശാസ്ത്രത്തിന്റെ ഭാഷയാണ്, സർവഭാഷയാണ്. ഒട്ടും അതിശയോക്തി ഈ പ്രസ്താവത്തിലില്ല. ഇംഗ്ലീഷിന്റെ റെയിലിലാണ് ഉത്തരാധുനിക സമൂഹത്തിന്റെ ചക്രങ്ങൾ ഉരുളുന്നത്.

ഇംഗ്ലീഷ് എന്ന ജർമാനിക് കുടുംബത്തിൽപ്പെടുന്ന ഭാഷ വാസ്തവത്തിൽ മറ്റുപല യൂറോപ്യൻ ഭാഷകളെക്കാളും എന്തിന്, മിക്ക ഇന്ത്യൻ ഭാഷകളെക്കാളും ലളിതമാണെന്നു ധൈര്യമായിത്തന്നെ പറയാം. വ്യാകരണത്തിന്റെ കാര്യത്തിൽ പലപ്പോഴായി കാര്യമായ പൊളിച്ചെഴുത്തുകൾ ഇംഗ്ലീഷിൽ നടന്നിട്ടുണ്ട്. പഴയ Prescriptive Grammar ഇപ്പോൾ Descriptive Grammar-നു സ്ഥലമൊഴിവാക്കുന്നു. ഇംഗ്ലീഷിന്റെ പ്രയോഗതന്ത്രങ്ങൾ ലഘൂകരിക്കപ്പെടുന്നു. എല്ലാ ഭാഷകളിൽനിന്നും സമൂഹങ്ങളിൽനിന്നും ഇഷ്ടംപോലെ വാക്കുകളും പ്രയോഗങ്ങളും വായ്പ വാങ്ങുന്ന ശീലം ഇംഗ്ലീഷ് ഇന്നും തുടരുകയാണ്.

ഇംഗ്ലീഷിൽ അടിസ്ഥാന സാമർഥ്യം (basic skill) - സമ്പാദിക്കാൻ ഒരു പ്രയാസവുമില്ല. നമ്മുടെ കുട്ടികൾ ഇംഗ്ലീഷ് പഠിക്കുന്നത് പുസ്തകങ്ങളിൽ നിന്നാണ്, ജൈവഭാഷയുടെ അശ്വമുഖത്തുനിന്നല്ല എന്നതാണ് പല പ്രശ്നങ്ങളുടെയും കാതൽ. കാതിൽക്കൂടിയാവണം ഭാഷ അകത്തു കടക്കേണ്ടത്; കണ്ണിൽക്കൂടിയല്ല. സംസാരഭാഷ ശബ്ദങ്ങളുടെ/സ്വരങ്ങളുടെ (sound) ഭാഷയാണ്. എഴുത്തുഭാഷ അക്ഷരത്തിന്റേതും (letters). കേട്ടുപഠിക്കുന്നത് കണ്ടുപഠിക്കുന്നതിനേക്കാൾ പ്രധാനമാണ്, ചെറിയ ക്ലാസുകൾ തൊട്ടേ ഈ വാങ്മൊഴിക്ക് ഊന്നൽ നൽകിയാലേ ഇംഗ്ലീഷ് പഠനം ഫലപ്രദമാവുകയുള്ളൂ.

ഇംഗ്ലീഷ് പഠനത്തിന് ഇത്രയേറെ ഉപകരണങ്ങൾ ലഭ്യമാകുന്ന ഒരു കാലം മുൻപുണ്ടായിരുന്നില്ല. ഗവേഷണങ്ങളിൽകൂടി, പരീക്ഷണങ്ങളിൽകൂടി വികസിപ്പിച്ച സങ്കേതങ്ങൾ, സമീപനങ്ങൾ, രീതികൾ അധ്യാപകർക്കു മുൻപിലുണ്ട്. ഇംഗ്ലീഷ് പഠിക്കലും പഠിപ്പിക്കലും, സ്വൽപ്പം മനസിരുത്തിയാൽ എളുപ്പമാക്കാം, കാര്യക്ഷമമാക്കാം. നിങ്ങൾക്കു വിരോധമില്ലെങ്കിൽ രസകരവുമാക്കാം.

2

ഡിമോക്രസി

നിത്യേന നൂറുവട്ടം കേൾക്കുന്നതും തലങ്ങും വിലങ്ങും ഉപയോഗിക്കുന്നതുമായ ഒരു വാക്കാണല്ലോ 'ഡിമോക്രസി' അഥവാ ജനാധിപത്യം. ഉച്ചാരണത്തിൽ തെല്ല് ശ്രദ്ധിക്കുന്നത് കൊള്ളാം. ആദ്യ ശബ്ദം 'ഡെ' അല്ല; 'ഡി' ആണ്. ജാംബവാന്റെ പഴക്കമുള്ള പദം. പക്ഷേ, ജരാനരലവലേശമില്ല.

ഗ്രീസ് എന്ന പുണ്യപുരാണ യവനഭൂമിയിലാണ് പിറവി. സോക്രട്ടീസിന്റെ നാട്ടിൽ 'ഡിമോസ്' (demos) എന്നാൽ മഹാജനം/പൗരാവലി. പതിനാറാം നൂറ്റാണ്ടിൽ, അതായത് ഷേക്സ്പിയറുടെ കാലത്ത്, ഈ യവനൻ ആംഗലത്തിലോട്ട് കടന്നുവന്നു. വന്നത് പരന്ത്രീസ് എന്ന ഫ്രഞ്ച് ഭാഷയിൽക്കൂടെയായിരുന്നു. ഗ്രീക്കിലെ 'ഡിമോക്രാറ്റിയ' (democratia) ഫ്രഞ്ചിൽ ഡിമോക്രാറ്റി (democratie) ആയി. 'ഡിമോസ്' എന്നാൽ ജനസാമാന്യം. Kratos എന്നാലോ, വാഴ്ച. രണ്ടും ചേരുമ്പോൾ demo + krat = democrat. 1951ൽ സർ തോമസ് എലിയറ്റ് എന്നൊരു ഇംഗ്ലീഷ് മാഷ് *The Boke named the Gavernaur* എന്നൊരു പുസ്തകമെഴുതി. ഡിമോക്രസി എന്ന പദത്തെ ആദ്യമായി ഇംഗ്ലീഷിൽ നിർവചിക്കാൻ ശ്രമിച്ചത് മൂപ്പരാണ്: 'the rule of the commonalty' (രാരിച്ചൻ എന്ന പൗരന്റെ ഭരണം). അതിനെത്രയോ മുമ്പ് ഏഥൻസിലെ സോളൻ (Solon) എന്നൊരു നിയമപടു (ഭരണതന്ത്ര വിശാരദനും) പറഞ്ഞത് ഡിമോക്രസിയെന്നാൽ നിയമത്തിനല്ലാതെ മറ്റൊരു മൂത്താർക്കും മുമ്പിൽ വായ്പൊത്താത്ത ഏർപ്പാട് (obeying no master, but the law) എന്നത്രെ. 'Of the people, by the people, for the people' എന്ന പ്രഖ്യാതമായ ലിങ്കൺ വാചകം വാസ്തവത്തിൽ ആ മഹാശയന്റെ സ്വന്തമല്ല. ക്ലിയോൺ (Cle-on) എന്നൊരു എഥീനിയൻ രാഷ്ട്രമീമാംസകന്റെ ഗ്രീക്ക്

വാക്കുകളെ ആംഗലത്തിലേക്ക് മൊഴിമാറ്റി, അവസരോചിതമായി അവതരിപ്പിക്കുകയാണ് അദ്ദേഹം ചെയ്തത്. ചരിത്രകാരന്മാരുടെ ചരിത്രകാരൻ എന്നൊക്കെ പേരെടുത്ത തൂസിഡൈഡിസ് (Thucydides) - കാർന്നോരും യവനൻതന്നെ - ഡിമോക്രസിയെക്കണ്ടത് മറ്റൊരു വിധത്തിലാണ്: “All that is opposed to despotic power, has the name democracy” (സ്വേച്ഛാധിപത്യത്തെ എതിർക്കുന്ന ഏതൊരേർപ്പാടിനെയും ജനാധിപത്യം എന്നു പറയാം).

പ്ലേറ്റോ (Plato) എന്ന ദാർശനികന്റെ ഏറ്റവും പ്രസിദ്ധമായ പുസ്തകമാണല്ലോ *ദി റിപ്പബ്ലിക്* (*The Republic*). ഇതിന്റെ എട്ടാമധ്യായത്തിൽ ഡിമോക്രസിയെക്കുറിച്ച് സംഭാഷണമധ്യേ സോക്രട്ടീസ് ഇപ്രകാരം പറയുന്നതായി പ്ലേറ്റോ രേഖപ്പെടുത്തുന്നു: ‘Democracy comes into being after the poor have conquered their opponents, slaughtering some, and banish-ing some, while to the remainder they give an equal share of freedom and power.’ (ഇല്ലാത്തവൻ അവന്റെ എതിരാളിയെ കീഴ്പ്പെടുത്തുമ്പോഴാണ് ജനാധിപത്യം പുലരുന്നത്. ഈ പ്രക്രിയയിൽ പാവപ്പെട്ടവർ ചില ശത്രുക്കളെ കശാപ്പുചെയ്യും; മറ്റു ചിലരെ നാടുകടത്തും. ശേഷിക്കുന്ന ജനസാമാന്യത്തിന് സ്വാതന്ത്ര്യവും അധികാരവും സമമായി വീതിച്ചുനൽകും). സോക്രട്ടീസിന്റെ കാഴ്ചപ്പാട് കാൾ മാർക്സിന്റേതാണെന്ന് തോന്നുന്നില്ലേ?

‘Democracy’ എന്ന നാമപദത്തിൽനിന്ന് ‘democrat’, ‘democratisation’ എന്നീ നാമങ്ങളും ഉരുത്തിരിയുന്നുണ്ട്. ജനാധിപത്യം പുലരുന്നുവെന്ന് പറയപ്പെടുന്ന നാടുകളെ democracies എന്ന് വിളിക്കുന്നത് (ബഹുവചനം) പതിവാണ്. ‘Democratic’ എന്നത് വളരെ സൗകര്യമുള്ള നാമവിശേഷണമായി നിലനിൽക്കുന്നു. ഇനി ക്രിയയിലേക്ക് കടന്നാലോ? ‘Democratise’ എന്ന വാക്കുണ്ട്. എന്തിനേയും ഇക്കാലത്ത് ‘ഡിമോക്രൈറ്റസ്’ ചെയ്യാം. Martin Luther sought to democratise the church and its institutions. (പള്ളിയെയും അതിന്റെ സ്ഥാപനങ്ങളെയും ജനാധിപത്യവൽക്കരിക്കാനാണ് മാർട്ടിൻ ലൂതർ ഉദ്യമിച്ചത്).

Demagogue എന്ന് കേട്ടിട്ടില്ലേ? കേരളത്തിൽ നഗരത്തിലും നാട്ടിൻപുറത്തും ധാരാളമായി കണ്ടുവരുന്ന ഒരു ജീവി: Mob orator. തീ തുപ്പുന്ന, പാറ പിളർക്കുന്ന മൈതാനപ്രഭാഷകൻ; ജനവികാരങ്ങളുടെ കമ്പികളിൽ സമർഥമായി വിരലോട്ടുന്നവൻ, ഇത്തരക്കാരുടെ കുത്സിത രാഷ്ട്രീയ പ്രവർത്തനത്തെ ‘ഡെമഗോഗിസം’ എന്ന് വിളിക്കുന്നു. ‘Demogogie’ എന്ന മറ്റൊരു നാമപദവുമുണ്ട്.

His demogogie skills made him a crowd puller.

3

അരാജകത്വം എന്ന താന്തോന്നി

ചോദിക്കാനും പറയാനും ആരുമില്ലാത്ത അവസ്ഥ; കുറുപ്പില്ലാക്കളരി; നട്ടുവനില്ലാത്ത നാടമഞ്ചം; കടിഞ്ഞാണില്ലാത്ത കുതിര; ഗതാഗതപ്പോലീസില്ലാത്ത മുക്കൂട്ടുകവല - അതാകുന്നു 'അനെർക്കി'. അനർഥത്തിന്റെ നേരാങ്ങള. അരാജകത്വമെന്നു പറഞ്ഞാൽ ഗീർവാണിയായി. പണ്ടൊക്കെ കൺകണ്ട ദൈവം രാജാവായിരുന്നുവല്ലോ. തിരുവുള്ളക്കേടായിരുന്നുവല്ലോ ഈശ്വരകോപം. രാജാവില്ലാത്ത അവസ്ഥ ദുരവസ്ഥയായിരുന്നു. അവ്യവസ്ഥയായിരുന്നു. അതിനെയാണ് 'അനെർക്കി' അഥവാ അരാജകത്വം എന്നു നാടും നാട്ടാരും വിളിച്ചത്.

ഈ anarchyക്ക് ഒരാൾരൂപം കൽപ്പിച്ചു നൽകിയത് അലക്സാണ്ടർ പോപ്പ് എന്ന ഇംഗ്ലീഷ് കവിയാണെന്നു കേൾക്കുന്നു.

"Thy hand, great Anarch, lets the curtain fall" എന്ന് '*ഡൺസിയാഡ്*' എന്ന ആക്ഷേപഹാസ്യമഹാകാവ്യത്തിൽ മൂപ്പർ ഒരു കാച്ചു കാച്ചി. "Anarchy prevails when a nation fails to uphold the rule of law" (Thomas Jefferson).

ഏതാണ്ടു പതിനാറാം നൂറ്റാണ്ടിന്റെ തുടക്കത്തിലാണ് 'അരാജകത്വം' ഇംഗ്ലീഷ് ഭാഷയെ ആക്രമിച്ചത്. ഗ്രീക്ക് മുത്തശ്ശിയുടെ 'anarchia' (അനെർക്കിയ) ആണത്രെ തായ്വേര്. 'ഡിമോക്രസി' എന്ന പദത്തെ ഇതുമായി കൊളുത്തിക്കൊണ്ടുള്ള പ്രയോഗങ്ങൾ യൂറോപ്യൻ ഭാഷകളിൽ ധാരാളമുണ്ടായി. തമിഴന്റെ ജനനായകം, നമ്മുടെ ജനാധിപത്യം, ധവളചർമന്റെ ഡിമോക്രസി, ഔത്തരാഹന്റെ ലോക്തന്ത്രം, രാജവാഴ്ചയുടെ പ്രതിപക്ഷമാകയാൽ, അതും ഒരുതരം 'അനെർക്കി'യാണെന്നായിരുന്നു പഴയകാലത്തെ പൊതുധാരണ. അക്കാലത്തെ ഒരു നിർവചനം കേട്ടാലും: "unlawful licence of the multitude is called anarchy"

(പുരുഷാരത്തിന്റെ നിയമവിരുദ്ധമായ സ്വാതന്ത്ര്യം, തോന്ന്യാസം: അതാണ് അരാജകത്വം). ഏതു വിധത്തിലുള്ള അവ്യവസ്ഥയേയും (disorder) അലങ്കോലത്തേയും (chaos) അനെർക്കിയുടെ അക്കൗണ്ടിലാണ് വരവു വെച്ചിരുന്നത്.

പിന്നീടാണ് anarchism വന്നത്. അതൊരു വീക്ഷണമായി; പ്രത്യയ ശാസ്ത്രമായി, രാഷ്ട്രീയസിദ്ധാന്തമായി. ഇതിന്റെ മേളക്കാരെ അനെർക്കിസ്റ്റുകൾ (anarchists) എന്നും ആരോ വിളിച്ചു. The State, ഭരണകൂടം എന്ന സാധനത്തെ തല്ലിപ്പൊളിച്ച് പെട്രോളൊഴിച്ച് ആഘോഷമായി കത്തിക്കുക എന്ന മഹത്തായ ദൗത്യമാണ് അനെർക്കിസ്റ്റ് അണ്ണന്മാർ ഏറ്റെടുത്തത്. എല്ലാ കേന്ദ്രവൽക്കരണങ്ങൾക്കും വ്യവസ്ഥകൾക്കും അവർ എതിരായിരുന്നു. 'Anarchism had many votaries in prerevolution Russia' (അരാജകത്വവാദത്തിന് വിപ്ലവപൂർവ റഷ്യയിൽ ഒരുപാട് ആരാധകന്മാരുണ്ടായിരുന്നു). ഇംഗ്ലണ്ടിലെ എണ്ണംപറഞ്ഞ അനെർക്കിസ്റ്റായിരുന്നു വില്യം ഗോഡ്വിൻ, കവി ഷെല്ലിയുടെ അമ്മായിയപ്പൻ. 'അനെർകിക്' എന്ന അജക്ടീവും സജീവമാണ്. "Most of his political writings are anarchic in character." Republican, Democrat എന്നീ പദങ്ങളുടെ കോളത്തിൽ തന്നെ Anarchistനേയും അടയാളപ്പെടുത്തുന്ന സമ്പ്രദായം 17-ാം നൂറ്റാണ്ടിലുണ്ടായിരുന്നു. അതുപോലെ atheist (എയ്തീസ്റ്റ് - നിരീശ്വരൻ) നെയും anarchistനെയും ഏതാണ്ട് സമപദങ്ങളായും കണ്ടിരുന്നു. ദൈവം രാജാവാണെങ്കിൽ ദൈവനിഷേധി അരാജകനല്ലേ! ഇതാണ് യുക്തി.

4

എയ്ലിയനേഷൻ

പല സന്ദർഭങ്ങളിലും നാം കണ്ടുമുട്ടുന്ന സ്വൽപ്പം ഗമയുള്ള വാക്കാണ് alienation. ഉച്ചാരണമോ? എയ്ലിയനേഷൻ. അന്യത്വം അന്യവൽക്കരണം, അകൽച്ച എന്നീ അർഥങ്ങളിൽക്കിടന്നാണ് മൂപ്പരുടെ കളി (A turning away, estrangement, the state of being outsider). "The racial policy pursued by the white masters resulted in the alienation of a major segment in South African Society" (Desmond Tutu). മധുരമലയാളത്തിലാവുമ്പോൾ ഇങ്ങനെ: "വെള്ളത്തമ്പ്രാക്കളുടെ വംശീയനയം സൗത്ത് ആഫ്രിക്കൻ സമൂഹത്തിലെ വലിയൊരു വിഭാഗത്തിന്റെ അന്യവൽക്കരണത്തിലാണ് കലാശിച്ചത്." അകറ്റിനിർത്തൽ, ഒഴിവാക്കപ്പെടൽ എന്നീ ധ്വനികളെ എയ്ലിയനേഷൻ ഈ സന്ദർഭത്തിൽ ഉയർത്തുന്നു.

മനഃശാസ്ത്രത്തിന്റെ ഇഷ്ടപദങ്ങളിൽ ഒന്നാണ് alienation. ഒരു വ്യക്തിക്ക് സമൂഹത്തിൽനിന്നും പരിസരങ്ങളിൽനിന്നും കുടുംബം, വിവാഹം എന്നീ സ്ഥാപനങ്ങളിൽനിന്നും അനുഭവപ്പെടുന്നതോ അനുഭവപ്പെടുന്നതായി തോന്നുന്നതോ ആയ അകൽച്ച, വിദൂരവൽക്കരണം (distancing) അതാണ് സൈക്കോളജിക്കാർ പറയുന്ന എയ്ലിയനേഷൻ. ഈ അകൽച്ച ഒരു പ്രത്യേക മാനസികാവസ്ഥ സൃഷ്ടിക്കുന്നുണ്ട്. അൽബേർ കമു (Albert Camus) വിന്റെ *The stranger* ('Outsider' എന്നും പരിഭാഷാഭേദമുണ്ട്) എന്ന വിഖ്യാത നോവൽ മുഖ്യ കഥാപാത്രത്തിന്റെ അന്യവൽക്കരണമാണ് വിഷയമാക്കുന്നത്. ഒരു വൃദ്ധസദനത്തിൽക്കിടന്നു മരിക്കുന്ന പെറ്റമ്മയുടെ ശവം കണ്ടിട്ടും അയാളിൽ യാതൊരു വികാരവുമുണ്ടാവുന്നില്ല. ഇതേ നിർവികാരതയോടെ ഈ ചെറുപ്പക്കാരൻ ഒരറബിയെ കൊല്ലുന്നു.

മാനസികരോഗത്തിന്റെ ചികിത്സയെയും പഠനത്തെയും ഉൾക്കൊ

ള്ളുന്ന ഒരു പദം പണ്ടു നിലവിലിരുന്നു: alienism. ഇന്ന് ഈ വാക്ക് പ്രചാര ലുപ്തമാണ്. പക്ഷേ, മനോരോഗചികിത്സകനെ (Psychiatrist) Alienist എന്നു വിളിക്കുന്ന രീതി അമേരിക്കയിൽ ഇപ്പോഴുണ്ട്. Dr. Mark Connolly is a reputed Alienist.

നിയമഭാഷയിലുമുണ്ട് ഈ വാക്കിന് ഒരു തിണ്ണ. In alienable rights, അകറ്റിനിർത്താനോ അടർത്തിമാറ്റാനോ പറ്റാത്ത അധികാരാവകാശ ങ്ങളെ സൂചിപ്പിക്കുന്നു. "Freedom of speech is everyman's inalienable right" (Thomas Paine) (സംസാര സ്വാതന്ത്ര്യമെന്നത് ഓരോ മനുഷ്യ ന്റേയും ജന്മാവകാശമാകുന്നു).

'Alien' എന്ന പദം നാമമായും നാമവിശേഷണമായും ചുട്ടികുത്തു ന്നു. വരത്തൻ, വിദേശി, അന്യൻ എന്നീ അർഥങ്ങളിൽ alien പ്രവേശി ക്കുന്നു. ഇന്ന് ഈ വാക്ക് 'Foreigner' എന്ന പരിഷ്കാരിക്കു മുൻപിൽ ഒരു പ്രതിഷേധവുമില്ലാതെ പിൻവാങ്ങുന്ന കാഴ്ചയാണ് നാം കാണുന്നത്. ഒരു വിദേശ ടൂറിസ്റ്റിനെ 'alien' എന്നു വിശേഷിപ്പിക്കുന്നത് മര്യാദയല്ല എന്നാണ് വെയ്പ്. ചൊവ്വയിൽനിന്നും മറ്റും പറക്കുംതളികയിൽ എത്തുന്ന വിരുന്നുകാരെക്കുറിച്ചു പറയുമ്പോൾ മാത്രമേ ഇക്കാലത്ത് 'എയ്ലിയൻ' ഉപയോഗിക്കുക പതിവുള്ളൂ. എങ്കിലും alien, alien status, alien registration എന്നീ പ്രയോഗങ്ങൾ തുടരുന്നു.

ഒരുപാടു നൂറ്റാണ്ടുകളായി ഈ വാക്ക് ഇംഗ്ലീഷിൽ വന്നിട്ട്. ഇവന്റെ മുൻഗാമി മധ്യകാല ഫ്രഞ്ചിലെ (Medieval French) alienacion ആണെ ന്നു പറയപ്പെടുന്നു. ധാതു അന്വേഷിച്ചു ചെല്ലുമ്പോൾ നാമെത്തുക ലാറ്റിൻ മുത്തശ്ശിയിലാണ് 'എയ്ലിയനേഷനെം' (alienationem) എന്നത്രെ മൂലം. 'alienere' എന്നു പറഞ്ഞാൽ പിണക്കുക, അകറ്റുക, എന്നൊക്കെ അർഥ ങ്ങൾ വരും. ഈ അർഥത്തിലാണ് പതിനാലാം നൂറ്റാണ്ടിലെ മിഡിൽ ഇംഗ്ലീഷിൽ ഈ പദം വ്യാപകമായി ഉപയോഗിച്ചിരുന്നത്. ദൈവവുമായി മനുഷ്യൻ പിണങ്ങിക്കഴിയുന്ന അവസ്ഥയുണ്ടല്ലോ അത് 'എയ്ലിയ നേഷ'നായിരുന്നു. മനുഷ്യൻ അവന്റെ മൗലികപ്രകൃതിയിൽനിന്ന് സ്വയം വെട്ടിമാറ്റുന്ന സാഹചര്യത്തെക്കുറിച്ച് റൂസ്സോ സംസാരിച്ചു. അതിന് അദ്ദേഹം ഉപയോഗിച്ച വാക്കും 'എയ്ലിയനേഷൻ' ആയിരുന്നു.

Alienate (എയ്ലിയനേറ്റ്) എന്ന ക്രിയയ്ക്ക് രാഷ്ട്രീയ-സാമൂഹിക വ്യവഹാരങ്ങളിൽ വലിയ വേഷമുണ്ട്.

What alienated the intellectuals from the movement was its drift towards a Fascist ideology. (ഫാസിസ്റ്റ് ആശയശാസ്ത്രത്തിന്റെ നേർ ക്കുള്ള പ്രസ്ഥാനത്തിന്റെ ഒഴുക്കാണ് ബുദ്ധിജീവികളെ അകറ്റിയത്).

5

നെറ്റ്
വാക്കിന്റെ വലയിൽ കുടുങ്ങാതെ......

ഇംഗ്ലീഷോ മലയാളമോ എന്നു തിരിച്ചറിയാൻ വയ്യാത്ത വിധം നമ്മുടെ നിത്യഭാഷാവ്യവഹാരങ്ങളിൽ ഇഴുകിച്ചേർന്നവയാണല്ലോ Net. Mosquito -net എന്ന കൊതുകുവലയ്ക്കു പലവിധം മശക മർദനസംവിധാനങ്ങളുടെ ആവിർഭാവം മൂലം മാർക്കറ്റില്ലാതായെങ്കിലും Inter-net എന്ന സാധനം നമ്മുടെ ജീവിതത്തിന്റെ ഒരവിഭാജ്യഘടകമായിരിക്കുന്നു. ഇന്റർനെറ്റ് കഫേകളിൽ കാപ്പികുടിക്കാൻ പോകാത്ത തരുണീതരുണന്മാർ തുലോം കുറവാണ്.

Net (നെറ്റ്)നു സാമാന്യമായ അർഥം 'വല' എന്നാണ് എന്ന് അറിയാത്തവർ ചുരുങ്ങും. ഈ കക്ഷി ജർമനാകുന്നു. Netz (നെറ്റ്സ്) എന്ന്. മൂലം ഇതേ അർഥം വരുന്ന മറ്റൊരു ജർമൻ വാക്കുണ്ട്. Mesh (മെഷ്). Net വരും മുമ്പുതന്നെ ഇവൻ ഇംഗ്ലീഷിൽ കുടിയേറിയിരുന്നു. 'At the hight of his career, he got entangled in the meshes of a lurid Scandal' ജർമാനിക് ഭാഷകളായ ഡച്ചിലും (Dutch) ഡാനിഷിലും (Danish) 'വല'യുടെ പേര് Net എന്നുതന്നെ. സ്വീഡിഷിൽ വരുമ്പോൾ ഇത് nat (നാറ്റ്) ആവുന്നു. ലത്തീൻ ഭാഷയിലെ nasha എന്ന പദത്തിൽ നിന്നാണ് ജർമാനിക് 'നെറ്റ്' വിരിഞ്ഞുവന്നതെന്നു ഒരു പക്ഷമുണ്ട്. nasha എന്നാൽ മീൻ പിടിക്കാൻ ഉപയോഗിക്കുന്ന കുരുത്തി (wicker basket) എന്നാണർഥം.

Netനു മറ്റൊരർഥംകൂടിയുണ്ട്: അസൽ/എല്ലാ കിഴിവും കഴിച്ച് ബാക്കി ബില്ലുകളിൽ കണ്ടിട്ടില്ലേ! Net amount payable: എല്ലാം കിഴിച്ച് ബാക്കി നൽകാനുള്ള തുക. Gross Salary Income ആകെ ശമ്പളം/ വരവ് ആകുന്നു. അതിൽനിന്ന് എല്ലാ പിടിത്തങ്ങൾക്കും ശേഷം കൈയിൽ കിട്ടുന്നതാണ് Net. Nett എന്നൊരു പക്ഷാന്തര സ്പെല്ലിങ്ങു

കൂടി നിലവിലുണ്ട്. ഇപ്പോഴത് ലുപ്തപ്രചാരമാണ്.

Network നാം വിപുലമായി ഉപയോഗിക്കുന്നു. A Network of Canals adds to the beauty of Bangkok (തോടുകളുടെ സങ്കീർണസംവിധാനം ബാങ്കോക്കിന്റെ ഭംഗിക്കു മാറ്റു കൂട്ടുന്നു). A network of Circular Roads, a net-work of communication systems.

Net നെ വേണമെങ്കിൽ Verb ആക്കാം. He netted a huge profit from the Share market. (ഓഹരി വിപണിയിൽനിന്നും അയാൾ വലിയ ലാഭം കോരി). ക്രിയയാകുമ്പോൾ 't' ഇരട്ടിക്കുന്നത് ശ്രദ്ധിക്കുക.

Nephew (നെഫ്യൂ) മരുമകൻ, അനന്തിരവൻ, പെങ്ങളുടെ പുത്രനാവാം, സഹോദരന്റെ മകനാവാം. തായ്‌വേര് തേടിപ്പോയാൽ നാമെത്തുക ഇന്തോ-യൂറോപ്യൻ പദമെന്നു വിശ്വസിക്കപ്പെടുന്ന nepotൽ ആണ്. ഈ വാക്ക് പല പുരുഷ പിന്തുടർച്ചകളെയും പ്രതിനിധാനം ചെയ്തുപോന്നു. കൂടപ്പിറപ്പുകളുടെ ആൺമക്കൾ; പൗത്രന്മാർ ഇങ്ങനെ. ഈ വാക്കിൽനിന്നുണ്ടായതാണത്രെ ഗ്രീക്കിലെ 'അനെപ്സിയോസ്' (anopsios) സംസ്കൃതത്തിലെ 'നാപാദും'. ആർഷഭാഷയിൽ ഈ വാക്കിനു 'പേരക്കിടാവ്' എന്നാണത്രെ അർഥം. ജർമനിൽ 'നെഫ്' (neffe) എന്നത് ഡച്ചിൽ നീഫ് (neef) എന്നു ഭാവം പകർന്നു. അർഥം മരുമോൻ. ലാറ്റിനിൽ nepos എന്നാൽ ഭാഗിനേയനാവാം, പൗത്രനാവാം. ഈ neposൽ നിന്നാണ് nepotism പൊടിച്ചുവന്നത്. 'സ്വജനപക്ഷപാതം' എന്ന രാഷ്ട്രീയത്തിലും ഭരണതലങ്ങളിലും എന്തിന്, സമസ്തമേഖലകളിലും സമൃദ്ധമായി വളരുന്ന ആഫ്രിക്കൻ പായലിന്റെ ഇംഗ്ലീഷ്. ബന്ധുക്കൾക്ക് അർഹതയില്ലാത്ത ആനുകൂല്യങ്ങൾ പതിച്ചുനൽകുന്ന ഏർപ്പാട്. അളിയനെപ്പിടിച്ചു പേഷ്ക്കാറാക്കുന്ന രീതി. 'ഏതു' ഇസത്തേയും പോലെ നെപ്പോട്ടിസത്തിനും ധാരാളം അനുയായികൾ നമ്മുടെ രാഷ്ട്രീയത്തിലുണ്ടല്ലോ. അതാണ് പണ്ടു പ്രൊഫസർ ഹീരെൻ മുഖർജി പറഞ്ഞത് "Nepotism lends a garish colour to Indian politics" (സ്വജനപക്ഷപാതം ഇന്ത്യൻ രാഷ്ട്രീയത്തിനു കടുംചായം ചാർത്തുന്നു). ഇംഗ്ലീഷ് 'nephew' വന്നത് ഓൾഡ് ഫ്രഞ്ചിലെ neveu എന്ന പദത്തിൽ നിന്നാണെന്നു എറ്റിമോളജിസ്റ്റുകൾ - ശബ്ദോൽപ്പത്തി ശാസ്ത്രകാരന്മാർ സമർഥിക്കുന്നു. അതിനു മുൻപുതന്നെ nave എന്നൊരു പദം ഇംഗ്ലീഷിൽ കിടന്നു കളിച്ചിരുന്നുവത്രെ. മരുമകൻ മാത്രം പോരല്ലോ. മരുമകളും വേണ്ടേ? ഉണ്ടല്ലോ നല്ലൊരു വാക്ക് niece (നീസ്) ഇതു വന്നത് ഇന്തോ-യൂറോപ്യൻ neptൽ നിന്നാകുന്നു.

Nephewയിൽ ഒരു 'ഫ്' ശബ്ദം വരുന്നത് പലരും അവഗണിക്കുന്നു, അതൊട്ടും ശരിയല്ല, മകളെ മിന്നുകെട്ടുന്നവൻ വെറും nephew അല്ല. nephew-in-law ആണ്. നിയമാൽ മരുമോൻ!

6

മ്യാഫിയ

മാഫിയ എന്നു പറയാനാണ് മലയാളിക്കിഷ്ടമെങ്കിലും ശരിയായ ഉച്ചാരണം 'മ്യാഫിയ' ആണ് Land Mafia, Sex Mafia, Political Mafia, Cultural Mafia...... ഇപ്പോൾ എന്തിലും ഏതിലും Mafiaയുടെ സാന്നിധ്യമുണ്ട്. ഇറ്റലിയിലെ സിസിലിയിൽ രൂപംകൊണ്ടതും ഇന്ന് അമേരിക്കയിലും മറ്റുചില യൂറോപ്യൻ രാജ്യങ്ങളിലും അധോലോകത്തെ അടക്കിവാഴുന്നതുമായ ഒരു രഹസ്യസംഘമാണ് ഇത്. പത്തൊൻപതാം നൂറ്റാണ്ടിൽ ഇറ്റലിയിൽനിന്ന് ഒട്ടേറെ ആളുകൾ അമേരിക്കൻ നാടുകളിലേക്ക് കുടിയേറിയതോടെ മ്യാഫിയ പ്രവർത്തനം അവിടങ്ങളിൽ സജീവമായി. മ്യാഫിയ അംഗമായവനെ Mafiosi എന്നു വിളിക്കുന്നു. അധികാരിവർഗത്തിനെതിരായ ഒരു ഗൂഢസംഘടനയായാണ് മ്യാഫിയ തുടങ്ങിയത്. പക്ഷേ, അധികം വൈകാതെ ഇതൊരു ക്രിമിനൽ സിൻഡിക്കേറ്റായി മാറി. കള്ളക്കടത്ത്, മയക്കുമരുന്ന്, വ്യഭിചാരം, രാഷ്ട്രീയ കൊലപാതകം, ഭൂമി ഒഴിപ്പിക്കൽ, പിടിച്ചെടുക്കൽ തുടങ്ങി എല്ലാ വൻകിട കുറ്റകൃത്യങ്ങളും മ്യാഫിയ സംഘങ്ങൾ ഏറ്റെടുക്കുന്നു. ഇപ്പോഴത് ഒരു generalised term-ഒരു പൊതുപദം-ആയി മാറിയിരിക്കുന്നു. സിസിലിയൻ ഡയലക്ടൽ വാക്കാണ് 'Mafia.' Against law എന്നാണ് അർഥം. ഇറ്റാലിയൻ മ്യാഫിയയ്ക്ക് അതിന്റെ സ്വന്തമായ പദാവലി (terminology)യുണ്ട്. മ്യാഫിയാതലവനാണ് Godfather. കൽപ്പന ലംഘിച്ചാൽ മരണമാണ് ശിക്ഷ. Omretto (Secrecy/Silence) മ്യാഫിയ മുറുകെപ്പിടിക്കുന്ന കാര്യമാണ്. ഒരു മ്യാഫിയോസി, എന്തുതന്നെ വന്നാലും കൂട്ടുകാരെ ഒറ്റിക്കൊടുക്കില്ല എന്നു പ്രതിജ്ഞ ചെയ്യുന്നു.

എന്താണ് തോമസ് ബൗഡ്ലർ ചെയ്തത്?

1754ൽ ജനിച്ച് 1825 വരെ ജീവിച്ച തോമസ് ബൗഡ്ലർ വലിയൊരു സന്മാർഗവാദിയായിരുന്നു. അശ്ലീലം എവിടെക്കണ്ടാലും ആശാന്റെ കണ്ണ് ചുവക്കും; മേനി വിറയ്ക്കും. ഷേക്സ്പിയർ കൃതികൾ വായിച്ചപ്പോൾ മൂപ്പരാകെ അസ്വസ്ഥനായി. എത്ര 'അൺപ്രിന്റബിൾ' (അച്ചടിക്കാൻ കൊള്ളാത്ത) വാക്കുകളാണ് *ഹാംലെറ്റി*ലും *ഒഥല്ലോയി*ലും മറ്റും! ഈ നാടകങ്ങൾ കുടുംബത്തു കേറ്റാൻ കൊള്ളാമോ? ഇതൊക്കെ വായിക്കുന്ന പിള്ളേർ വഴിതെറ്റിപ്പോവില്ലേ? ആയതിനാൽ ഷേക്സ്പിയറെ ശുദ്ധീകരിക്കേണ്ടത് തന്റെ ദൈവദത്തമായ കടമയാണെന്നു ബൗഡ്ലർ കരുതി. സഭ്യേതരമെന്നു തനിക്കു തോന്നിയ സമസ്ത പദങ്ങളെയും ഷേക്സ്പിയറുടെ കൃതികളിൽനിന്നു വെട്ടിമാറ്റുക എന്ന മഹായജ്ഞം അദ്ദേഹം ആരംഭിച്ചു. അഴുക്കുകൾ നീക്കി പുണ്യാഹം തളിച്ചു പരിശുദ്ധമാക്കിയ ഫാമിലി ഷേക്സ്പിയർ ടിയാൻ പൊതുജനസമക്ഷം അവതരിപ്പിച്ചു. അമ്മപെങ്ങന്മാർക്കു സങ്കോചം കൂടാതെ, കവിളു തുടുക്കാതെ ഷേക്സ്പിയർ സർവസ്വം വായിച്ചുരസിക്കാമല്ലോ എന്ന് ബൗഡ്ലർ ആശ്വസിച്ചു.

അദ്ദേഹത്തിന്റെ ഈ മണ്ടൻ പ്രവർത്തനത്തിൽനിന്നാണ് ഭാഷയ്ക്ക് നല്ലൊരു ക്രിയാപദം കിട്ടിയത് - bowdlerise. ഒരു കവിതയിൽനിന്നോ നാടകത്തിൽനിന്നോ നോവലിൽനിന്നോ (ചുരുക്കത്തിൽ ഏതു സാഹിത്യ സൃഷ്ടിയിൽനിന്നും) അസഭ്യമെന്നു തോന്നാവുന്ന ഭാഗങ്ങൾ (പദങ്ങൾ, പ്രയോഗങ്ങൾ) അടർത്തിമാറ്റി ശുദ്ധികലശം കഴിക്കുന്നതിനാണ് ഈ ക്രിയ ഉപയോഗിക്കുന്നത്. 'It is a bowdlerised edition of a comic novel' ഒരു നാമ മായി പ്രയോഗിക്കുമ്പോൾ 'bowdlerisation -sationനും zationനും പതിവുണ്ട്. അതൊക്കെ നിങ്ങളുടെ ഇഷ്ടം. സദാചാര സ്മാർത്ത വിചാരക്കാരുടെ ശല്യം എല്ലാ സാഹിത്യങ്ങളിലുമുണ്ടായിട്ടുണ്ട്. ബഷീറിന്റെ *ശബ്ദങ്ങൾ* പുറത്തുവന്നപ്പോൾ അതിപ്രശസ്തനായ ഒരു മോറൽ ക്രിട്ടിക് പറഞ്ഞതെന്താണെന്നോ? "ഇതു സാഹിത്യമാണെങ്കിൽ ചേർത്തല പൂരപ്പാട്ട് *ഭഗവത്ഗീത*യാണ്; ഞാൻ മഹാത്മാഗാന്ധിയാണ്."

7

തൃണമൂൽ വിധവയും മുദ്രാവാക്യവും...

Grass widow തൃണമൂൽ വിധവയെന്നോ തൃണഭർതൃരഹിതയെന്നോ തർജമ ചെയ്തു വഷളാക്കാനുള്ള സ്വാതന്ത്ര്യം നമുക്കുണ്ടോ എന്നറിഞ്ഞുകൂടാ. സാമ്പ്രദായികമായി, വിപ്രലംഭത്തിന്റെ വേദന തിന്നുകൊണ്ട് മിന്നുകെട്ടിയ മാരനിൽനിന്ന് വേറിട്ടുനിൽക്കേണ്ടിവരുന്ന മറിമാൻ കണ്ണാളെയാണ് 'ഗ്രാസ് വിഡോ' എന്നു വിളിച്ചുപോരുന്നത്. പ്രാണനാഥൻ അലർശരപരിതാപ വിവശനായി അങ്ങു ഖത്തറിലോ കുവൈത്തിലോ; പ്രേയസി പട്ടാമ്പിയിലോ പതിനെട്ടരയാളത്തോ. ഈ അവസ്ഥാവിശേഷമാകുന്നു ഗ്രാസ്‌വിഡോ ഹുഡ്: കണ്ണീരിൽ കുതിർന്ന തലയണ. ചൂടാണ്ട വീർപ്, ഊണിന്നാസ്ഥ കുറയുന്ന, നിദ്രനിശയിങ്കൽപ്പോലുമില്ലാതാവുന്ന കാവ്യസുന്ദരമായ വിഷമസ്ഥിതി; 'ഒന്നിങ്ങുവന്നെങ്കിൽ ഒന്നിച്ചിരുന്നെങ്കിൽ' എന്നു സൈനബയോ സിന്ധുവോ ലിസിമോളോ നിരുദ്ധകണ്ഠയായി പാടിപ്പോകുന്ന സന്ദർഭം. മാധവൻകുട്ടിക്കോ കുഞ്ഞിപ്പോക്കർക്കോ ഇട്ടിമാണിക്കോ വേണമെങ്കിൽ ഒരു കോകില സന്ദേശമോ മയൂര സന്ദേശമോ ചമയ്ക്കാവുന്ന പരമദയനീയമായ വൈകാരിക കാലാവസ്ഥ.

'ഗ്രാസ്‌വിഡോ' എന്ന വാക്കിൽ പുല്ലുണ്ടല്ലോ. അതെങ്ങനെ വന്നു? എവിടെ നിന്നു വന്നു! Grass meadowയും Grass widowയും തമ്മിൽ വല്ല ബന്ധമോ അസംബന്ധമോ ഉണ്ടോ? പറയാം. പണ്ടുപണ്ടു പതിനാറാം നൂറ്റാണ്ടിൽ പരിത്യക്തയായ ചിന്ന വീട്ടുകാരിയെ/രഹസ്യകാമുകിയെ (Discarded mistress) ഗ്രാസ്‌വിഡോ എന്നാണത്രെ വിളിച്ചിരുന്നത്. Keep എന്നോ Concubine എന്നോ പറയുന്നതിനേക്കാൾ മാന്യം grass widowഎന്നു പറയുന്നതാണെന്ന പൊതുധാരണ അക്കാലത്തുണ്ടായിരുന്നു. 'M' lady Katherine, it is Whispered, is the grass widow of Lord Huntigton (കത്രീനക്കെട്ടിലമ്മ, ഹൺടിങ്ങ്ടൺ അങ്ങത്തയുടെ

രഹസ്യക്കാരിയാണെന്നൊരു കുശുകുശുപ്പുണ്ട്). ഇതിലെ grass, grassbedനെ, പുൽമെത്തയെ പ്രതിനിധാനം ചെയ്യുന്നു. ഈ പുൽമെത്ത അവിഹിത ബാന്ധവങ്ങൾക്കു പ്രകൃതിയൊരുക്കുന്ന മണിമഞ്ചമാണ് എന്ന പ്രസിദ്ധിയുണ്ട്. മുകളിൽ അപാരസുന്ദര നീലാകാശം, താഴെ തൃണ തൽപ്പം, ഒരു പാടുന്ന തോടു കൂടിയുണ്ടെങ്കിൽ കുശാൽ! ഈ 'മിസ്ട്രസ്'-ഇഷ്ടക്കാരി, പുറംകോള് എന്ന അർഥത്തിൽനിന്നാണ് വേർപാടിന്റെ നോവനുഭവിക്കുന്ന ഭാര്യ എന്ന പവിത്രമായ അർഥത്തിലേക്കു ഗ്രാസ്‌വിഡോ വളർന്നത്.

ഭാര്യയെ പിരിഞ്ഞിരിക്കുന്ന ഭാഗ്യവാനെ ഗ്രാസ് വിഡോവർ - തൃണ വിധുരൻ - എന്നു വിളിക്കാമോ? തീർച്ചയായും ആവാം. അതിനു വകുപ്പുണ്ട്.

Slogan (സ്ലൗഗൻ) എന്നത് മലയാളി മാമനു വളരെ പ്രിയപ്പെട്ട ഒരു പദത്തിന്റെ ആംഗലവേഷമാണ്. 'മുദ്രാവാക്യം' ഇവനുള്ളതുകൊണ്ടല്ലേ കൈമളേ, നാം ജീവിച്ചുപോരുന്നത്? ഘോരമായ് മുദ്രാവാക്യം വിളിച്ചും കൊടിക്കൂറ പാറിച്ചും നമ്മുടെ വിപ്ലവബോധം സായൂജ്യമടയുന്നു. അങ്കക്കലിയെ ശ്ലോകത്തിലാക്കുകയാണ് Slogan ചെയ്യുന്നത്. ഇവന്റെ പൂർവ രൂപമായിരുന്നു 'slaugh-ghairm' ഇതൊരു Gaelic (ഗെയ്‌ലിക്) വാക്കാണ്. ഇതൊരു ഐറിഷ് യുദ്ധവിളി (Battle cry) ആയിരുന്നു. രജപുത്രന്മാരുടെ 'ഹരഹരമഹാദേവ'പോലെ ശിവജിയുടെ 'ജയ്ഭവാനി'പോലെ, INAയുടെ 'ജയ്ഹിന്ദ്' പോലെ. പോർവിളിയിൽനിന്നു മുദ്രാവാക്യത്തിലേക്കു വലിയ ദൂരമൊന്നുമില്ലല്ലോ. Slaugh എന്നാൽ ഗെയ്‌ലിക് ഭാഷയിൽ army (പട്ടാളം) ghairm എന്നാൽ cry (ആക്രോശം/വിളി/അട്ടഹാസം).

ഈ വാക്ക് രാഷ്ട്രീയത്തിൽ മാത്രമല്ല കച്ചവടത്തിലും സുലഭമായി ഉപയോഗിക്കുന്നുണ്ട്. 'Sloganeer' എന്നു കേട്ടിട്ടുണ്ടോ? മുദ്രാവാക്യനിർമാതാവാണ് ഇദ്ദേഹം. കിണ്ണൻ മുദ്രാവാക്യങ്ങൾ ഇരുന്ന ഇരുപ്പിൽ സൃഷ്ടിക്കുന്ന സർഗവിഭവന്മാർക്കു തിരഞ്ഞെടുപ്പുകാലത്ത് വലിയ മാർക്കറ്റാണ്. No taxation, without representation, do or die, awake, arise, ever forward, never backward എന്നിങ്ങനെ ചരിത്രത്തിൽ ഇടംനേടിയ മുദ്രാവാക്യങ്ങൾ നിരവധി. മലയാളത്തിലാണെങ്കിൽ അതെ ഉള്ളൂ!

8

സാഹിത്യചോരണം

പണ്ടു കുഞ്ഞുക്കുട്ടൻ തമ്പുരാന്റെ കൊടുങ്ങല്ലൂർക്കളരിയുടെ ചാപ്പ പതിഞ്ഞ രണ്ടുവരികൾ:

"തോരണത്ത് പരമേശ്വരമേനോൻ ചോരണം രസമതെന്നു നിനച്ചു."

ഇതിൽ പരാമൃഷ്ടനായ മേനവനവർകൾ മറ്റു കവികളിൽനിന്നു ചൂണ്ടുന്നതിൽ രസം കണ്ടെത്തി എന്നു വ്യംഗ്യം. പരസ്യമായ അർഥം, തന്റെ കവിതയിൽനിന്നു കാവ്യരസം സമൃദ്ധമായൊഴുകണം എന്ന നിർബന്ധക്കാരനായിരുന്നു പരമേശ്വരാഖ്യനെന്നും ശ്ലേഷത്തിന്റെ കളി. മേനോനു മാനനഷ്ടത്തിന് കേസു ഫയലാക്കാൻ പറ്റില്ല. ഈ 'ചോരണ' കലയ്ക്ക് ഇംഗ്ലീഷിൽ പറയുന്ന പേരാണ് Plagiarism. സാഹിത്യമോഷ്ടാവായ വിരുതൻ ശങ്കുവിനെ Plagiarist എന്നു വിളിക്കും. ക്രിയയാവുമ്പോൾ Plagiarise.

കക്കാനും നിൽക്കാനുമറിയുന്ന സാഹിത്യകാരന്മാർ ധാരാളമുണ്ട്; അന്നും ഇന്നും. അവരിൽ ചിലർ സാഹിത്യത്തിന്റെ സർവജ്ഞപീഠം കയറിയിട്ടുമുണ്ട്. പണ്ടൊന്നും സാഹിത്യമോഷണം വലിയൊരപരാധമായി ആരും കരുതിയിരുന്നില്ല. നമ്മുടെ ഷേക്സ്പിയർ എന്ന ശേഷപ്പയ്യരുടെ ചരിത്രം നോക്കൂ. അദ്ദേഹത്തിന്റെ നാടകങ്ങളുടെ കഥകളെല്ലാംതന്നെ മറ്റുള്ളവരിൽനിന്നും ചൂണ്ടിയതാണ്. ഹോളിൻ ഷെഡിൽനിന്നും, പ്ലൂട്ടാർക്കിൽനിന്നും, ചിന്തിയോവിൽനിന്നും അങ്ങനെ പലരിൽനിന്നും. എലിസബീത്തൻ കാലത്തെ പതിവ് അതായിരുന്നു. ഷേക്സ്പിയറുടെ മുൻഗാമികളായ തോമസ് കിഡ്ഡും, ക്രിസ്റ്റോഫർ മാർലോയും അതുതന്നെയാണ് ചെയ്തത്. ആർക്കും എന്തിൽനിന്നും ഈഷലെന്യേ കയ്യിട്ടു വാരാമെന്ന അവസ്ഥയായിരുന്നു. ഈ അവസ്ഥ മാറിയതുകൊണ്ടാണല്ലോ നമ്മുടെ

ചില എഴുത്താളർക്കു ചോരണം പരമരഹസ്യമായി നിർവഹിക്കേണ്ട ഗതി കേട് വന്നത്.

Plagium എന്ന ലത്തീൻ പദത്തിൽനിന്നാണത്രെ Plagiarism നാമ്പു നീട്ടിയത്. പഴയ റോമാസാമ്രാജ്യത്തിന്റെ അടിമവേലയും അടിമച്ചന്തയും സമൂഹജീവിതത്തിന്റെ അവിഭാജ്യ ഘടകങ്ങളായിരുന്നു. യുദ്ധത്തടവുകാരെ, കടം വീട്ടാൻ കഴിയാത്തവരെ, നിയമഭഞ്ജകരെ, അടിമകളാക്കി ഇടുപണിയും, പടുപണിയും ചെയ്യിക്കുന്ന ഏർപ്പാടായിരുന്നു. ചിലപ്പോൾ സ്വതന്ത്ര പൗരന്മാരെയും (Freemen) പിടിച്ചുകെട്ടി, കള്ളക്കുറ്റമാരോപിച്ചു അടിമകളാക്കിയിരുന്നു. ഈ കുറ്റകൃത്യത്തെയാണ് Plagium എന്നു വിളിച്ചിരുന്നത്. Plaga എന്നാൽ കുരുക്കുന്ന വല എന്നർഥം. ഇതിന്റെ മൂലാർഥം Kidnapper (റാഞ്ചിക്കൊണ്ടു പോകുന്നവൻ) എന്നായിരുന്നുപോൽ. 16-ാം നൂറ്റാണ്ടിലാണ് Plagium എന്ന പദം ഇംഗ്ലീഷിലേക്കു വന്നത്. ബെൻ ജോൺസൺ എന്ന നാടകകൃത്ത് - എലസബീത്തൻ എഴുത്തുകാരൻ - ഇതിനെ Plagiary എന്നു ആംഗലവൽക്കരിക്കുകയും ചെയ്തു. ഇത് 1601ൽ. രണ്ടു പതിറ്റാണ്ടു കഴിഞ്ഞപ്പോൾ അതിന്റെ കൂടെ ism വന്നു. “Appropriations of another's work or ideas as one's own” (മറ്റൊരാളുടെ കൃതിയോ, ആശയമോ തന്റേതാക്കി അവതരിപ്പിക്കുന്ന വിദ്യ).

9

Martyr

Martyr ആരെന്നു പറയേണ്ടതില്ലല്ലോ. 'ഷഹിദ്' എന്ന് ഹിന്ദി; രക്തസാക്ഷി എന്നു കൈരളി. ആദരവും തൊഴുകൈയും ആവശ്യപ്പെടുന്ന വാക്കാണ്. ആദർശത്തിനുവേണ്ടി, രാജ്യത്തിനുവേണ്ടി, വിശ്വാസത്തിനുവേണ്ടി, സ്വാതന്ത്ര്യത്തിനുവേണ്ടി, ആശയശാസ്ത്രത്തിനുവേണ്ടി സ്വന്തം ജീവിതം ബലികൊടുക്കുന്ന ധീരാത്മാക്കളുണ്ടല്ലോ, അവരെയാണ് നാം രക്തസാക്ഷികൾ എന്നുവിളിക്കുന്നത്. നാം അവർക്കു സ്മാരകസ്തംഭങ്ങളുയർത്തുകയും അവയുടെ തണലിൽ മുച്ചീട്ടുകളിക്കുകയും ചെയ്യുന്നു. Martur എന്ന ഗ്രീക്കുവാക്കിൽനിന്നാണ് martyr പിറന്നത്. Witness (സാക്ഷി), one who testifies (സാക്ഷ്യപ്പെടുത്തുന്നവൻ) എന്നൊക്കെ ആയിരുന്നു ആദ്യത്തെ അർഥം.

ആദ്യകാല ക്രൈസ്തവരെ റോമക്കാരും ജൂതന്മാരും അടിമകളായാണ് കരുതിയിരുന്നത്. അവരുടെ സാക്ഷിമൊഴി അവിശ്വസനീയമാണെന്ന ധാരണയുമുണ്ടായിരുന്നു. സത്യം പറയിക്കാൻ ക്രിസ്ത്യാനികളെ ക്രൂരമായി ഭേദിക്കുകയും ദണ്ഡിക്കുകയും ചെയ്യുന്നത് ഒരു പതിവായി. അങ്ങനെ പീഡിപ്പിക്കപ്പെടുന്ന സാക്ഷിയാണ് martyr. മൂന്നാം മുറയുടെ ബലിയാട്. ഇതിൽനിന്നാണ് വിശ്വാസത്തിന്റെ പേരിൽ, ആദർശത്തിന്റെ പേരിൽ, മരിക്കുന്നവൻ എന്ന അർഥം, തൈരിൽനിന്ന് വെണ്ണപോലെ പൊങ്ങിവന്നത്. martyrdom രക്തസാക്ഷിത്വമാണ്.

10

പുരപ്പുറം തൂക്കുന്ന പുത്തനച്ചികൾ

പുത്തനച്ചി പുരപ്പുറം തൂക്കും എന്നത് ചിരംജീവിയായ ഒരു പഴമൊഴിയാകുന്നു. കെട്ടിയോന്റെ വീട്ടിൽ കയറിയ പുതുക്കത്തിൽ ഡോട്ടർ-ഇൻ-ലാ ഭർത്തൃകുടുംബത്തെ കാര്യമായി ഒന്നു 'ഇംപ്രസ്' ചെയ്യുന്നതിനു വേണ്ടി വേണ്ടതും വേണ്ടാത്തതുമായ ഒരുപാട് വേലകൾ ഇറക്കിയെന്നിരിക്കും. പുരപ്പുറം പോലും അടിച്ചു വൃത്തിയാക്കാനുത്സാഹിക്കും. തുണിയായ തുണിയൊക്കെ തിരുമ്മി വെളുപ്പിക്കും. വെള്ളം കോരും, കടുമാങ്ങ ഉപ്പിലിടും. പിണ്ഡതൈലം ചൂടാക്കി അമ്മായിയമ്മയുടെ നീരുവന്ന കാൽവണ്ണയിൽ തടവും. ഈ സേവനോത്സുകതയ്ക്ക് അഞ്ചാറുമാസത്തെ ആയുസേ കാണൂ. അപ്പോഴേക്കും അപ്പുക്കുട്ടൻ ചെല്ലമ്മയുടെ ചൊൽപ്പടിയിൻ കീഴമർന്നിരിക്കും. ആ സന്ദർഭത്തിൽ ലളിത പൂതനയാവുന്നു.

പുത്തനച്ചികളായ വാക്കുകളും പുരപ്പുറം തൂക്കുന്നവയാണ്. അവയിൽചിലതിന്റെ വിചാരണയാണ് നാമിന്നു നടത്തുന്നത്.

Adultescent (അഡൾട്ടസെന്റ്): ഇതു adult ഉം adolescent ഉം തമ്മിലുള്ള ഒരു കോംപ്രമൈസ് പദമാണ്. (adult ന്റെ കൂടെ adolescent ലെ scent ചേർക്കുന്നു). എത്ര പ്രായം ചെന്നാലും താരുണ്യം കൈമോശം വന്നെന്ന സത്യം അംഗീകരിക്കാത്ത ചിലരെ നിങ്ങൾ കണ്ടിരിക്കും. അവർ സീനിയർ സിറ്റിസൺ ക്ലബിൽ മഴയത്തുപോലും കേറില്ല. വയസന്മാരോടു പുച്ഛം; ബാല്യക്കാരുമായാണ് കൂട്ട്. ഈ വിദ്വാന്മാരെ adultescent എന്നു വിളിക്കുന്നു. പുതുനിർമിതിയാണ്. Though in his sixties, the colonel is very much an adultescent.

Baby moon: മധുവിധു (Honey moon) എന്താണെന്ന് വിശദീകരിക്കേണ്ടതില്ല. വിവാഹത്തിന്റെ ഊഷ്മളത ആറുംമുമ്പ് മിഥുനങ്ങൾ കുമരകത്തോ തേക്കടിയിലോ ഊട്ടിയിലോ കാശുണ്ടെങ്കിൽ കടലിന

ക്കരെയോ പോയി ഉല്ലസിക്കുന്ന ഏർപ്പാട്. ഒരുകുഞ്ഞിക്കാൽ കണ്ടതിനുശേഷമാണ് ഇത്തരമൊരു ആഘോഷമെങ്കിലോ? അതിനുള്ള പേരാണ് baby moon പഴയ യുഗ്മത്തിലെ honey വെട്ടി തൽസ്ഥാനത്തു babyയെ അവരോധിക്കുന്നു. ഹണിമൂണിനു തയാറെടുത്തു തയാറെടുത്ത് പത്തു മാസം പോയി. പ്രേമവല്ലരിയിൽ ആദ്യത്തെ പൂവ് വിടരുകയും ചെയ്തു. അങ്ങനെ അലക്കൊഴിഞ്ഞുകാശിക്കുപോകുമ്പോൾ അത് 'ബേബിമൂൺ'. They couldn't plan a honeymoon; may be, they are waiting for 'a baby moon'.

Assvertising: Ass + Advertising: അതാണ് assvertising. ഇതെന്തെന്നു വ്യക്തമാക്കേണ്ടതുണ്ട്. വാണിജ്യപരസ്യങ്ങൾക്ക് മോഡലുകളെ ഉപയോഗിക്കുന്നത് ഉത്തരാധുനിക വിപണന തന്ത്രത്തിന്റെ മുഖ്യ ഭാഗമാണല്ലോ. വടിവൊത്തശരീരവും വേണ്ടിടത്തൊക്കെ ആവശ്യത്തിനു മാംസപുഷ്ടിയുമുള്ള ഒരു മോഡൽ കുനിഞ്ഞുനിന്നു ഷൂലേസ്കെട്ടുന്നു. ആ സുന്ദരീമണിയുടെ ഷോർട്ട് സ്കർട്ടിന്റെ പിൻഭാഗത്ത് ഒരു പരസ്യം. 'ഗ്ലോറിയാ പാൻറീസ് ഉപയോഗിക്കുക' പരസ്യപ്പലകയാവുന്നത് പൃഥുല നിതംബിനിയുടെ പിൻവശമാണ്. അതായത് ass. അപ്പോൾ assൽ തെളിയുന്ന advertisement അസ്വെർടിസ്മെന്റാവുന്നു! (Ass നു പഴയ അർഥം donkey, കഴുത എന്നാണ്).

11

സ്വസ്തികയുടെ പുരാണം

ആധുനിക രാഷ്ട്രീയപദാവലിയിൽ 'Swastika' എന്നത് അഡോൾഫ് ഹിറ്റ്ലറുമായി കെട്ടുപിണഞ്ഞുകിടക്കുന്നു. ഒരു നാസിമുദ്രയായി, ഫാസിസ്റ്റ് അടയാളമായി, നാമിതിനെ കാണുന്നു. നാസിപ്പട്ടാളത്തിന്റെ തൊപ്പികുപ്പായങ്ങളിൽ സ്വസ്തിക തിളങ്ങിനിന്നു. ആയതിനാൽ ഈ ചിഹ്നത്തെ/പദത്തെ, ജൂതവിരുദ്ധ മനോഭാവത്തിന്റെയും യുദ്ധവെറിയുടെയും പ്രതീകമായി നാമെണ്ണുന്നു. വാസ്തവത്തിൽ ഇത് നമ്മുടെ മുതുമുത്തശ്ശിയായ സംസ്കൃതത്തിൽനിന്ന് വന്നതാണ്. 'സു' എന്നാൽ നല്ല (സുമനസ്സ്, സുപ്രഭാതം, സുകുമാരൻ), 'അസ്തി' എന്നാൽ 'being' അതായത് സത്വം/സത്ത. രണ്ടും ചേരുംപടി ചേർത്താൽ സൗഖ്യം/ക്ഷേമം (Well-being) എന്ന അർഥം ലഭിക്കും. ഈ സഖ്യത്തിന്റെ സിംബലാകുന്നു സ്വസ്തിക. ഹിറ്റ്ലർ ജനിക്കുന്നതിന് നൂറ്റാണ്ടുകൾ മുൻപുതന്നെ വീട്ടുമുറ്റത്ത് അരിമാവുകൊണ്ട് കോലമിട്ട് നടുവിൽ സ്വസ്തിക വരയ്ക്കുന്ന ഏർപ്പാട് പല ഇന്ത്യൻ സമൂഹങ്ങളിലുമുണ്ടായിരുന്നു. തമിഴകത്ത് ഇന്നും അത് തുടരുന്നു. ആര്യരിൽ പൊന്നാര്യനെന്നു സ്വയം വിശ്വസിച്ചിരുന്ന ഹിറ്റ്ലർ, ഈ ചിഹ്നം ഹൈജാക് ചെയ്തതിൽ അത്ഭുതമുണ്ടോ? Good-luck (ഭാഗ്യലാഭം)ന്റെ അടയാളമായ സ്വസ്തിക, പാൽക്കടലിൽ അനന്തൻ നമ്പ്യാരെ മെത്തയാക്കി ശയിച്ചരുളുന്ന സാക്ഷാൽ മഹാവിഷ്ണുവിന്റെ രഥചക്രത്തിലെ മുദ്രകളിലൊന്നാണെന്ന് ഷാരടിമാഷ് പകർന്നുതന്ന അറിവ് എനിക്കുണ്ട്.

ഈ അടയാളവും ഈ വാക്കും പല സംസ്കാരങ്ങളിലും സമൂഹങ്ങളിലും കാണാം. ചൈനയിൽ, ജപ്പാനിൽ, ഗോത്രവർഗങ്ങൾക്കിടയിൽ, ചില പുരാതന ക്രിസ്ത്യൻ സഭകളിൽ, മധ്യേഷ്യയിൽ. ഈ പ്രതീകത്തെ ബ്രിട്ടീഷ് ദ്വീപുകളിലെ പഴയ താമസക്കാർ വിളിച്ചിരുന്നത് 'സ്വസ്

തിക' എന്നല്ല fylfot (ഫിൽഫോട്) എന്നാണ്. നാലു പാദങ്ങളുള്ളത് (One with four feet) എന്ന് അക്ഷരാർഥം. കുരിശിന്റെ ഒരു വ്യത്യസ്ത രൂപമായാണ് യൂറോപ്യൻ ക്രൈസ്തവരും മറ്റും സ്വസ്തികയെ കണ്ടിരുന്നത്. 'Gammadion' (ഗമ്മാഡിയൻ) എന്നൊരു പേരും ഇതിനുണ്ടായിരുന്നു. നന്മയുടെ, ഭാഗ്യലബ്ധിയുടെ, സന്മനസിന്റെ പ്രതീകമായാണ് സ്വസ്തിക എന്ന വാക്കും ചിഹ്നവും പുരാതന സംസ്കാരങ്ങളിൽ പുലർന്നുപോന്നത്. അതിന് ഒരു ഭീകരമുഖം സമ്മാനിച്ചത് നാസികളാണ്.

ടൈക്കൂൺ (Tycoon)

എന്തുതരം കൂണാണ് ടൈക്കൂൺ? ഇത് ചൈനീസിൽ നിന്ന് ജപ്പാനീസിലൂടെ ഇംഗ്ലീഷിന്റെ മുറ്റത്തെത്തിയ ഒരു വിശേഷ ജനുസാണ്. "Tycoons like Birla, Ambani and Hinduja call the shots in the present dispensation" (ഇന്നത്തെ വ്യവസ്ഥിതിയിൽ ബിർള, അംബാനി, ഹിന്ദുജ തുടങ്ങിയ വർത്തകപ്രമാണികൾക്കാണ് കാര്യസ്ഥത). Jacquiline Kennedy married Aristotle Onasis, a Greek tycon, after the death of her illustrious husband. (തന്റെ വിഖ്യാതനായ ഭർത്താവിന്റെ മരണാനന്തരം ജാക്വിലിൻ കെന്നഡി അരിസ്റ്റോട്ടിൽ ഒനാസിസ് എന്ന ഒരു വ്യാപാര പ്രമുഖനെ മാലയിട്ടു).

ചൈനീസിൽ tal എന്നാൽ great, exalted എന്നൊക്കെയാണത്രെ അർഥം. Kiun എന്നു പറഞ്ഞാൽ lord/prince/ruler എന്നൊക്കെ. അപ്പോൾ tycoon എന്ന വാക്കിന്റെ ഒറിജിനൽ അർഥം great lord എന്നു വരും. ഷോഗൺ എന്നൊരു സൈന്യനായകനുണ്ടായിരുന്നു ജപ്പാനിൽ. അദ്ദേഹം സ്വയം സ്വീകരിച്ച അലങ്കാരപദമത്രെ tycoon. ജപ്പാനീസ് ഭാഷയിലാണ് ഈ വാക്കിന് വർണവ്യത്യാസം വന്നുചേർന്നത്. ഇംഗ്ലീഷിലേക്ക് കടന്നപ്പോൾ tycoon വൻകിട കച്ചവടമൂപ്പന്റെ വിശേഷണമായി. ഇന്ന് tycoon സ്വച്ഛന്ദം മേഞ്ഞുനടക്കുന്നു. ഒരു വ്യാപാര/വ്യവസായ സാമ്രാജ്യത്തിന്റെ മന്നന് പിൽക്കാല മുതലാളിത്ത സംവിധാനത്തിലുള്ള സ്ഥാനമെന്തെന്ന് സ്മാർട്ട് സിറ്റിക്കുവേണ്ടി മുറവിളികൂട്ടുന്നവർക്ക് നന്നായറിയാം.

12

മുഖസ്തുതിക്കൊരു മുഖവുര

Flattery - മുഖസ്തുതി - രുചിക്കാത്തവരുണ്ടോ? ഇല്ലെന്നു പറയാനാവില്ല. ഏതായാലും ഞാൻ ഇന്നേവരെ അത്തരമൊരു അത്ഭുതജീവിയെ നേരിൽ കണ്ടിട്ടില്ല. പുറമേക്കു പുകഴ്ത്തിപ്പറയലിനെ തള്ളിപ്പറയുന്നവരും രഹസ്യമായി അതിന്റെ ഇക്കിളികൂട്ടൽ ഇഷ്ടപ്പെടുന്നുവെന്നാണ് അനുഭവം.

അത്യുക്തി (Hyperbole) ആണ് ഫ്ളാറ്ററിയുടെ സാമാന്യസ്വഭാവം. "മന്നവേന്ദ്രാ വിളങ്ങുന്നു ചന്ദ്രനെപ്പോലെ നിൻമുഖം." 'ഫ്ളാറ്ററി'കൊണ്ട് ഏതു കൊലകൊമ്പനെയും ഫ്ളാറ്റാക്കാം. തിന്ത്രിണീദല സമാനലോചനയായ ത്രേസ്യക്കുട്ടി 'കേഴമാൻകണ്ണാളേ' എന്ന വിളികേൾക്കുമ്പോൾ പരവശയാകുന്നു. അലർശരപരിതാപം. ഫ്ളാറ്ററി മാത്രം മുതൽമുടക്കി രാഷ്ട്രീയത്തിൽ നേട്ടം കൊയ്തവർ അസംഖ്യം. ചിലർക്കിത് നൈസർഗികമായുള്ള വാസനയാണ്. അതിനെ യഥാവിധി പരിപോഷിപ്പിച്ച് അവർ കൊടുമുടികൾ കീഴടക്കുന്നു. അതിസ്തുതി ഒരതിസാരമാകുന്നു. പാദസേവയുമായി ഇത് കെട്ടുപിണഞ്ഞുകിടക്കുന്നു. Syco-phany എന്ന പദം (സ്തുതിപാഠകത്വം) ഫ്ളാറ്ററിയുടെ മെഗാരൂപമാണ്, വൈതാളികനാണ് Sycophant. അവന്റെ നട്ടെല്ല് വില്ലുപോലെ വളയും.

'Flattery is the floating Cockroach in the milk of Human Kindness' (മുഖസ്തുതി എന്നത് കാരുണ്യക്കടലിൽ പൊന്തി നടക്കുന്ന കൂറയാണ്). എന്നൊരു ചൊല്ലുണ്ട്. ഇതിനെക്കാൾ നന്നായി വാഴ്ത്തലിനെ വർണിക്കാൻ സാധ്യമല്ല.

ഈ വാക്ക് എവിടെനിന്നു വന്നു. Old Frenchൽ ഒരു പദമുണ്ടായിരുന്നു. Flates to click, Fawn upon എന്നൊക്കെ ആയിരുന്നു അർഥം. 13-ാം നൂറ്റാണ്ടിൽ ഈ പദം ഇംഗ്ലീഷിലേക്കു കടന്നുവെന്നാണ് നിഘണ്ടുകാരന്മാർ അനുമാനിക്കുന്നത്.

Imitation is the sincerest form of flattery എന്നൊരു കോപ്പിബുക് വാചകമുണ്ട്. (അനുകരണം അതിപ്രശംസയുടെ ഏറ്റവും ആത്മാർഥമായ രൂപമാകുന്നു). നിങ്ങളുടെ വാക്കോ നോക്കോ, നടപടിയോ, ഭാഷയോ, വേറൊരാൾ അനുകരിക്കുന്നുണ്ടെങ്കിൽ സന്തോഷിക്കുകയാണ് വേണ്ടത്. അതൊരംഗീകാരമാണ്. ജയനെയും പ്രേംനസീറിനെയും മോഹൻലാലിനെയും വി എസിനെയും ലീഡറെയുമൊക്കെ മിമിക്രി ചെയ്യുന്ന കലാകാരന്മാർ വാസ്തവത്തിൽ അവരെ സ്തുതിക്കുകയാണ് ചെയ്യുന്നത്.

ഒന്നാം നൂറ്റാണ്ടിൽ ലൂഷ്യസ് വിറാലിയസ് എന്നൊരു റോമൻ നേതാവുണ്ടായിരുന്നു. മുഖസ്തുതിയായിരുന്നു മൂപ്പരുടെ മുഖ്യതൊഴിൽ. ക്ലോഡിയസ്, ടൈബീരായസ്, കലിഗുള, നീറോ എന്നീ റോമാചക്രവർത്തിമാരെ ഫ്ളാറ്ററികൊണ്ടു പാട്ടിലാക്കി വേണ്ടതൊക്കെ നേടാൻ ഈ സ്തുതിപാഠകനു സാധിച്ചു. ആയതിനാൽ ഇയാളുടെ പേര് ഫ്ളാറ്ററിക്കൊരു സമാനപദമായിത്തീർന്നു. റോമിലേക്കൊന്നും പോകേണ്ടകാര്യമില്ല. അധികാരത്തിന്റെ ഏതു ഇടനാഴിയിലും ഇത്തരം നികൃഷ്ട ജീവികളെ നമുക്കുകാണാം.

13

Nun (നൺ)

Nun: ഈ വാക്കും nana, nanny എന്നീ പദങ്ങളും ഇൻഡോ-യൂറോപ്യൻ മുരടിൽനിന്ന് വന്നതാണ്. ഇത് പൈതങ്ങളുടെ പേച്ചിന്റെ ഭാഗമായിരുന്നു. അമ്മയല്ലാത്ത എന്നാൽ അമ്മയുടെ സ്വഭാവഗുണമുള്ള ഒരു സ്ത്രീ: ഇതായിരുന്നു അർഥം. ഗ്രീക്കിൽ nanna എന്നാൽ അമ്മായി nennos എന്നാൽ അമ്മാവൻ. nannos എന്നു പറഞ്ഞാൽ അഗസ്ത്യനായി; അതായത് കുള്ളൻ (dwarf). ലാറ്റിനിൽ അമ്മായി/അപ്പച്ചി nonna ആയിരുന്നു; മാമൻ, ഇളയച്ഛൻ nonnus ഉം.

പിന്നീട് ക്രിസ്ത്യൻ സമൂഹത്തിൽ nonna എന്ന പദം കന്യാസ്ത്രീയെ സൂചിപ്പിക്കുന്നതായി. അതിൽനിന്നാണ് Nun ഉരുത്തിരിഞ്ഞത്. A woman who has taken religious vows. Nunnery കന്യാസ്ത്രീമഠമാകുന്നു; Convent. Nunന്റെ old English രൂപം nunne ആണ്. ഹീബ്രു അക്ഷരമാലയിലെ പതിനാലാമത്തെ അക്ഷരം Nun ആണെന്നറിയുക.

Senate: യുണൈറ്റഡ് സ്റ്റേറ്റ്സിലെ പരമപ്രധാനമായ ഉപരിസഭയാണ് Senate. അമേരിക്കൻ ഭരണമാതൃക പിന്തുടരുന്ന പല രാജ്യങ്ങളിലും ഇതുണ്ട്. ഈ സഭയിലെ അംഗമാണ് Senator. പുരാതന റോമിലുണ്ടായിരുന്നു, Senatus എന്നു പേരുള്ള ഒരുപദേശക സഭ (advisory body). ഇതിലെ അംഗങ്ങൾ തല നരച്ചവരായിരിക്കണമെന്ന് നിർബന്ധമുണ്ടായിരുന്നു. Sen എന്നാൽ old, പ്രായം ചെന്നത്. Senate എന്നാൽ ഓഫീസ് ഓഫ് ദി ഓൾഡ്. കിഴവന്മാരുടെ കൂട്ടായ്മ. Sen എന്ന ഘടകമാണ് Senior എന്ന പദത്തിലും sir എന്ന വാക്കിലും പ്രവർത്തിക്കുന്നത്.

യൂണിവേഴ്സിറ്റി സെനറ്റിനെക്കുറിച്ച് എല്ലാവർക്കുമറിയാം. എത്ര കുറച്ചു പറയുന്നുവോ അത്രയും നല്ലത്.

പതിമൂന്നാം നൂറ്റാണ്ടിലാണ് Senate എന്ന വാക്ക് ഇംഗ്ലീഷിലേക്ക്

വന്നത്. പെരിയവരുടെ (പ്രായം ചെന്നവരുടെ) കൗൺസിൽ എന്ന പഴയ അർഥം ഇന്നു മാറിയിരിക്കുന്നു. 'എറ്റിമോളജി' വെച്ചു ചിന്തിക്കുമ്പോൾ ഒരു Senator യുവാവാകാൻ പാടില്ല. ഇന്ന് അതല്ലല്ലോ സ്ഥിതി.

Syphilis: ഇതൊരു ഗുഹ്യരോഗത്തിന്റെ പേരാണെന്ന് പരക്കെ എല്ലാവർക്കുമറിയാം. ഇതിനെ French Plague, French Pox എന്നൊക്കെ വിളിച്ചിരുന്നു. ലൈംഗിക ശീലായ്മകളൊക്കെ ഫ്രാൻസിൽനിന്നാണ് വന്നത് എന്നൊരു തെറ്റിദ്ധാരണ യൂറോപ്പിൽ പൊതുവെ ഉണ്ടായിരുന്നു. ഫ്രഞ്ചുകാരാകട്ടെ ഈ സുഖക്കേടിനെ le mal de Naples (Neple's disease) എന്നു വിളിച്ചുപോന്നു. AIDS കടന്നുവരുന്നതുവരെ സിഫിലിസിനോട് ലോകത്തിനു വലിയ ഭയഭക്തി ബഹുമാനമായിരുന്നു.

ഈ പദം ഗ്രീക്കിൽനിന്നോ ലാറ്റിനിൽനിന്നോ വന്നതല്ല. പതിനാറാം നൂറ്റാണ്ടിൽ ഗിറോലാമോ ഫ്രകാസ്റ്ററോ എന്നൊരു ഇറ്റാലിയൻ കവി 'Syphilis, Sivemorbus gallicus' എന്നൊരു പ്രബോധാത്മകമായ പദ്യം ചമച്ചു. അതിലെ മുഖ്യകഥാപാത്രത്തിന്റെ പേരാണ് 'സിഫിലിസ്.' ഇദ്ദേഹത്തിനു ഇറ്റലിക്കാർ French Disease എന്നു വിളിച്ചിരുന്ന വൃത്തികെട്ട സുഖക്കേടുണ്ടായിരുന്നു. ആ പേരാണ് ഈ ഗുഹ്യരോഗത്തിന്റെ നാമമായി ചരിത്രത്തിൽ പതിഞ്ഞത്.

14

Cheat (ചീറ്റ്)

വഞ്ചന, ചതി തുടങ്ങിയ 'സദ്സ്വഭാവ'ങ്ങൾ വ്യക്തികളിലും സമൂഹത്തിലും പല സന്ദർഭങ്ങളിലും നാം കാണുന്നു. ഈ സിദ്ധികൾ കുറച്ചൊക്കെ നമുക്കുമില്ലേ എന്നു ചിലപ്പോൾ ആത്മപരിശോധനയുടെ അപൂർവ നിമിഷങ്ങളിൽ സന്ദേഹിക്കുകയും ചെയ്യുന്നു. ഇതിനൊക്കെയുള്ള വാക്കാണ് 'ചീറ്റ്'. Deceive, ditch, Defraud എന്നിവ സമാനപദങ്ങളായും പ്രശോഭിക്കുന്നു.

വിശ്വാസവഞ്ചന പല രൂപത്തിലുണ്ട്. പല രീതിയിലുണ്ട്. യഥാകാലം രജിസ്റ്ററാഫീസിൽ കൊണ്ടുപോകാമെന്നും താലി ചാർത്താമെന്നുമൊക്കെ വിശ്വസിപ്പിച്ച് ആശ്രമകന്യയെ വഴിപിഴപ്പിച്ച സാക്ഷാൽ ദുഷ്യന്തമഹാരാജാവ് ഒരൊന്നാന്തരം 'ചീറ്റാ'യിരുന്നു. തിരഞ്ഞെടുപ്പുകാലത്ത് പൊതുജനമെന്ന പരബ്രഹ്മത്തിനു നൽകുന്ന മോഹനസുന്ദരവാഗ്ദാനങ്ങൾ വോട്ടെണ്ണിക്കഴിഞ്ഞ മാത്രയിൽ മറന്നുപോകുന്ന നമ്മുടെ രാഷ്ട്രീയക്കാരുണ്ടല്ലോ അവരും ചീറ്റുകൾതന്നെ. വാഴപ്പഴംകൊണ്ടു കഴുത്തറക്കുന്നവർ. നിത്യജീവിതത്തിൽ നിരവധി തട്ടിപ്പുകൾ - മണിചെയിനിന്റെ മട്ടിലും ഊഹക്കച്ചവടത്തിന്റെ രൂപത്തിലും ഭാഗ്യപരീക്ഷയുടെ ഭാവത്തിലും - നടക്കുന്നു. എല്ലാം Cheating; എല്ലായിടത്തും Cheating.

ഈ വാക്ക് escheat എന്ന ഒരു പഴയ നിയമപദത്തിന്റെ സങ്കോചിച്ച രൂപമാണ്. ഒരു ജന്മി തക്കതായ അവകാശികളില്ലാതെ സ്വർഗത്തിലോട്ടോ നരകത്തിലോട്ടോ പോയാൽ അതിയാന്റെ എസ്റ്റേറ്റ് രാജാവു കണ്ടുകെട്ടുന്ന സമ്പ്രദായം പണ്ടു നിലവിലിരുന്നു. ഈ പിടിച്ചെടുക്കലിനെയാണ് escheat എന്നു പറഞ്ഞിരുന്നത്. ഇത് ഒരുതരം 'ചീറ്റിങ്' ആണല്ലോ. Cheating a person of his estate/inheritance എന്ന അർഥമാണ് ആദ്യം ഉടലെടുത്തത്. Cheatable എന്ന അജക്ടീവും Cheatingly എന്ന

ക്രിയാവിശേഷണവും പ്രചാരത്തിലുണ്ട്. Cheater എന്ന നാമപദം സാധുവാണോ എന്ന ചോദ്യം പ്രസക്തമാണ്. പണ്ട് ചതിയൻ ചന്തുവിനെ 'ചീറ്റർ' എന്നുതന്നെയാണ് വിളിച്ചിരുന്നത്. ഇപ്പോഴും പല ഇംഗ്ലീഷ് ഡയലക്ടുകളിലും അമേരിക്കൻ ഇംഗ്ലീഷിലും ഇവനെക്കാണാം. ചീറ്റപ്പുലിയെക്കാൾ ഭയക്കേണ്ടത് 'ചീറ്റി'നെയാണെന്ന കാര്യത്തിൽ അന്നും ഇന്നും അഭിപ്രായഭേദമില്ല. 'ചീറ്റി'ന്റെ ചിറ്റപ്പനാണ് Fraud (ഫ്രോഡ്). ഇവൻ മലയാളഭാഷയുടെ തന്നെ ഭാഗമായി മാറിയിരിക്കുന്നു. "അവൻ ഭൂലോക ഫ്രാഡല്ല്യോ."

15

മാത്തമാറ്റിക്സ് (Mathematics)

മാത്തമാറ്റിക്സ് (അരൂർ പാലത്തിനു തെക്ക് ഇതിനെ 'മാതമാറ്റിക്സ്' എന്നും പറയും) ഈ പുണ്യപദം കേൾക്കുമ്പോൾ എനിക്കോർമ വരിക. പാളസാറും കോട്ടും കട്ടിക്കണ്ണടയും ആവശ്യത്തിലേറെ വലുപ്പമുള്ള മൂക്കുമായി നിൽക്കുന്ന നൂറണിഗ്രാമം ധർമരാജയ്യർ മാഷുടെ വിശ്വരൂപമാണ്. അദ്ദേഹത്തിന്റെ ചൂരലിന്റെ ചൂട് എന്റെ കൗമാരം കുറച്ചൊന്നുമല്ല ഏറ്റുവാങ്ങിയത്. ഏതു തിരുമണ്ടൻ തലയിലും ഗണിതം തല്ലിക്കയറ്റാൻ ആ ദ്വിജോത്തമനുണ്ടായിരുന്ന കഴിവ് അക്കാലങ്ങളിൽ ഏറെ പുകഴ്ത്തപ്പെട്ടിരുന്നു. ഹംസധ്വനി മൂളിക്കൊണ്ടായിരുന്നു സാധാരണ ചൂരൽ പ്രയോഗം. രാഗവിസ്താരത്തിന്റെ പാരമ്യത്തിൽ തലക്കിട്ടൊരു കിഴുക്കും പതിവുണ്ട്. ആ സംഗീതസാന്ദ്രമായ പ്രഹരത്തിന്റെ നിറവിൽ ആൾജിബ്രയും ജോമട്രിയുമൊക്കെ ഞങ്ങളുടെ കുടൽമാലകളിൽ പടർന്നുകയറി.

'Mathematikos' എന്ന കുറിയാക്കോസ് ഗ്രീക്ക് പ്രജയാണ് manthaneins എന്ന ക്രിയാപദത്തിൽനിന്നു രൂപമെടുത്ത നാമവിശേഷണം. To learn എന്നായിരുന്നു ഈ യവനപദത്തിന്റെ സാമാന്യാർഥം. 'അറിവു തേടുന്നവൻ' എന്ന അർഥത്തിലും ഈ വാക്കു വിലസിയിരുന്നു. എല്ലാ അറിവിന്റെയും ആകെത്തുകയെ സൂചിപ്പിക്കുന്നതായിരുന്നു Mathematika എന്ന ബഹുവചനം. വിജ്ഞാനത്തെയും അതിന്റെ എല്ലാ വഴികളെയും അത് പ്രതിനിധീകരിച്ചു പോന്നു. ഇതു ഗണിതശാസ്ത്രത്തിന്റേതു മാത്രമായി സംവരണം ചെയ്യപ്പെട്ടത് പിന്നീടാണ്. Preciss (കൃത്യം, സൂക്ഷ്മം), rigorous (കർക്കശം) എന്നീ സ്വഭാവഗുണങ്ങളും Mathematica എന്ന വാക്കിന് ചാർത്തപ്പെട്ടു. രണ്ടും രണ്ടും അന്നും ഇന്നും എന്നും നാലുതന്നെ. അതിനു യു പി എ ഭരിച്ചാലും എൻ ഡി എ ഭരി

ച്ചാലും ഒരു മാറ്റവും വരില്ല. അതുകൊണ്ട് Mathematics ഒരു Exact Science എന്ന് പ്രകീർത്തിക്കപ്പെട്ടു.

പതിനാലാം നൂറ്റാണ്ടിൽ ഇംഗ്ലീഷ് വൊക്കാബുലറിയിലേക്കു വഴി തെറ്റിവരുമ്പോൾ ഈ വാക്കിന്റെ രൂപം Mathematic എന്നായിരുന്നു. 'S' ഇതിനോട് ചേർന്നത് പതുക്കെയാണ്. ('സ'കാരം സാധാരണ ബഹുവചന നിർമിതിക്കുപയോഗിക്കുന്ന സാധനമാണല്ലോ). 'എസ്' എന്ന അട്ട മാത്ത്മാറ്റിക്കിൽ ഒട്ടിപ്പിടിച്ചു കിടന്നു. പുകലയോ മറ്റോ ഉപയോഗിച്ച് അതിനെ അടർത്തിമാറ്റാൻ സായ്‌വ് ശ്രദ്ധിച്ചതുമില്ല. 'S' അന്ത്യ ശബ്ദമായി വന്നെങ്കിലും Mathematics ന്റെ singular status തുടരുന്നു. Mathematic ന്റെ കൂടെ al കൊളുത്തിയാൽ അജക്റ്റീവായി: 'Mathematical Precision', 'Mathematical Sciences', 'Mathematical Model.'

16

വ്യാഴൻ എന്ന ബൃഹസ്പതി

ആഴ്ചയിലെ നാലാം ഗ്രേഡുകാരനാണ് വ്യാഴൻ; കവിടിനിരത്തുകാരുടെ ബൃഹസ്പതി; വെള്ളക്കാരുടെ ജൂപ്പിറ്റർ (Jupiter), യൂറോപ്യൻ കലണ്ടറിലെ ദിവസങ്ങൾക്കും മാസങ്ങൾക്കും Nomenclature (നൊമൻക്ലേച്ചർ-സംജ്ഞാനാമകരണം) നിർവഹിച്ചത് അക്കാലത്ത് കൊടികുത്തിവാണ റോമാക്കാരായിരുന്നു. അപ്പോൾ നമ്മുടെ നല്ല ദിവസമായ വ്യാഴാഴ്ച ജൂപ്പിറ്റർഡേയ് അല്ലേ ആവേണ്ടത്? അതെങ്ങനെ Thursday ആയി? ജർമാനിക് ഗോത്രങ്ങൾ ആരാധിച്ചിരുന്ന ദേവനായിരുന്നു Thor (തോർ); ഇടിയുടെ ഈശ്വരൻ (Thunder God). തങ്ങളുടെ ഒരു ദൈവത്തിന്റെ പേര് കൂട്ടത്തിൽ കിടക്കട്ടെ എന്ന് റോമൻ സാമ്രാജ്യത്തിന്റെ തകർച്ചയ്ക്കു ശേഷം യൂറോപ്പിൽ ശക്തിയാർജിച്ച ജർമാനിക് വംശങ്ങൾ തീരുമാനിച്ചു. അങ്ങനെയാണ് വ്യാഴാഴ്ച Thursday ആയത്. നമ്മുടെ വ്യാഴൻ ശുഭനും സൗമ്യനും അഭീഷ്ടപ്രദായകനും തറവാടിയുമൊക്കെയാണെന്നാണ് വെപ്പ്. എന്നാൽ ഇടിവെട്ടിന്റെ തമ്പുരാൻ അങ്ങനെയാവാൻ വഴിയില്ല.

17

GENIUS

Genius: 'ജീനിയസ്'. പയ്യൻ പത്താംതരത്തിൽ മൂന്നാലുവിഷയങ്ങളിൽ A grade നേടി പാസാവേണ്ട താമസം, ആളുകൾ പറയും ചെക്കൻ ഒരു ജീനിയസ് ആണ്! ഈ പദം അതിന്റെ നിരന്തരമായ ദുരുപയോഗം കൊണ്ട് വർത്തമാന ഭാഷാവ്യവഹാരങ്ങളിൽ ശ്രദ്ധേയമാവുന്നു. 'A person with exceptional ability, especially of a highly original kind' എന്നത്രെ നിഘണ്ടു നൽകുന്ന നിർവചനം. (അസാമാന്യമായ വളരെ മൗലിക സ്വഭാവമുള്ള കഴിവ്/നൈപുണികൊണ്ട് അനുഗ്രഹിക്കപ്പെട്ട പുമാനോ പുമാനിനിയോ).

ധിഷണ എന്നൊരു സാധനമുണ്ടല്ലോ. അത് സമൃദ്ധിയായുള്ള വിശേഷ ജന്തു. ജീനിയസിന് സ്വൽപ്പം നൊസുണ്ടാകുമെന്നാണ് ചാൾസ് രണ്ടാമന്റെ രാജധാനിയിൽ ആസ്ഥാനകവിയായി വിലസിയ ജോൺ ഡ്രൈഡന്റെ നിരീക്ഷണം: "Genius to madness is near allied" (ജീനിയസ് നട്ടപ്രാന്തിനോട് ബന്ധപ്പെട്ടുകിടക്കുന്നു എന്ന് മലയാള ഗദ്യം).

ജീനിയസ് എന്നാൽ ഒരു ശതമാനം പ്രചോദനവും തൊണ്ണൂറ്റിയൊൻപതു ശതമാനം അധ്വാനവുമാണെന്നാണ് വൈദ്യുതവിളക്കും മൈക്രോഫോണുമൊക്കെ നമുക്കുതന്ന ഒരു ജീനിയസ് പറഞ്ഞത് - തോമസ് ആൽവാ എഡിസൻ. ഒരു ഭാഷയുടെ സർഗശക്തിയെയും ജീനിയസ് എന്നു വിളിക്കും. One can master a language only if one understands its genius (ഒരു ഭാഷയുടെ സർഗശക്തി മനസിലാക്കിയെങ്കിൽ മാത്രമേ ആ ഭാഷയിൽ മേൽക്കൈ നേടാൻ പറ്റൂ).

കുറ്റകൃത്യങ്ങൾ, കൊടുംകൊലകൾ, അട്ടിമറികൾ, അതിസമർഥമായി ആസൂത്രണം ചെയ്യുകയും നടപ്പിലാക്കുകയും ചെയ്യുന്ന ചില കംസന്മാരുണ്ട്. ഒസാമ ബിൻലാദനെപ്പോലെ, ബുഷ് അച്ചായനെപ്പോലെ. അവരാണ്

Evil genius (ഈവിൾ ജീനൃസ്). ഹിറ്റ്ലർ, മുസോളിനി, ഈദി അമീൻ തുടങ്ങിയവരും ഈ വിശേഷണം അർഹിക്കുന്നു.

ജീനൃസ് ഏകവചനം; ബഹുവചനമാണ് വേണ്ടതെങ്കിൽ geniuses.

പതിനാലാം നൂറ്റാണ്ടിൽ ലാറ്റിൻ ഭാഷയിൽനിന്ന് ഇംഗ്ലീഷിലെത്തിയ ഈ വാക്കിന്റെ മൂലാർഥം guardian spirit (പാലകദൈവതം) എന്നായിരുന്നു. കുറച്ചുകഴിഞ്ഞപ്പോൾ, ഏതാണ്ട് 16-ാം നൂറ്റാണ്ടോടുകൂടി, ഒരു സവിശേഷ സ്വഭാവം, ഒരു വ്യത്യസ്ത ഗുണം എന്നീ അർഥങ്ങളിലേക്ക് ജീനൃസ് വ്യാപിച്ചു.

“Every man has his genius” എന്നു ഡോക്ടർ ജോൺസൺ എഴുതിയപ്പോൾ അദ്ദേഹം ഈ അർഥമാണ് ലക്ഷ്യമിട്ടത്. അസാധാരണ നൈപുണി/ അസാമാന്യ ധിഷണ എന്നീ തലങ്ങളിലേക്ക് ‘ജീനൃസ്’ പൊങ്ങിയത് പിന്നീടാണ്. ‘സർഗവൈഭവം’ (Creativity) എന്നത് ‘ജീനൃസി’ന്റെ പ്രധാന ലക്ഷണമായി എണ്ണപ്പെട്ടതും പിൽക്കാലത്താണ്. ഈ പദത്തിന്റെ വിവിധ സന്ദർഭങ്ങളിലുള്ള ഉപയോഗം ഏതാനും വാക്യങ്ങളിലൂടെ നമുക്കു പരിശോധിക്കാം.

"A genius never bothers about the cut of his coat."

Any legislation that is made should respond to the genius of the constitution.

The German genius for precision is well-known.

18

നൂൺ (Noon)

ഊണിന്റെ സമയം, ഉച്ച; noon tide. ഉദയം മുതൽ അസ്തമയം വരെയുള്ള പകൽവേളയുടെ മണിക്കൂറുകളെ പണ്ട് റോമക്കാർ 12 ഖണ്ഡങ്ങളാക്കി ഭാഗിച്ചിരുന്നു. പുലരുന്നത് കാലത്ത് 6 മണിക്ക് എന്ന് സങ്കൽപ്പിച്ച് അവർ അളന്നുപോന്നു. അവരുടെ ഒൻപതാം മണിക്കൂറായിരുന്നു nona-hola (9th hour). ഇന്നത്തെ കണക്കിൽ അത് ഉച്ചയ്ക്ക് 3 മണിയായിരിക്കും. ആദ്യകാല കത്തോലിക്കാസഭയുടെ പള്ളികളിൽ ആ സമയത്ത് ചില ബലികളും ശുശ്രൂഷകളും പതിവായിരുന്നുവത്രെ. അച്ചന്മാർ nona hola യെ nona ആക്കിച്ചുരുക്കി. ഓൾഡ് ഇംഗ്ലീഷിൽ non എന്നാൽ പ്രാർഥനാസമയം എന്നായിരുന്നു അർഥം. പിന്നീട് പട്ടക്കാർ ഈ ഉച്ചപ്പൂജയുടെ സമയം കുറച്ചുകൂടെ നേരത്തെ ആക്കാമെന്ന് തീരുമാനിച്ചു: മൂന്നുമണിക്ക് പകരം പന്ത്രണ്ടുമണി. പക്ഷേ, nona എന്ന പ്രയോഗം തുടർന്നുപോന്നു. അതു നമ്മുടെ noon ആയി മാറി. ഇപ്പോൾ ആരാനും noon എന്നു പറഞ്ഞാൽ വാൾക്ലോക്കിലെ 12 മണി എന്ന് നാം മനസിലാക്കുന്നു. Twelve Noon am (ante meridien)ന്റേയും pm (Post meridien)ന്റേയും ഒത്തനടുക്ക് നിൽക്കുന്ന കക്ഷി. ഉച്ചയ്ക്ക് പന്ത്രണ്ടുമണിക്ക് ക്ലോക്കിലെ രണ്ട് സൂചികളിലൊന്ന് കാണാതായതിൽ സർദാർജി ബേജാറായി എന്നൊരു നേരംപോക്ക് ഉത്തരേന്ത്യയിൽ നിലവിലുണ്ട്. ആയതിനാൽ 'ബാരാ ബജെ' എന്നൊരു നിന്ദാനാമം പഞ്ചാബ് സിംഹത്തിന് ചാർത്തിക്കിട്ടി. ഉച്ചയ്ക്ക് പന്ത്രണ്ടുമണിക്ക് 'സമയമെത്രയായി' എന്ന് സർദാർജിയോട് ചോദിച്ചു നോക്കൂ: അണപ്പല്ല് താഴെവീഴും.

മിഡിൽ ഇംഗ്ലീഷിൽ ഒരു വാക്കുണ്ടായി: nuncheon (നൺചിയൻ). None Shemeh അതായത് noon cup എന്ന പ്രയോഗത്തിൽനിന്നാണ് അതുണ്ടായത്. ഉച്ചയ്ക്ക് ക്ഷീണം മാറ്റാൻ ഒരു കോപ്പ വീര്യമുള്ള വെള്ളം

അകത്താക്കുന്ന രീതി പണ്ടുണ്ടായിരുന്നുവത്രെ: അതാണ് നൂൺ കപ്പ്. അപ്പോൾ സ്വൽപ്പം വല്ലതും കൊറിക്കുകയും വേണ്ടേ? രണ്ടും ചേർന്ന് num cheon ആയി. അതു പിന്നീട് luncheon ആയി മാറി. luncheon ലോപിച്ചാണ് Lunch വന്നത്: ഉച്ചക്കഞ്ഞി. ഇപ്പോഴും ഔപചാരികവും ഔദ്യോഗികവുമായ ഉച്ചയൂണിന് luncheon എന്നുതന്നെ പറയണം. തിരക്കുമൂലം ബ്രേക്ക്ഫാസ്റ്റും ലഞ്ചും ഒന്നിച്ചാക്കുന്ന ഏർപ്പാടുണ്ട്. ഇതിനാണ് brunch എന്ന് പറയുക. കഴുതയും കുതിരയും ഇണചേർന്നാൽ കോവർകഴുത (mule). അതുപോലെ break-fastഉം lunchഉം ചേർന്നുവന്നാൽ brunch. ഇത്രയുംകൂടി പറയട്ടെ: Lucheonന്റെ ഉച്ചാരണം 'ലൻച്ചെൻ' എന്നാണ്.

19

Black is Beautiful

'**B**lack is beautiful' - ശ്യാമം കോമളം - എന്നത്രെ സുവിഖ്യാത നായ സെനഗെളീസ് കവി, ലിയോപോൾഡ് സെങ്ഞ്ജോർ, അഞ്ചരക്കട്ട യിൽ പാടിയത്. ഈ മേഘവർണത്തിന് ഏഴല്ലെഴുന്നൂറഴകാണെന്ന് വേറെ യും ചിലർ സാക്ഷ്യപ്പെടുത്തിയിട്ടുണ്ട്. ആഫ്രിക്കക്കാർക്കും ദ്രാവിഡ മക്കൾക്കും പൊതുവെ ഈ അഭിപ്രായമാണ്. നമ്മുടെ പ്രിയങ്കരനായ ഉണ്ണികൃഷ്ണനുണ്ടല്ലോ - കെ പി ഉണ്ണിക്കൃഷ്ണനല്ല, സാക്ഷാൽ ഗുരു പവനപുരേശൻ - മൂപ്പരെന്താ കളർ? രസികൻ കറുപ്പല്ലേ! "കാറൊളി വർണൻ ഭഗവാൻ മുകുന്ദൻ" എന്നു മണിപ്രവാളം. പാണ്ഡുമഹാരാജാ വിന്റെ ഇളംകുടിയും നകുലസഹദേവന്മാരുടെ അമ്മയുമായ മാദ്രി (തമ്പ്രാട്ടി വിന്ധ്യനു തെക്കുനിന്നുവന്നവളാണെന്നും പക്ഷമുണ്ട്) തൊട്ടു കണ്ണെഴുതാവുന്നവിധം കറുപ്പായിരുന്നു. ഊറ്റംകൂടിയ ദ്രാവിഡ ദേവത കൾ മിക്കവരും കറുത്തമ്മമാരായിരുന്നു.

എന്നിട്ടും കറുപ്പ് തമോഗുണപ്രധാനമെന്ന് ഇകഴ്ത്തപ്പെടുന്നു. നല്ല തൊക്കെ വെളുത്തത്; ചീത്തയൊക്കെ കറുത്തത്. എന്തൊരു അന്യായ മായ വർഗീകരണം? വെളുത്ത് മെലിഞ്ഞവൾ സുദർശന; കറുത്തു മെലി ഞ്ഞവളാകട്ടെ വിപ്രിയദർശന. ഇതെന്തു നീതി?

Black ഉപസർഗപദമായി, വിശേഷണമായി വരുന്ന കാക്കത്തൊള്ളാ യിരം വാക്കുകൾ ആംഗലത്തിൽകാണാം. Black Sheep, Black leg, Black list, Black market, Black Maria, Black guard, Black lie, Black friday, ഇങ്ങനെയങ്ങനെ. ഇത്രയധികം പീഡിപ്പിക്കപ്പെട്ട മറ്റൊരു പദം വൊക്കാ ബുലറിയിൽ ഉണ്ടെന്നുതോന്നുന്നില്ല.

ഓൾഡ് ഇംഗ്ലീഷിൽ, അതായത് ഇന്നത്തെ ഇംഗ്ലീഷിന്റെ അമ്മൂമ്മ യായ ആങ്ഗ്ലോ സാക്സണിൽ, Black ഉണ്ടായിരുന്നില്ല. പകരം Sweart

എന്ന വാക്കാണ് വിലസിയിരുന്നത്. ഈ നൗണിൽ നിന്നാണ് നാം ഇന്നും ഉപയോഗിക്കുന്ന Swarthy എന്ന അജക്ടീവ് ഉൽപ്പന്നമായത്. Black വന്നു കേറിയത് മിഡിൽ ഇംഗ്ലീഷിലേക്കായിരുന്നു. അത് Sweart നെ ഒട്ടകം അറബിയെ എന്നപോലെ ഉന്തിപ്പുറത്താക്കുകയും ചെയ്തു. ഈ കറുപ്പൻ എവിടെനിന്നു വന്നു എന്നതിനെക്കുറിച്ച് ഊഹാപോഹങ്ങൾ ഏറെ. പക്ഷേ, ആർക്കും ഒരു തീർച്ചയുമില്ല. ഇനി നമുക്ക് കറുപ്പുമായി ഇണ ചേർന്ന ചില പദങ്ങളെ പരിശോധിക്കാം.

Black Maria: ഇത് പോലീസ് വാനിന്, പഴയ ഇടിവണ്ടിക്ക്, അമേരിക്കക്കാർ ഇട്ട പേരാണ്. ബോസ്റ്റൺ പണ്ട് കവലച്ചട്ടമ്പികളുടെ കേന്ദ്രമായിരുന്ന കാലത്ത്, ഈ തെമ്മാടികളെ ഇടിവണ്ടിയിൽ പിടിച്ചുകേറ്റാൻ പോലീസുകാരെ സന്തോഷപൂർവം സഹായിച്ചിരുന്ന ഒരു ആർച്ചയുണ്ടായിരുന്നുവത്രെ: കറുത്ത മറിയാമ്മ (Black Maria). നല്ല തടി, നല്ല പൊക്കം, അസാമാന്യമായ ചങ്കൂറ്റം. നന്ദിപൂർവം പോലീസുകാർ അവരുടെ വണ്ടിക്ക് Black Maria എന്നു പേരുമിട്ടു. 1847ലാണ് സംഭവം. ഈ വാക്ക് അമേരിക്കൻ ചന്തയിലിറങ്ങി പത്തിരുപതു കൊല്ലത്തിനുശേഷമാണ് അതിന് ഇംഗ്ലീഷിലേക്കുള്ള പാസ്പോർട്ട് കിട്ടിയത്. മറിയച്ചേട്ടത്തിയുടെ നാമം വാഴ്ത്തപ്പെടുന്നു.

Black Friday: ഇത് Good Fridayയുടെ, ദുഃഖവെള്ളിയാഴ്ചയുടെ, പഴയ പേരായിരുന്നു. കറുത്ത മേലങ്കി ധരിച്ചാണ് അന്നേദിവസം പട്ടക്കാരും മെത്രാന്മാരും പള്ളികളിലെത്തിയിരുന്നത്. പാശ്ചാത്യസമൂഹങ്ങളിൽ ശോകത്തിന്റെ ഔദ്യോഗികനിറം കറുപ്പാണല്ലോ. പല മഹച്ചരമങ്ങളും വെള്ളിയാഴ്ച സംഭവിച്ചതിനാൽ വെള്ളിയുടെ കറുപ്പ് പരക്കെ അംഗീകരിക്കപ്പെടുകയും ചെയ്തു.

Black Sheep: ചതിയൻ ചന്തുവാണ്; കൂട്ടത്തിൽ കൂട്ടാൻ കൊള്ളാത്തവനാണ്. അവന് ദുർഗുണങ്ങൾ പലതുണ്ട്. I never thought he would turn out to be a black sheep.

Black Leg: എന്നുപറഞ്ഞാലോ? കറകളഞ്ഞ കരിങ്കാലി. സഹജീവികൾ പണിമുടക്കുമ്പോൾ തലയിൽ മുണ്ടിട്ട് പണിക്ക് ഹാജരാകുന്ന മിടുക്കൻ. തൊഴിലാളി സമരങ്ങൾ സാധാരണമായിരുന്ന കഴിഞ്ഞ നൂറ്റാണ്ടിൽ ഈ ജനുസിനെ കണ്ണുനിറയെ കാണാമായിരുന്നു.

Black Mail:കറുത്ത തപാലല്ല; ഒരു കമനീയമായ കലാവിദ്യയാണ്. രഹസ്യ സമാഗമങ്ങൾ, വലിയവരുടെ അവിഹിതങ്ങൾ, ക്യാമറയിലേക്കു പകർത്തി, ആ ചിത്രങ്ങൾ കാട്ടി കാശുപിടുങ്ങുന്ന ഏർപ്പാട്. സ്വകാര്യക്കത്തുകളും അപകടംപിടിച്ച ഡയറികളുമൊക്കെ ബ്ലാക്മെയിലർ കൈവശപ്പെടുത്തി പണംതട്ടാൻ ഉപയോഗിക്കുന്നു. മാന്യതയുടെ ചില്ലുകൊട്ടാരം അവനു തരിപ്പണമാക്കാൻ പറ്റും. പഴയകാലത്ത് പ്രമാണികളുടെ ശിരച്ഛേദത്തിനുള്ള രാജകൽപ്പന കറുത്ത പെട്ടികളിലാണത്രെ വന്നിരുന്നത്. അതാവാം Black Mail സംഭവിക്കാൻ കാരണം.

20

വസുധൈവ കുടുംബകം

ഇന്ന് ഏതാണ്ട് മലയാളവൽകൃതമായിത്തീർന്ന ഹൂണപദങ്ങളിൽ എന്തുകൊണ്ടും ഗുണോത്തരനാണ് 'ഫാമിലി' (Family). പരമപാവന കീർത്തി ഭൗമൻ. ആർക്കും ഈ സാത്വികനെക്കുറിച്ച് ഒരെതിരഭിപ്രായ മില്ല. കുടുംബം, കുടുംബാംഗങ്ങൾ, പുരുഷൻ-പൊണ്ടാട്ടി, അച്ഛനമ്മ, കുഞ്ഞുങ്ങൾ ചേരും കുടിൽ, വർഗം, വംശം ഇങ്ങനെ നീളുന്നു ഈ ഷഡാക്ഷരിയുടെ അർഥപ്പെരുമ. English (belongs) to the great family of Indo-Germanic tongues (ഇംഗ്ലീഷ്, ഇൻഡോ-ജർമൻ പേച്ചുകളുടെ പെരിയ തറവാട്ടിൽപ്പെടുന്നു). He believes his first duty is to his own family (തന്റെ സ്വന്തം കുടുംബത്തിനോടാണ് തന്റെ ആദ്യത്തെ കടമ യെന്ന് അദ്ദേഹം കരുതുന്നു. കുറിപ്പ്: ഇതുപോലുള്ള അനവധി 'അദ്ദേ ഹങ്ങ'ങ്ങളെ പൊതുജീവിതത്തിന്റെ പതിനെട്ടാം പടിയിൽ നാം കാണുന്നു).

Family Estate (കുടുംബ വസ്തുവഹ), Family background (കുടുംബ പശ്ചാത്തലം), Family feud (കുടുംബ വഴക്ക്), Family reunion (കുടുംബ സമാഗമം), Family Pride (കുടുംബ ഗരിമ) എന്നിങ്ങനെ ഒരുപാട് യുഗ്മ പദങ്ങളിൽ പ്രഥമനായി ഈ പദം വരുന്നു. Familial (Pertaining to family, കുടുംബപരമായ) എന്നൊരു ശ്രവണ സുഭഗമായ അജക്റ്റീവും ഇംഗ്ലീ ഷിലുണ്ട്. Familial ties, Family man കുടുംബനാഥൻ/കുട്ടി-കുടുംബ പ്രാര ാബ്ധങ്ങളുള്ളവൻ ആകുന്നു. കുടുംബ വൈദ്യൻ എന്നൊരു കഥാപാത്രം പണ്ടുണ്ടായിരുന്നു. Family doctor കുടുംബത്തിൽ ആർക്ക് എന്തു രോഗം വന്നാലും ആദ്യംവിളിക്കുക ഈ നാരായണൻ വൈദ്യരെയോ ഡോക്ടർ സഹസ്രനാമയ്യരെയോ ആയിരിക്കും. അതായിരുന്നു കല്ലുവഴിച്ചിട്ട. കുഴലും കറുത്ത ബാഗുമായി വിളിച്ചാൽ വിളിപ്പുറത്തുള്ള സാമാന്യ ചികിത്സകൻ

(General Practitioner) ആയിരുന്നു Family doctor. ഈ അശ്വനീദേവ വർഗം ഇന്ന് അന്യം നിന്നുപോയി. പൊടിമരുന്നും കഷായക്കലവും കാലത്തിന്റെ പെരുംതിരിച്ചിലിൽ അപ്രത്യക്ഷമായി. ഇന്ന്, പച്ച നാക്കില മുറിച്ചുവെച്ച മട്ടിൽ നീർന്നുകിടക്കുന്ന ദൈവത്തിന്റെ നാട്ടിൽ എമ്പാടും കാണപ്പെടുന്ന മറ്റൊരു സാധനമുണ്ട്. Family restaurant എന്നുവെച്ചാൽ അണുകുടുംബത്തിന് സൗകര്യമായി ഇരുന്ന് സമാധാനമായി ആടോ, മാടോ കർക്കിടകക്കഞ്ഞിയോ, ചീനത്തുകാരന്റെ നൂൽപ്പുട്ടോ, അശിക്കാവുന്ന ചോറ്റുകട. ഭാര്യയെ, സഹധർമചാരിണിയെ Family എന്നു വിളിക്കുന്ന രീതിയും പ്രബുദ്ധ കേരളത്തിലുണ്ട്. “ഫാമിലി പ്രസവത്തിനു നാട്ടിൽ പോയിരിക്കുവാ.”

അങ്ങനെ ഫാമിലി ഒരു വിശേഷതരം അട്ടയെപ്പോലെ നമ്മുടെ നിത്യഭാഷണത്തിൽ ഒട്ടിപ്പിടിച്ചിരിക്കുന്നു. ഈ സൽപ്പദത്തിനു നീണ്ടൊരു സാമൂഹിക ചരിത്രമുണ്ട്. പതിനാലാം നൂറ്റാണ്ടുമുതൽ ഇംഗ്ലീഷിൽ സമ്മതിദായകത്വം നേടിയ ഈ വാക്കിന്റെ ലാറ്റിൻ പൂർവരൂപം Familia ആയിരുന്നു. Famulus എന്ന ലാറ്റിൻ പദത്തിന്റെ അർഥം ഭൃത്യൻ, വാല്യക്കാരൻ, വാസ്യാർ എന്നും. ഇവയിൽ നിന്നത്രെ നാമറിയുന്ന ‘ഫാമിലി’ ഉയിർക്കൊണ്ടത്. ഹൗസ്ഹോൾഡ് എന്ന വിശാലമായ അർഥം ആദ്യകാലത്ത് ഫാമിലിക്ക് ഉണ്ടായിരുന്നു. വീട്ടുകാർ മാത്രമല്ല, വീട്ടിലെ വെപ്പുകാരനും തോട്ടക്കാരനും മുറ്റമടിക്കുന്നവളും അതിലുൾപ്പെടുന്നു. പിന്നീട് അത് രക്തബന്ധമുള്ള ഉറ്റവർ മാത്രമടങ്ങുന്ന ഒരു കൂട്ടായ്മയുടെ വാക്കായി മാറി. ഇലമുറിക്കാര്യസ്ഥൻ പദത്തിനു പുറത്തായി.

Familiar എന്ന വാക്കും ഫാമിലിയിൽനിന്നു പൊടിച്ചതാണ്. He is not Familiar with the local customs കുടുംബത്തിനകത്തുതന്നെയുള്ള ശത്രുവെ Familiar enemy എന്നാണ് ഷേക്സ്പിയർ വിശേഷിപ്പിച്ചത്.

21

തലക്കെട്ടിലെ തമാശകൾ

സമൂഹത്തെ പലപ്പോഴും ചിരിപ്പിച്ചു ചിരിപ്പിച്ച് മണ്ണുകപ്പിക്കുന്ന സഹൃദയ ശിരോമണികളാണ് പത്രക്കാർ. ചടുലമായ തലവാചകങ്ങൾ ചുട്ടെടുക്കുന്ന തിരക്കിൽ അറിയാതെ അവർ പള്ളപൊട്ടിക്കുന്ന തമാശ വിളമ്പാറുണ്ട്. ചില സാമ്പിളുകൾ ശ്രദ്ധിക്കുക:

Squad helps dog bite victims
New Vaccine may contain rabies
Juvenile court to try shooting defendant
Red tape holds up new bridge

ഈ സാമ്പിളുകൾ നിങ്ങളെ ചിരിപ്പിക്കുന്നില്ലേ! ഇല്ലെങ്കിൽ...... ഇല്ല ഒന്നും ചെയ്യാനില്ല. നർമബോധമില്ലായ്മ എന്ന ശീലായ്മക്കു മരുന്നില്ല.

പട്ടികടിച്ചവരെ സ്ക്വാഡ് സഹായിക്കുന്നു എന്നാണ് പത്രം ഉദ്ദേശിക്കുന്നത്. പക്ഷേ, പെട്ടെന്നു വായിക്കുമ്പോൾ എന്തു തോന്നും? ആളെ കടിക്കാൻ സ്ക്വാഡ് പട്ടിയെ സഹായിക്കുന്നു എന്ന്. അസൗകര്യമാവില്ലെങ്കിൽ ചിരിച്ചോളൂ.

പുതിയ വാക്സിൻ പേയിളക്കത്തെ പ്രതിരോധിക്കുന്നു എന്നാണ് രണ്ടാമത്തെ തലക്കെട്ട് അർഥമാക്കുന്നത്. contain എന്ന ക്രിയക്ക് 'ഉൾക്കൊള്ളുക' എന്ന ഒരർഥംകൂടിയുണ്ടല്ലോ. അപ്പോൾ ഈ പുതിയ കുത്തിവെപ്പു മരുന്നിൽ പേയിളക്കം കൂടി ഉൾച്ചേരുന്നു എന്നും തെറ്റിദ്ധരിക്കാം. ഇവിടെ ഒരു 'ഹി ഹി'ക്കു വകയില്ലേ?

കുമാരന്മാർക്കു മാത്രമായുള്ള കോടതിയാണല്ലോ ജുവനൈൽ കോർട്ട്. ഈ കോടതി ഒരു വെടിവെപ്പുകേസിൽ പ്രതിയായ കിശോരനെ വിചാരണ ചെയ്യാൻ പോകുന്നു എന്നാണ് വാചകം. പ്രതിയെ വെടിവെക്കാൻ ബഹുമാനപ്പെട്ട കോടതി ശ്രമിക്കുന്നു എന്ന് ഓടിച്ചുള്ള ഒറ്റ

വായനയിൽ നമുക്കു തോന്നാം.

Red tape ചുവപ്പുനാടയാണ്. സർക്കാർ കാര്യങ്ങൾ ഇതിൽ കുരുങ്ങി ശ്വാസംമുട്ടി മരിച്ചുപോകുന്നത് നിത്യസംഭവം. ഇതൊരു കൊലക്കയറാകുന്നു. Red tape holds up new bridge എന്ന ശീർഷകംകൊണ്ടു വൃത്താന്തമാധ്യമം എന്താണ് ഉദ്ദേശിക്കുന്നത്? പുതിയ പാലത്തിന്റെ പണി ചുവപ്പുനാടമൂലം തടസപ്പെട്ടിരിക്കുന്നു എന്ന്. പക്ഷേ, ഇതു വായിച്ചാൽ തോന്നുക ചുവപ്പുനാട പുതിയ പാലത്തെ പൊക്കി നിർത്തുന്നു എന്നാണ്. ഇത് പത്രക്കാരൻ അറിയാതെ വിളമ്പുന്ന ഫലിതമാണ്.

ഇത്തരം രസികൻ ശീർഷകങ്ങൾ വേറെയുമുണ്ട്. The horse raced past the house fell (The horse that raced past the house, fell വീടിനെ ക്കടന്നു പാഞ്ഞുപോയ കുതിര വീണുപോയി). അമ്പരപ്പിക്കുന്ന തലക്കെട്ട് കണ്ടുപിടിക്കാൻ ഡസ്ക്കിലിരിക്കുന്നവർ ഒട്ടൊന്നുമല്ല ക്ലേശിക്കുന്നത്. ഹെഡ്ഡിങ് 'ക്ലിക്ക്' ചെയ്താലേ രക്ഷയുള്ളൂ.

22

SNOB (സ്നോബ്)

ഇവനെ എവിടെയും കാണാം. രാഷ്ട്രീയത്തിൽ, സാംസ്കാരിക മണ്ഡലത്തിൽ, ആപ്പീസുകളിൽ, ഗൃഹസദസുകളിൽ. പൊങ്ങച്ചത്തിന്റെ സച്ചിദാനന്ദ സ്വരൂപം. അൽപ്പത്തരത്തിന്റെ ഉസ്താദ്. തനിക്കുമേലെ നിൽക്കുന്നവരോട് വിനീതവിധേയത്വം, താഴെ നിൽക്കുന്നവരോടോ പരമമായ പുച്ഛം. ഇത് 'സ്നോബി'ന്റെ വർഗസ്വഭാവമാകുന്നു. പന്തീരാണ്ടുകാലം കുഴലിലിരുന്നാലും വളവുനിവരാത്ത വാലുണ്ട്. അത് ഈ നികൃഷ്ടൻ ഒരലങ്കാരമായി കരുതുന്നു. He struck me as an insufferable Snob (സഹിക്കാൻ വയ്യാത്ത ഒരു പൊങ്ങച്ചക്കാരനാണ് കക്ഷി എന്നാണ് പഴമനസിൽ തോന്നിയത്). *Vanity Fair* (*വാനിറ്റി ഫെയ്ർ*), എന്ന ക്ലാസിക് നോവലെഴുതിയ താക്കറെ (ബാൽ താക്കറെ എന്ന വ്യാഘ്രമല്ല) '*Book of Snobs*' എന്നൊരു പുസ്തകം രചിച്ചിട്ടുണ്ട്. 1848ലാണ് ഈ കൃതി പുറത്തുവന്നത്. അതിന് പത്തറുപതു കൊല്ലം മുൻപ് Snob എന്ന വാക്കിന്റെ അർഥം എന്തായിരുന്നു? Cobbler (ചെരുപ്പുകുത്തി)/Shoe-Maker (പാപ്പാസു നിർമാതാവ്). ഷൂസിന്റെ പ്രതലം തുടച്ചു തുടച്ച് പളപളായമാനമാക്കിച്ചെയ്യുക എന്നത് ചെരുപ്പുകുത്തിയുടെ രീതിയാണല്ലോ. പ്രമാണിമാരുടെ പാദങ്ങൾ നാവുകൊണ്ട് പോളീഷ് ചെയ്യുക എന്നത് 'സ്നോബി'ന്റെ സ്റ്റൈൽ! 'ചെരുപ്പുകുത്തി' എന്ന പഴയ അർഥം 'Boot-licker' എന്ന പുതിയ അർഥത്തിലേക്ക് വളർന്നു എന്നു പറയാം.

മറ്റൊരു പദോൽപ്പത്തിപുരാണമുണ്ട്. പണ്ടുപണ്ട് ഓക്സ്ഫോഡിലും കേംബ്രിഡ്ജിലും ചേരുന്ന വിദ്യാർഥികൾ അവരുടെ പേരിനൊപ്പം റാങ്കും (പരീക്ഷയിലെ റാങ്കല്ല, സ്ഥാനവലിപ്പം/കുലീനത്വം) രേഖപ്പെടുത്തണമെന്ന് നിർബന്ധമുണ്ടായിരുന്നു. പ്രഭുകുമാരന്മാർ, ഏൾ, ഡ്യൂക്, മാർകിസ്, ലോർഡ് എന്നൊക്കെ ഹുങ്കോടെ എഴുതും. എന്നാൽ മുദ്രവിലയില്ലാത്ത

സാദാപ്രജകളുടെ പൈതങ്ങളോ? അവർ റാങ്കിന്റെ കോളം എവ്വിധം പൂരിപ്പിക്കും? വരുന്നേടത്തുവെച്ചു കാണാം എന്ന മട്ടിൽ അവരെഴുതും Sine Nobilitae എന്നുവെച്ചാൽ 'Without nobility' (ഞമ്മള് കമ്മളല്ല മാഷേ എന്ന്). സംഗതി ലാറ്റിനാണ്. അന്നൊന്നും ഇംഗ്ലീഷിനെ മുൻചൊന്ന സരസ്വതീക്ഷേത്രങ്ങളുടെ വളപ്പിനകത്തു കയറ്റിയിരുന്നില്ല. ഈ പ്രയോഗം (Sine nobilitae) കാലക്രമേണ ലോപിച്ച് Snob ആയി എന്നാണ് പുരാണം. യൂനിവേഴ്സിറ്റികളിലെ ഈ പെരേച്ചന്മാർ-സ്നോബുകൾ - സതീർഥ്യരായ അങ്ങത്തമാരെ ഭാഷയിലും ഭൂഷയിലും അനുകരിക്കാൻ മത്സരിച്ചിരുന്നു.

സ്നോബിന്റെ മനോഭാവമാകുന്നു 'സ്നോബറി'. 'Mr. Esmond was wedded to snobbery' (പൊങ്ങച്ചത്തെ പരിണയിച്ചവനായിരുന്നു മിസ്റ്റർ എഡ്മണ്ട്). ഒരു നാമവിശേഷണമാണ് ആവശ്യമെങ്കിൽ നമുക്ക് Snobbish ഉണ്ട്. Snobbish attitude, Snobbish behaviour. പത്തറുപത്തഞ്ചു കൊല്ലം മുൻപ് സഞ്ജയൻ ഒരുഗ്രൻ സ്നോബിന്റെ ചിത്രം നമുക്കു തന്നു. 'ബൈംബ്ലൂസൻ' 'തൊണ്ടയ്ക്ക്' ഒരുഴപ്പും ചെവിക്കൊരു ശല്യവും വായയ്ക്കൊരു ചവർപ്പും വയറ്റിലൊരു വേദനയും തലയ്ക്കൊരു നോവും മനസിലൊരു പശ്ചാത്താപവും ചോറിലൊരു തലനാരിഴയുമാണ് ഈ ജീവിയെന്ന് അദ്ദേഹം വിശദീകരിക്കുകയും ചെയ്തു.

23

Minutes (മിനിറ്റ്സ്)

നിമിഷത്തിന്റെ ബഹുവചനമല്ല ഇവിടെ നമ്മുടെ വിഷയം. ഒരു യോഗത്തിൽ നടന്ന കാര്യങ്ങളെക്കുറിച്ച് കാര്യദർശി എന്ന കോർശൻകുട്ടി തയാറാക്കുന്ന രേഖയാണ്. ഇതും സമയത്തിന്റെ രൂപങ്ങളിലൊന്നായ മിനിറ്റ്സും തമ്മിൽ ഒരു ചാർച്ചയുമില്ല. വേര് പരിശോധിച്ചാൽ രണ്ടും വരുന്നത് ലാറ്റിൻ പദമായ minutus ൽ നിന്നാണ്. എന്നാൽ അർഥത്തിൽ ഇത് അടുത്തുനിൽക്കുന്നത് minute (മൈന്യൂറ്റ്) എന്ന വാക്കിനോടാണ്. 'മൈന്യൂറ്റ്' എന്നാലോ? സൂക്ഷ്മം (ഉച്ചാരണം ശ്രദ്ധിക്കുക). 'മിനിറ്റ്സ്' നടന്ന കാര്യങ്ങളുടെ സൂക്ഷ്മരേഖയാണല്ലോ. ലാറ്റിൻ ഭാഷയിലെ minutus എന്ന വാക്കിൽ നിന്നാവണം ഇത് വന്നുകയറിയത്. minutiae എന്നൊരു പദം നമ്മുടെ വൊക്കാബുലറിയിലുണ്ട്. ബ്രിട്ടീഷുകാരൻ 'മൈന്യൂഷി' എന്നും യാങ്കി (അമേരിക്കൻ) 'മിനുഷി' എന്നും ഉച്ചരിക്കുന്നു. നമുക്ക് എന്തുമാവാം. സംഗതി പ്ലൂറലാകുന്നു.

24

Constable (കൊൺസ്റ്റബിൾ)

അതെ; നമ്മുടെ 'കൺഷേബിൾ' കുമാരൻനായർ തന്നെ. ഈ പദം വന്നത് കുതിരപ്പന്തി (Horse - Stable)യിൽ നിന്നാണ്. Comes Stabuli എന്ന് ലാറ്റിൻ മൂലം. അർഥം, പന്തിയിലെ പരികർമി (an Attendant of the Stable). പതിമൂന്നാം നൂറ്റാണ്ടിൽ ഇവനൊരു പ്രമോഷൻ കിട്ടി. കുതിരലായത്തിലെ സേവകൻ എന്ന അർഥത്തിൽനിന്ന് രാജാവിന്റെ/പ്രഭുവിന്റെ പ്രധാന അംഗരക്ഷകൻ എന്ന അർഥത്തിലേക്ക്. പിന്നീട് ക്രമസമാധാന കാര്യങ്ങൾക്ക് ചുമതലപ്പെട്ട ഉദ്യോഗസ്ഥൻ എന്നായി 'കോൺസ്റ്റബിളി' ന്റെ വിവക്ഷ. അങ്ങനെയാണ് പോലീസ് കൺഷേബിൾ ജനിച്ചത്.

25

STATUS

പണം, പ്രതാപം, തറവാട്ടുമഹിമ, ഉദ്യോഗം, പാരമ്പര്യം, മാന്യത എന്നീ അവസ്ഥകളുടെ അടിസ്ഥാനത്തിൽ ആളുകളെ വർഗീകരിക്കുക, മുദ്രവിലനിശ്ചയിക്കുക, ഇതാണല്ലോ സമൂഹം കാലങ്ങളായി ചെയ്യുന്നത്. ഇതിനെ Status ('സ്റ്റെയിറ്റസ്' - ഉച്ചാരണം ശ്രദ്ധിക്കുക) എന്നു മൊത്ത മായും ചില്ലറയായും വ്യവഹരിച്ചുവരുന്നു. മധ്യോപരിവർഗങ്ങൾ 'Status - Conscious' ആകുന്നു. ഈ മനോഭാവത്തിൽ പൊങ്ങച്ചം, അൽപ്പത്വം, അസഹിഷ്ണുത തുടങ്ങിയ ഘടകങ്ങൾ ആവശ്യത്തിലേറെയുണ്ടു താനും. 'വടക്കേപ്പൊറായിൽ വിശപ്പമേനോന് അങ്ങേരുടെ 'സ്റ്റെയ്റ്റസ്' നോക്കാതെ പറ്റ്വോ, കുമാരേട്ടാ' എന്നത് ഒരു സ്ഥിരം മധ്യവർത്തി വാചകം. സാധാരണ പ്രയോഗത്തിൽ Status അന്തസിന്റെ, അവസ്ഥയുടെ അങ്ങാടി നിലവാരമാണ്.

ലത്തീൻഭാഷയിൽ ചിരംജീവിയായ ഒരു പദമുണ്ട്. Status: എന്നു വെച്ചാൽ Condition അതിൽ നിന്നാണ് ബഹുവിധ അർഥങ്ങളും ഭേസി ഈ സ്ഥാനിനായർ ആംഗലത്തിൽ എത്തിയത്. State, Estate എന്നീ വാക്കുകളും Status ൽ നിന്നുയിർക്കൊണ്ടതാണത്രെ. State നു രാജ്യം, ഭരണകൂടം എന്നുമാത്രമല്ല, പദവി, നില, അവസ്ഥാന്തരം എന്നീ അർഥ ങ്ങൾ കൂടിയുണ്ട്: State of affairs, in a bad state. മുതൽ, ഭൂസ്വത്ത്, വസ്തുവഹ എന്നീ സാമാന്യാർഥങ്ങൾക്കപ്പുറത്ത് estateനുമുണ്ട് വിശേ ഷപ്പൊരുളുകൾ. Fourth Estate എന്നാൽ വർത്തമാനപത്രങ്ങളാണ്. മീഡിയ ആണ്. ആദ്യത്തെ മൂന്ന് എസ്റ്റേറ്റുകൾ എന്തെന്നല്ലേ? First Estate എന്നാൽ കർദിനാളും മെത്രാനും പട്ടക്കാരനുമടങ്ങുന്ന വിശുദ്ധമ ണ്ഡലം, Second Estate എന്നാൽ ആഢ്യവർഗം, പ്രഭുക്കൾ. Third Estate സാദാ പൗരസമൂഹം: പാച്ചുവും കോവാലനും, അയനിക്കുഴി മത്താ

യിയും അസനാരുകുട്ടിയും. ഇവിടെയും Status കിടന്നുകളിക്കുന്നുണ്ട്. ഇതിൽനിന്ന് ചിനച്ച മറ്റൊരു ലാറ്റിൻ പ്രയോഗമുണ്ട്: Statusquo അഥവാ മാറ്റമില്ലാത്ത സ്ഥിതി. ഇതൊരു നിയമഭാഷാപദമായാണ് വന്നതെങ്കിലും സമകാലിക പദാവലിയിൽ പ്രമുഖമായൊരു സ്ഥാനം statusquo നുണ്ട്. The supreme Court directed the Central Government to maintain statusquo in the reservation question, till 31st December. (ഡിസംബർ 31നുവരെ ഇപ്പോഴത്തെ നിലതുടരാൻ സുപ്രീംകോടതി സെൻട്രൽ ഗവൺമെന്റിനു നിർദേശം നൽകി) Rank (റാങ്ക്-തരം, സ്ഥാനവലുപ്പം) എന്ന വാക്കുമായി ഏറെ അടുപ്പത്തിലാണ് നമ്മുടെ സമൂഹത്തിൽ Status നിലനിൽക്കുന്നത്. Social Status, Economic Status, Intellectual Status ഇങ്ങനെ പോകുന്നു.

അപേക്ഷാഫോമുകളിൽ സാധാരണകണ്ടുവരുന്ന ഒരു കോളമുണ്ട്. Marital Status അതായത് അപേക്ഷകൻ/അപേക്ഷക, ഒറ്റത്തടിയാണോ, ഇരട്ടത്തടിയാണോ എന്ന്. ഇന്നത്തെ സമൂഹജീവിതത്തിൽ Status Symbols (അവസ്ഥാപ്രതീകങ്ങൾ ഒരുപാടുണ്ട്. ഏ സി, കാറ്, കംപ്യൂട്ടർ, ക്ലബുകളിൽ മെമ്പർഷിപ്പ്, ഇരുപതു ലക്ഷത്തിന്റെ വീട്, മൈക്രോവേവ് അടുപ്പ്, ക്രെഡിറ്റ് കാർഡ്, സ്വാശ്രയനിൽ പഠിക്കുന്ന പുത്രൻ, ഒടുവിൽ കടം പെരുകുമ്പോൾ നല്ല അന്തസായിത്തന്നെ കുടുംബസമേതം ഐസ്ക്രീം കഴിച്ച് ഉണരാതുള്ള നിദ്ര!

" 'സ്റ്റേയ്റ്റസി'ൻ തിളക്കം കണ്ടതുചെന്നെടുക്കായ്‌വിൻ ഭീമമാം ഖഡ്ഗത്തേക്കാൾ മൂർച്ചയേറിയതത്രെ!"

26

ജോൺ ബുൾ

ഇംഗ്ലീഷുകാരന് പണ്ടേ ചാർത്തിക്കിട്ടിയ പരിഹാസപ്പേരാണ് ജോൺ ബുൾ. (അമേരിക്കന് 'അങ്കിൾസാം' എന്നും). ജോൺ ബുള്ളിന്റെ ചിത്രത്തിൽ ഒരു 'ബുൾഡോഗ്' (ബുൾഡോഗ്) കൂടി പതിവുണ്ട്. 1712-ൽ ജോൺ ആർബത്നോട് ഒരു പുസ്തകമെഴുതി: *The History of John Bull*. അന്നുമുതൽ 'ജോൺ ബുൾ' എന്ന പേര് വിശ്വവിഖ്യാതമായി.

'ജോൺ' എന്നത് ബ്രിട്ടനിൽ ആരെക്കുറിച്ചും ഉപയോഗിക്കാവുന്ന ഒരു പൊതുനാമമാകുന്നു. 'Who is that John ?' (ആ രാമൻനായരാര്?). രാമൻ, കോമൻ, കൃഷ്ണൻ എന്നീ പ്രോപ്പർ നൗണുകൾക്ക് മലയാളത്തിൽ ഒരു സാമാന്യസ്വഭാവമുണ്ടല്ലോ. അതുപോലെ സ്കോട്ലൻഡിലത് 'ജിമ്മി'യാവും, വേൽസിൽ 'ബോയോ'വും.

'ജോണി'ന്റെ ഇത്തരത്തിലുള്ള ഉപയോഗം 14-ാം നൂറ്റാണ്ടുമുതൽക്ക് തുടങ്ങിയതത്രെ. ഇപ്പോഴും തുടരുന്നു. ഇടക്കാലത്ത് 'Johny' എന്ന് പരിഷ്കരിക്കുകയുമുണ്ടായി. "That Johny is a broken reed" (ആ കോരൂട്ടി ഒരു സ്ഥിരതയുമില്ലാത്തവനാണ്).

ഒപ്പിന് (signature/autograph) അമേരിക്കയിൽ ഒരു നിന്ദാനാമമുണ്ട്: ജോൺ ഹൻകോക് (John Hancock). 1776-ൽ അമേരിക്കൻ കോളനികൾ സ്വാതന്ത്ര്യപ്രഖ്യാപനം (Declaration of Independence) ബ്രിട്ടീഷ് രാജാവിന് സമർപ്പിച്ചപ്പോൾ അതിലെ ഏറ്റവും വലിയ ഒപ്പ് ജോൺ ഹൻകോക് എന്ന ബോസ്റ്റൺ വർത്തകന്റേതായിരുന്നു. ഭീമൻ അക്ഷരങ്ങളിൽ കൈയൊപ്പ് ചാർത്തുമ്പോൾ അദ്ദേഹം പറഞ്ഞുവത്രെ: 'കണ്ണട കൂടാതെ എന്റെ പേര് വായിക്കാൻ രാജാവിന് കഴിയണം.'

27

Joy riding

ആരാന്റെ കാറോ മോട്ടോർ സൈക്കിളോ മോഷ്ടിച്ച് കാറ്റിന്റെ വേഗത്തിൽ പൊതുനിരത്തുകളിലൂടെ ഓടിക്കുക എന്നൊരു വിനോദം അമേരിക്കയിലും യൂറോപ്പിലും തലതിരിഞ്ഞ 'വാല്യ'ക്കാർക്ക് പ്രിയപ്പെട്ടതാണ്. അതിന് ഒരു പേരുണ്ട്: 'Joy riding'. ഇത് ഒരുപാട് അപകടങ്ങൾക്ക് വഴിവെക്കുന്നുമുണ്ട്. 1910 മുതൽ ഈ പ്രയോഗം പ്രാബല്യത്തിലിരിക്കുന്നു. ഈ സമൂഹവിരുദ്ധ പ്രവർത്തനത്തിന് Joy riding എന്ന പേര് ഒട്ടും യോജിച്ചതല്ലെന്ന് *Daily Telegraph* എന്ന പ്രമുഖ പത്രത്തിനു തോന്നി. അവർ ചില ബദലുകൾ നിർദേശിക്കുകയും ചെയ്തു. 'mad-riding', 'auto-abuse' മുതലായവ. എന്നാൽ ജനം ഈ ബദലുകൾ അംഗീകരിച്ചില്ല. Joy riding നിലനിന്നുപോരുന്നു.

28

MANIA, PHOBIA

മനസ്സ് ഒരു മരഞ്ചാടിയാണെന്നും അതിന്റെ നിയന്ത്രണം ഏറെ പ്രയാസമുള്ള സംഗതിയാണെന്നും വിഡ്ഢിപ്പെട്ടിയിൽ മുഖംകാട്ടുന്ന മനഃശാസ്ത്ര വിശാരദന്മാർ പറഞ്ഞുതരാതെതന്നെ നമുക്ക് ബോധ്യമുണ്ട്. വർത്തമാനസമൂഹത്തിൽ ആരാണ് Sane/insane എന്ന് തിട്ടപ്പെടുത്താനാണ് തെല്ലു പ്രയാസം. ആരോഗ്യനില തൃപ്തികരമെന്നു നാം കരുതുന്ന പല മനസുകളും ചില നേരങ്ങളിൽ അവതാളമാകുന്നു; പാട്ടിന് ശ്രുതിപ്പിഴ വരുന്നു. Balance of Mind എന്നു നാം വ്യവഹരിക്കുന്ന അവസ്ഥയുണ്ടല്ലോ അത് ചായാതെ ചരിയാതെ പിടിച്ചുനിർത്താൻ എപ്പോഴും പറ്റിയെന്നു വരില്ല. Mania (മെനിയ) Phobia (ഫോബിയ) എന്നീ പ്രദർശനങ്ങൾ Manifestations തലക്കല്ല് ഇളകിയിട്ടില്ലാത്തവരിൽപ്പോലും കണ്ടുവരാറുള്ള വികാരക്ഷോഭങ്ങളാണ്. അത്യാസക്തി, അത്യാശ, അതിരുകടന്ന കമ്പം എന്നിവയൊക്കെ മെനിയയുടെ രോഗലക്ഷണങ്ങളാണ്. ഈ അത്യാസക്തി അയുക്തികവും ഏതാണ്ടൊരു മതിഭ്രമത്തിന്റെ രൂപഭാവങ്ങൾ സ്വീകരിക്കുന്നതുമാകുന്നു. ഇത് ഒരാളോടുള്ള ഭ്രമമാകാം. ഒരു വസ്തുവിനോടുള്ള അത്യാശയാകാം. അതുള്ളവൻ മെനിയാക് (Maniac). Maniacal എന്ന നാമവിശേഷണവുമുണ്ട്. Megalomania എന്ന് പത്രക്കാർക്കും പ്രിയപ്പെട്ട ഒരു പദമുണ്ട്. അധികാരഭ്രാന്ത്, അധികാരത്തോട് മാത്രമല്ല, കീർത്തിയോടും കീർത്തി ചിഹ്നങ്ങളോടും ഇത്തരം ഭ്രാന്തുണ്ടാവും.

17-ാം നൂറ്റാണ്ടുമുതൽ 'മെനിയ' ഇംഗ്ലീഷിൽ വിലസുന്നുണ്ട്. മുരട് ലാറ്റിനാണ്. Maniacus (belonging to madness) ഈ പദമാകട്ടെ ഗ്രീക്കിൽ നിന്ന് കടംകൊണ്ടതാണെന്നും ശ്രുതിയുണ്ട്. Kleptomania കണ്ണിൽകണ്ടതെന്തുമെടുത്ത് കീശയിലിടാനുള്ള സർഗവാസനയാണ്. പ്രമാണികളായ പലർക്കും ഈ സുഖക്കേടുള്ളതായി കേൾവിയുണ്ട്. മോഷണവസ്തു വിറ്റു കാശാക്കാനോ അലങ്കാരമായി സ്വീകരണമുറിയിലെ ഷെൽഫിൽ വെക്കാനോ ഒന്നുമല്ല. ചുമ്മാ ഒരു ചോരണം! അതിലൊരാനന്ദം. ജോർജ്

പഞ്ചമന് ഈ ദൗർബല്യമുണ്ടായിരുന്നുവത്രെ. തിരുമേനി ഏതെങ്കിലും പാർട്ടി കഴിഞ്ഞു തിരിച്ചുവന്നാൽ തമ്പുരാട്ടി ആദ്യം ചെയ്യുക അതിയാന്റെ പോക്കറ്റുപരിശോധിക്കുകയാണ്. വെള്ളി സ്പൂണുകളും കത്തി മുള്ളുകളും മിക്കവാറും കാണും. Nymphomania എന്നൊരെണ്ണമുണ്ട്. ചില സ്ത്രീകളിൽ കാണുന്ന അമിതമായ ലൈംഗിക പിപാസ, എപ്പോഴും രതിക്രീഡയിലേർപ്പെടാനുള്ള താൽപ്പര്യം, ഒരു സ്വഭാവദൂഷ്യമെന്നതിനെക്കാൾ ഇതൊരു മാനസിക പ്രശ്നമാണ്. Pyromania എന്തിനും തീ കൊടുക്കാനുള്ള ഊന്നലാണ്. വൈക്കോൽ തുറുവിനെ, തുണിത്തൊട്ടിലിനെ, പുസ്തകത്തിനെ ചിലപ്പോൾ പുരയെ തന്നെയും അഗ്നിക്കു നിവേദിക്കുന്ന മനോരോഗികളുണ്ട്. അവർക്ക് പാവകജ്വാല ഒരു ഹരമാകുന്നു. ശരീരം മണ്ണെണ്ണയിൽ കുളിപ്പിച്ച ശേഷം തീപ്പെട്ടിയുരയ്ക്കുന്ന അണ്ണന്മാരുണ്ടല്ലോ (അക്കന്മാരും) അവരിൽ pyromania പ്രവർത്തിക്കുന്നുണ്ട്. സ്വൽപ്പമൊന്നു പിണങ്ങിയാൽ സാരിയഴിച്ചു വിട്ടത്തിൽ കെട്ടുകയോ, കിണറ്റിൽ ചാടുകയോ, റയിൽപ്പാളത്തിലേക്ക് ഓടുകയോ, ടിക് ടൊന്റി പാലിൽ കലക്കുകയോ ചെയ്യുന്ന മഹതികളും മഹാന്മാരുമുണ്ടല്ലോ. അവർ 'suicide mania' യുടെ മാതൃകകളാണ്.

Maniacal എന്ന അജക്ടീവ് സജീവമാണ്. Maniacal laugh (ഭ്രാന്തൻ ചിരി)

Manic എന്ന വാക്ക് നാമവിശേഷണമായുപയോഗിക്കാം; നാമമായും -അവശ്യ സന്ദർഭങ്ങളിൽ. 'മാനിക്' മുഴുവട്ടനൊന്നുമല്ല. ചില നൊസുകൾ ചില നേരങ്ങളിൽ പ്രദർശിപ്പിക്കുമെന്നു മാത്രം. Manic depression എന്നത് മനഃശാസ്ത്രകാരന്മാർക്ക് ഏറെ പ്രിയപ്പെട്ട ഒരു വിഷാദകാലാവസ്ഥയാണ്. "ബൈ പോലാർ മ്യാനിക് ഡിപ്രസീവ് ഡിസോർഡർ" എന്നൊക്കെപ്പറഞ്ഞ് സൈക്യാട്രിസ്റ്റ് പൊതുജനത്തെ ഭയപ്പെടുത്തും.

ശേഷം ചിന്തിക്കേണ്ടത് phobia എന്ന തോബിയാസിനെക്കുറിച്ചാണ്. ഗ്രീക്കിൽ phobos എന്നാൽ fear-പേടി (എം മുകുന്ദന്റെ പുലപ്പേടിയാണോ? നിശ്ചയമില്ല). ഇത് അകാരണമായ, അയുക്തികമായ, അസാധാരണമായ ഭയപ്പാടാണ്. phobia യും മനഃശാസ്ത്രത്തിന്റെ അരുമക്കിടാവു തന്നെ. പല ഫോബിയകളെയും ഈ ശാസ്ത്രം അടയാളപ്പെടുത്തിയിട്ടുണ്ട്: Claus-trophobia (അടച്ചു കെട്ടിയ ഇടങ്ങളോടുള്ള പേടി), Gynopho-bia (പെണ്ണുങ്ങളോടുള്ള അനാവശ്യമായ പേടി), Hydrophobia (ജലഭയം), Xeno Phobia (വരത്തന്മാരോടുള്ള പേടി), Thermophobia (ചൂടിനോടുള്ള പേടി), Phono-phobia (ശബ്ദഭയം), Ophiophobia (സർപ്പഭയം), Mycto-phobia (നിശാഭയം), musophobia (എലിപ്പേടി), zoophobia (മൃഗഭയം).

ഗർഭാവസ്ഥയെ ഭയക്കുന്ന പെൺകുട്ടികളുണ്ട്. തന്മൂലം താലികെട്ടിനു തയാറാകാത്തവർ. ഇതിന്റെ പേരാണ് maicusiophobia. ചിലർ സൂര്യപ്രഭയെ പേടിക്കുന്നു: ഇത് heliophobia, Chinophobia എന്നൊരു ഭയാവസ്ഥയുണ്ട്. ഇത് ചൈനയോടുള്ള പേടിയാണെന്നു ധരിക്കരുത്. മഞ്ഞുവീഴ്ചയോടുള്ള ഭയം. (മഞ്ഞുമാമലകൾക്കുമപ്പുറമാണ് മാവോയുടെ സുന്ദരദേശമെന്നത് വേറെ കാര്യം). ചിലർ ചിടുങ്ങന്മാരെ ഭയക്കുന്നു. കുട്ടികളുള്ള വീട്ടിൽച്ചെല്ലാൻ അവർക്ക് കലശലായ കാൽവിറയാണ്. ഈ സുഖക്കേടിനുമുണ്ട് ഒരു പേര്: Paedophobia.

29

Viva Revolution!
(ഇൻക്വിലാബ്, സിന്ദാബാദ് വിപ്ലവം നീണാൾവാഴട്ടെ)

വിപ്ലവമെന്നു കേൾക്കുമ്പോൾ, ചുകപ്പുകണ്ട കാളയെപ്പോലെ വിരളുന്നവരുണ്ട്; മാരിവില്ലുകണ്ട മയൂരത്തെപ്പോലെ കോരിത്തരിക്കുന്നവരുണ്ട്; ആലസ്യമാണ്ട മുഖവുമായി വെൺകുളിർ കൽത്തറയിലിരിക്കുന്ന ഉഷക്കുഞ്ഞിന്റെ വിഷാദസംഭാര വിപ്ലവം കണ്ട കുംഭാണ്ഡനെപ്പോലെ ചൂടാണ്ട വീർപ്പിടുന്നവരുണ്ട്; വെൺചന്ദ്രികയ്ക്കു നിറം കൂടുമാറ് പുഞ്ചിരി കൊള്ളുന്നവരുണ്ട്; "കാത്തോളണേ, അഴിക്കുളത്തിത്തായേ" എന്നു പ്രാർഥിക്കുന്നവരുമുണ്ട്. പലവിധം പ്രതിസ്പന്ദങ്ങൾ ഈപദം സൃഷ്ടിക്കുന്നു എന്നു ചുരുക്കം. ഏതായാലും 'റെവ്ല്യൂഷൻ' എന്നവനെ നമ്മുടെ ദൈനംദിന ഇടപാടുകളിൽനിന്നു, നിത്യച്ചന്തയിൽനിന്നു മാറ്റിനിർത്താനാവില്ല. Revolutionന്റെ രാഷ്ട്രീയ മുഖമത്രെ മുൻചൊന്ന കോൾമയിരിനും കോപതാപാദികൾക്കും ദാർശനിക മന്ദഹാസത്തിനും പ്രേരണയാവുന്നത്. വ്യവസ്ഥിതിയുടെ അടിത്തറമാന്തിയ പല വിപ്ലവങ്ങൾക്കും മനുഷ്യചരിത്രം സാക്ഷിനിൽക്കുകയുണ്ടായി. മന്നനും കൊട്ടാരവും കോവിലും അഭിജാതവർഗത്തിന്റെ അഹങ്കാരങ്ങളും ഫ്രഞ്ചു വിപ്ലവത്തിലും റഷ്യൻവിപ്ലവത്തിലും നിലംപൊത്തി. വിത്തപ്രതാപം തഴുതിട്ടു ഭദ്രമായ് കൊട്ടിയടച്ച കവാടങ്ങൾ പലതും വെട്ടിപ്പൊളിക്കപ്പെട്ടു.

അത് റെവ്ല്യൂഷന്റെ ബഹുവിധരൂപങ്ങളിൽ ഒന്നുമാത്രം. വിപ്ലവമെന്നത് സഹസ്രാനനാണ്. ഏതു ജീവിതമേഖലയിലും, ഏതു ചിന്തയിലും, ഏത് ആശയത്തിലും സംഭവിക്കുന്ന സമൂലപരിവർത്തനം - Root and Branch Change ആകുന്നു ഈ അട്ടിമറി. പതിനെട്ടാം നൂറ്റാണ്ടിന്റെ ഉത്തരാർധത്തിൽ ഇംഗ്ലണ്ടിലുണ്ടായത് വ്യാവസായിക വിപ്ലവമാണ് - Industrial Revolution. റൂസോയും വോൾട്ടയറും തിരികൊളുത്തിയത് ഒരാശയവിപ്ലവത്തിനാണ്-Revolution of Ideas. നവോത്ഥാനപ്രസ്ഥാനങ്ങൾ

വഴിമരുന്നിട്ടത് ഒരു സാംസ്കാരിക വിപ്ലവത്തിനാണ് - Cultural Revolution. എന്തിന് നമ്മുടെ കൺവെട്ടത്തുതന്നെ ഒരുപാട് ചെറുവിപ്ലവങ്ങൾ നടന്നില്ലേ? പഞ്ചാബിലെ ശ്വേതവിപ്ലവം - (White Revolution), ഹരിയാനയിലെ ഹരിതവിപ്ലവം (Green Revolution), ലോകമൊട്ടുക്കു നടന്നുകൊണ്ടിരിക്കുന്ന ഐ ടി റെവ്ല്യൂഷൻ. വിപ്ലവം കടന്നുകയറാത്ത എന്തെങ്കിലുമുണ്ടോ ഈ ദുനിയാവിൽ?

പതിനാലാം നൂറ്റാണ്ടിൽ ഈ ബഹുരൂപിയായ വാക്ക് ഇംഗ്ലീഷ് പദാവലിയുടെ പത്തായത്തിലെത്തി. ഫ്രഞ്ചിലെ Revolucion ആണ് ഇംഗ്ലീഷിൽ Revolution ആയത് എന്നാണ് സംസാരം. ലത്തീനിലെ revolvere എന്ന മുതുമുത്തശ്ശിയാണത്രെ രണ്ടിന്റേയും മുരട്. ശൂന്യാകാശത്തിൽ (Space) സമയത്തിൽ (Time) നിരന്തരമായി നടക്കുന്ന കറക്കങ്ങൾ. അവയെ ആണ് ലാറ്റിൻപദം സൂചിപ്പിക്കുന്നത്. നക്ഷത്രഭ്രമണമായിരുന്നു റെവ്ല്യൂഷൻ. ആ ചിരപുരാതനമായ അർഥം ജ്യോതിശാസ്ത്രത്തിലും സമയവിചാരങ്ങളിലും അന്യൂനമായി നിലനിൽക്കുന്നുണ്ട്. എഞ്ചിന്റെ ചംക്രമണങ്ങളെയും ഈ വാക്കുകൊണ്ടു വിശേഷിപ്പിക്കാം. Fifty Revolution per minute. ഒരു റിവോൾവിങ് മെക്കാനിസം, കറക്കരീതി ഉള്ള പിസ്റ്റളിനെ നാം revolver എന്നു വിളിക്കുന്നു.

ഈ നല്ലവാക്കിന്റെ രാഷ്ട്രീയമായ അർഥവികാസം എന്നുണ്ടായി? എങ്ങനെയുണ്ടായി? Rebellion (റിബെല്യൻ) എന്നതാണ് നാമന്വേഷിക്കുന്ന പദം. ഇതു പുരാതനകാലം മുതൽക്കെ ആംഗലത്തിൽ കുടികിടന്നിരുന്നു. സായുധകലാപം എന്നായിരുന്നു അർഥം. അതോടൊപ്പം Revolt, Rebel എന്നീ വാക്കുകളുമുണ്ടായി.

30

Good Bye (ഗുഡ് ബൈ)

Good Bye വിടവാങ്ങലാണ്. യാത്രപറച്ചിലാണ്. ഡ് ശബ്ദത്തെ നിർവീര്യമാക്കി 'ഗുബൈ' എന്നുച്ചരിക്കുന്ന രീതിയും സംസാരഭാഷയിലുണ്ട്. After his humiliating defeat at the polls, the leader said good bye to politics and returned to his estate (തിരഞ്ഞെടുപ്പിൽ നാണം കെട്ട തോൽവി ഏറ്റുവാങ്ങിയ ശേഷം നേതാവ് തന്റെ കൃഷിയിടങ്ങളിലേക്കു തിരിച്ചുനടന്നു) സരസഭാഷണചതുരനായ ഒരു അവതാരകൻ പൊതുജനപ്രിയമായ ഒരു ഞായറാഴ്ച പരിപാടിയിലൂടെ ടി വി പ്രേക്ഷകരുടെ ഹരമാക്കി മാറ്റിയ വാക്കു കൂടിയാണല്ലോ 'ഗുഡ്ബൈ'.

പതിനാറാം ശതകത്തിന്റെ ഉത്തരകാലത്താണ് ഈ പദം ഇംഗ്ലീഷിൽ കാണപ്പെട്ടുതുടങ്ങിയത്. 'God be with you' എന്ന ആശംസയുടെ ആകുഞ്ചനം. ഇംഗ്ലീഷിൽ പറഞ്ഞാൽ 'Contraction'. ഇതിന്റെ വിവിധ മാതൃകകൾ ഷേക്സ്പിയർ നാടകങ്ങളിൽകാണാം. 'God be wi' you', 'God buy my lord'. ഭാഷാ ശാസ്ത്രിമാർ പറയുന്ന 'fading' (നിറം മങ്ങൽ) എന്നൊരു പ്രക്രിയക്ക് ഈ പദം കീഴടങ്ങുകയുണ്ടായി. 'God' പിൻവാങ്ങി, തൽസ്ഥാനത്ത് 'Good' വന്നു. സന്മനസിനെ സൂചിപ്പിക്കുന്ന ഒരു മര്യാദ വാക്കായി Good Bye വികസിച്ചു. അങ്ങനെ Good Morning ന്റെ കൂടെ, Good nightന്റെ കൂടെ Good Byeഉം കസേര കണ്ടെത്തി.

31

Beard (ബിയേഡ്)

സന്ന്യാസികൾക്കു മാത്രമല്ല, ബുദ്ധിജീവികൾക്കും കേരളീയ യുവത്വത്തിനും വളരെ പ്രിയപ്പെട്ട ഒരു സാധനമാണ് beard എന്ന താടി. മഹാകവി രവീന്ദ്രനാഥ ടാഗോർ, തന്തൈപെരിയാർ ഇ വി രാമസ്വാമിനായ്ക്കർ, ജോർജ് ബർണാഡ്ഷാ എന്നീ മഹാരഥന്മാരെക്കുറിച്ച് ഓർക്കുമ്പോൾ അവരുടെ താടിയാണ് ആദ്യം മുന്നിലെത്തുന്നത്. *ഗീതാഞ്ജലി*യും *കീമായണ*വും *പിഗ്‌മാലിയ*നുമൊക്കെപിന്നെ. നമ്മുടെ രാഷ്ട്രീയത്തിലും എഴുത്തിലും പത്രലോകത്തും സമൃദ്ധിയായുണ്ട് താടിവേഷങ്ങൾ. ചിലർക്കു അത് ഒരലങ്കാരമാണ്, മറ്റുചിലർക്ക് ഒരാഭാസവും. വെസ്റ്റ് ജർമാനിക് പദമായ barthaയിൽ നിന്നത്രെ നമ്മുടെ beard ന്റെ ഉത്ഭവം. ഇതിന്റെ ഡച്ചുരൂപമാണ് baard ഇതിന്റെ ലാറ്റിൻ രൂപം barba എന്നായിരുന്നു. അതിൽനിന്നാണ് ഇംഗ്ലീഷിനു Barber (ക്ഷുരകൻ) എന്നവനെ കിട്ടിയത്. Barb എന്ന വാക്കും അതിൽ നിന്നൂർന്നു വന്നതാണ്. ബാബ് എന്നാൽ മുള്ള്, ശൂലാഗ്രം കൂർത്തസാധനം (Barbed wirefence നെ ഓർക്കുക).

32

പ്യാപ്പെരാസോ/പ്യാപ്പെരാസി

ക്യാമറയുമായി രഹസ്യം മണത്ത് മണത്ത്.....

ഒന്നാമൻ ഏകവചനൻ; രണ്ടാമൻ ബഹു. രണ്ടും പേരെടുത്തത് പാരീസിനടുത്തുള്ള ഒരു തുരങ്കപ്പാതയിൽവെച്ച് ഡയാന എന്ന ബ്രിട്ടീഷ് ഇളവരശിയും അവരുടെ പ്രേയാൻ, ഫായദ് എന്ന വർത്തകപ്രഭുവും ദാരുണമായ ഒരു കാർക്രാഷിൽ മരിച്ച സന്ദർഭത്തിലാണ്. റിറ്റ്സ് ഹോട്ടലിൽ നിന്ന് അത്താഴവും കഴിഞ്ഞ് അന്തിത്താവളത്തിലേക്ക് രഹസ്യമായി മടങ്ങുകയായിരുന്നു പ്രണയജോഡി. മണംപിടിച്ചെത്തിയ പ്യാപ്പെരാസി (ഫ്രീലാൻസ് ഫോട്ടോഗ്രാഫർമാർ) മോട്ടോർബൈക്കുകളിൽ ഫായദിന്റെ മെഴ്സെഡിസിനെ പിന്തുടർന്നു. അവരെ ഒഴിവാക്കാൻ ഡ്രൈവർ ആക്സിലേറ്ററിൽ അമർത്തിച്ചവിട്ടി കത്തിച്ചുവിട്ടതുകൊണ്ടാണത്രെ അപകടമുണ്ടായത്. അങ്ങനെ പ്യാപ്പെരാസികൾക്ക് ഒരു ഖലനായക പരിവേഷം കൈവന്നു.

ഈ പ്യാപ്പെരാസി എന്ന വർഗമുണ്ടല്ലോ; അതൊരു പുളിയുറുമ്പിൻ കൂടാണ്. സ്വതന്ത്ര പടംപിടിപ്പുകാർ-Freelance Photographers-എന്നാണ് തസ്തിക. പക്ഷേ, ആലയിൽ ചാമിയാരുടേയും അങ്ങാടി അപ്പുവിന്റേയും പടമെടുക്കലല്ല പ്യാപെറാസിയുടെ പണി. അവരുടെ തിളക്കമുള്ള ക്യാമറക്കണ്ണുകൾ അന്വേഷിക്കുന്നതും കണ്ടെത്തുന്നതും 'സെലിബ്രിറ്റി'കളെയാണ്. പത്രങ്ങളുടെ സൊസൈറ്റി കോളങ്ങളിൽ നിറഞ്ഞുനിൽക്കുന്നവരെ. പ്രസിദ്ധന്മാരും പ്രസിദ്ധകളും, സുന്ദരികളും സുന്ദരന്മാരും, നീരാടാൻവരുന്ന കടൽപ്പുറങ്ങളിലും മേയാനെത്തുന്ന മലഞ്ചെരിവുകളിലും രാപ്പാർക്കുന്ന വിനോദകേന്ദ്രങ്ങളിലുമൊക്കെ ഇവർ പതിയിരിക്കുന്നു. മറ്റുള്ളവരുടെ സ്വകാര്യതകളെ ഇവർ ക്രൂരമായി വേട്ടയാടുന്നു. സ്വൽപ്പവസ്ത്രയായ ഏതോ മദാലസയെ അങ്കതലത്തിലിരുത്തി ഇളവെയിൽ കായുന്ന കിരീടാവകാശിയുടെ നീലച്ഛവിയാർന്ന ചിത്രം പ്യാപ്പെരാസി

പൊന്തയിൽ മറഞ്ഞിരുന്ന് സമർഥമായി പകർത്തുന്നു. പീതാംബരധാരികളായ 'ടാബ്ലോയ്ഡു'കൾ എട്ടക്ക സംഖ്യ റൊക്കം കൊടുത്ത് അത് ചൂടോടെ വാങ്ങുന്നു. ഇതാണ് പ്യാപ്പെരാസിയുടെ പരിപാടി. ഈ വേട്ടപ്പട്ടികളുടെ കടിയിൽ നിന്ന് കഴിച്ചിലാവാൻ ഒരു മാർഗവും കാണാതെ തമ്പുരാക്കന്മാരും തമ്പുരാട്ടികളും കുറച്ചൊന്നുമല്ല വിയർക്കുന്നത്.

Paparazzi എന്നത് ഒരു ഇറ്റാലിയൻ നിർമിതിയാണ്. അറുപതുകളിലാണത്രെ പ്യാപെറാസ്യുവും പ്യാപ്പെരാസിയും അടിച്ചുപൊളിക്കാൻ തുടങ്ങിയത്. Papagalli (പ്യാപഗല്ലി) എന്നുവെച്ചാൽ ഇറ്റാലിയൻ മൊഴിയിൽ തത്തയാണ്, Parrot (യശഃശരീരനായ പൊൻകുന്നം ദാമോദരന്റെ പച്ചപ്പനന്തത്ത; തെമ്മലപ്പുറത്തുകാരുടെ തത്തേടത്തി). മരച്ചില്ലകളിൽ സംഘംചേർന്ന് കലമ്പൽകൂട്ടുക എന്നതാണല്ലോ തത്തകളുടെ വർഗസ്വഭാവം. ഏതാണ്ടിതേ രീതിയാണ് പ്യാപ്പെരാസിയുടേതും. എന്നാൽ Paparazzi എന്ന പദം മാർക്കറ്റിലിറക്കിയത് ഫെലിനി എന്ന ഇറ്റാലിയൻ സിനിമാ സംവിധായകനാണ് - (Federico Felini). അദ്ദേഹത്തിന്റെ 'ലാ ഡോൾവിറ്റ' എന്ന പ്രഖ്യാതമായ പേശുംപടത്തിൽ മഹാശല്യക്കാരനായ ഒരു ഫോട്ടോഗ്രാഫറെ അവതരിപ്പിക്കുന്നുണ്ട്. തത്രഭവാന്റെ നാമധേയമത്രെ 'പ്യാപെരാസ്യോ'. 'The Paparazzi refuse to respect your right to privacy' (സ്വകാര്യതയ്ക്കുള്ള നിങ്ങളുടെ അവകാശത്തെ മാനിക്കാൻ വിസമ്മതിക്കുന്നവരാണ് പ്യാപ്പെരാസി).

33

'ജാഗെൻ' എന്ന ജരാസന്ധന്റെ കാര്യം

'Jargon' എന്ന പദത്തിന് 'Specialised language concerned with a particular subject, culture or profession' എന്നാണ് ഡിക്ഷ്ണറി നൽകുന്ന അർഥം. ഒരു പ്രത്യേക വിഷയത്തിന്റെയോ സംസ്കാരത്തിന്റെയോ തൊഴിലിന്റെയോ സവിശേഷ ഭാഷ. ഡോക്ടർമാർ, ശാസ്ത്രകാരന്മാർ, ഭാഷാപണ്ഡിതർ എന്തിന് അത്യന്താധുനിക സാഹിത്യ നിരൂപകർപോലും അവരുടേതായ 'ജാഗെൻ' ഉപയോഗിച്ച് പൊതുജനം എന്ന പാവത്താനെ കൊട്ടയാട്ടുന്നവരാണ്. മെഡിസിൻ പ്രഫസർ TB എന്നു പറയില്ല. Koch's Disease എന്നേ പറയൂ. Laprosy (കുഷ്ഠം) എന്നു ഡെർമെറ്റോളജിസ്റ്റ് മൊഴിയാറില്ല. Hansen's Disease എന്നേ തിരുവായിൽനിന്ന് വീഴൂ. ചിത്രകലാ നിരൂപണത്തിലും സാഹിത്യ നിരൂപണത്തിലും തലങ്ങും വിലങ്ങും സാങ്കേതിക പദങ്ങൾ ഉപയോഗിച്ച് സാമാന്യ വായനക്കാരെ വെള്ളം കുടിപ്പിക്കുന്ന പ്രഗൽഭമതികളുടെ എണ്ണവും അനുദിനം വർധിച്ചുവരുന്നു. ഇവരൊക്കെ പയറ്റുന്നത് 'ജാഗെൻ'കൊണ്ടാണ്. വാണിയംകുളം കാലിച്ചന്തയിൽ തരകുകാർ സംസാരിക്കുന്ന പ്രത്യേക ഭാഷയുണ്ട്. അതു ജാഗെനാണ്. എല്ലാ മേഖലകളിലും Jargon സാന്നിധ്യം വിളംബരം ചെയ്യുന്നു. രാഷ്ട്രീയത്തിൽ, നയതന്ത്ര വേദിയിൽ, സംഗീതത്തിൽ, വിവര സാങ്കേതികവിദ്യയിൽ, ആശയശാസ്ത്രത്തിൽ. ഇവൻ തൂണിലും തുരുമ്പിലുമുണ്ട്. പല ഘട്ടത്തിലും ജാഗെനും യൂഫെമിസവും കൈകോർക്കുന്നതും കാണാം. അസ്പഷ്ട ഭാഷ, ജൽപ്പനം, പുലമ്പൽ തുടങ്ങിയ അത്ര മാന്യമല്ലാത്ത അർഥങ്ങളും ഈ വാക്കിനു കിട്ടിയിട്ടുണ്ട്. ഉപരിപ്ലവ വിചാരങ്ങൾക്കു ജാഗെൻ പലപ്പോഴും പാണ്ഡിത്യത്തിന്റെ കപടപ്പകിട്ടു സമ്മാനിക്കുന്നു.

പതിനാലാം നൂറ്റാണ്ടുമുതൽ 'Jargon' ഇംഗ്ലീഷിലുണ്ട്. പഴയ

ഫ്രഞ്ചിലെ (Old French) Jargonൽ നിന്നാണുത്ഭവം. അതിന്റെ അർഥം പക്ഷികളുടെ കൂജനം (ചലപില എന്നും പറയാം) എന്നായിരുന്നു. ഇതിൽ നിന്നാണ് മനസിലാക്കാൻ എളുപ്പമല്ലാത്ത വാക്ക്, ഭാഷ എന്ന അർഥം ഊറിവന്നത്.

ജാഗെനെപ്പറ്റി പൊതുവെ നല്ല അഭിപ്രായമല്ല. ഇതു വക്രമാണ്, കൃത്രിമമാണ്, പൊതുജനത്തിനെതിരായ ഗൂഢാലോചനയാണ് എന്നും മറ്റുമുള്ള ആക്ഷേപങ്ങൾ അന്നുമുണ്ട്, ഇന്നുമുണ്ട്. 'His paper on climate of culture is Jargan-ridden' എന്നു പറഞ്ഞാൽ അതൊരു പ്രശംസയല്ല. എന്നിട്ടും Jargon നിർബാധം വിഹരിക്കുന്നു. 'Terminological tyranny' എന്നു വിശേഷിപ്പിക്കപ്പെടുന്ന സാങ്കേതിക പദങ്ങളുടെ സർവാധിപത്യവും Jargon എന്ന പ്രത്യേക ഭാഷയും പരസ്പര പൂരകങ്ങളായാണ് പ്രവർത്തിക്കുന്നത്.

Argot: (ആഗൗ എന്നാണ് ഉച്ചാരണം) എന്നതും Jargon ഉം ഇരട്ടക്കുട്ടികളാണ്. ഇതും ഒരു ഫ്രഞ്ച് പ്രൊഡക്ട് ആണ്. മോഷ്ടാക്കളുടെ പ്രത്യേക ഭാഷയ്ക്കാണ് ആദ്യകാലത്ത് ആഗൗ എന്നു പറഞ്ഞിരുന്നത്. 'മോഷ്ടാക്കളുടെ' എന്ന വിശേഷണം ഇപ്പോൾ അപ്രസക്തമായിരിക്കുന്നു. ഇതിനെ പ്രാകൃതഭാഷണമായി കാണുന്നവരുമുണ്ട്.

34

ഇങ്ങനെയും ചില വാക്കുകൾ

Family എന്ന വാക്ക് മലയാളവൽകൃതപദങ്ങളിൽ ഒന്നാണ്. 'ഫാമിലി നാട്ടിലാണ്,' 'ഫാമിലിക്കൊക്കെ സുഖംതന്നെയല്ലേ?', 'ഈ കോളനിയിൽ അധികവും ഫാമിലിക്കാരാണ്. അങ്ങനെ ഈ വാക്ക് നിത്യനും നിരാമയനുമായി വർത്തിക്കുന്നു. എന്നാൽ പുതുതായി കടന്നു വന്ന മറ്റൊരു വാക്കുണ്ട്: Framily. ഈ നൗൺ തൽക്കാലം അനൗപചാരികമാണ്. Friends ഉം Familyയും കൂടിച്ചേർന്ന സോഷ്യൽ ഗ്രൂപ്പുണ്ടല്ലോ, അതിനെയാണ് framily എന്നു വിളിക്കുന്നത്. It was a framily get together.

Frenemy എന്നൊരു പുതുപദമുണ്ട്. മിത്രമാണെങ്കിലും പലപ്പോഴും ശത്രുഭാവം പ്രകടമാക്കുന്ന ആൾ. He is not a friend, but a frenemy.

Flexitarian

നിങ്ങൾ പതിവായി കഴിക്കുന്നത് സസ്യാഹാരം. പക്ഷേ, ഇടയ്ക്കുവല്ലപ്പോഴും മാംസം ഭക്ഷിക്കാൻ ഒരു വിരോധവുമില്ല. ഇക്കാര്യത്തിൽ നിങ്ങളൊരു flexibility-അയവുസമീപനം-സ്വീകരിക്കുന്നു. എങ്കിൽ നിങ്ങളൊരു flexitarian ആണ്. flexitarianism എന്നൊരു പദംകൂടിയുണ്ട്. Vegetarianism പോലെ.

I may best be described as a flexitarian.

Dark tourism

ടൂറിസം പല വിധത്തിലും തരത്തിലുമുണ്ടല്ലോ; eco tourism, adventure tourism, sex tourism, heritage tourism, വെറും ടൂറിസം. ഇപ്പോഴിതാ dark tourism എന്ന സാധനവും. എന്താണ് ഈ കറുത്ത വിനോദ

സഞ്ചാരം? വലിയ ദുരന്തങ്ങൾ സംഭവിച്ച, കൂട്ടക്കുരുതി നടന്ന, സുനാമി സർവം വിഴുങ്ങിയ സ്ഥലങ്ങളുണ്ടല്ലോ, അത്തരം ഇടങ്ങൾ സന്ദർശിക്കാനാണ് ചിലർക്ക് താൽപ്പര്യം. മരണത്തിന്റെ നൃത്തവേദികൾ കാണാൻ കൊതിക്കുന്നതിന്റെ മനഃശാസ്ത്രം പിടികിട്ടുന്നില്ല. ഏതായാലും ഈ ടൂറിസത്തിനാണ് dark tourism എന്നു പറയുന്നത്.

35

Harem (ഹാരെം)

അന്തഃപുരം എന്നു ഭാഷ. പണ്ട് അരമനകളിൽ സ്ത്രീകൾക്കായി പ്രത്യേകം സംവിധാനം ചെയ്ത സ്വകാര്യ പാർപ്പിടസമുച്ചയത്തിന് പറഞ്ഞിരുന്ന പേരാണ് അത്. പുരുഷന്മാർക്ക് 'ഹാര'ത്തിൽ പ്രവേശനമില്ല. കാവൽക്കാർ 'യുനെക്സ്' അഥവാ ഹിജഡകൾ (ഷണ്ഡന്മാർ) ആയിരുന്നു. നൂറുകണക്കിന് അന്തഃപുരാംഗനകളുണ്ടാവും. അവരൊക്കെ സാങ്കേതികാർഥത്തിൽ അരചന്റെ സ്വകാര്യസ്വത്തായിരുന്നു. ഉപജാപങ്ങളുടെ കേന്ദ്രമായും അന്തഃപുരങ്ങൾ പ്രവർത്തിച്ചിരുന്നു. വാക്കു വന്നത് അറബിക്കിൽനിന്നാണ്. 'ഹരാമ' എന്നാൽ നിരോധിക്കപ്പെട്ടത് -for-bidden/ prohibited. രാജപത്നിമാരും വെപ്പാട്ടികളും ഒന്നിച്ചുതാമസിക്കുന്ന സ്ഥലം അന്യപുരുഷന്മാർക്ക് ബാലികേറാമലയായതിൽ അത്ഭുതമില്ലല്ലോ.

Harem എന്ന അർഥം തരുന്ന മറ്റൊരു വാക്കാണ് Seraglio. സെറാലിയോ എന്ന് ഉച്ചാരണം (aയ്ക്ക് ശേഷം വരുന്ന g എന്ന ശബ്ദത്തിന് നിശബ്ദത). പേഴ്സ്യൻ ഭാഷയിലെ Seral (palace, residence) എന്ന പദത്തിൽനിന്ന് ടർക്കിഷിലൂടെയും ഇറ്റാലിയനിലൂടെയും ഇംഗ്ലീഷിലെത്തിയ പദമാണിത്. സത്രം, വഴിയമ്പലം എന്നീ അർഥങ്ങൾ തരുന്ന Caravan Serai എന്ന യുഗ്മത്തിന്റെ രണ്ടാംപകുതിയിൽ സെറായ് ഉണ്ട്. 'സെറാലിയോ'വിന്റെ ഒറിജിനൽ ഇറ്റാലിയൻ അർഥം കൂട്, പഞ്ജരം (cage) എന്നൊക്കെയാണ്. Harem എന്നതും ഒരു പെൺകിളിക്കൂടാണല്ലോ.

Hell -ഹെൽ-ഹെവന്റെ (Heaven) എതിർഭാഗത്ത് നിൽക്കുന്നതും നാം നാഴികയ്ക്ക് നാൽപ്പതുവട്ടം ഉപയോഗിക്കുന്നതുമായ പദമാണ്. "What the hell are you doing here?", 'Go to hell', "The hell is let loose' തുടങ്ങിയ വാചകങ്ങൾ നാം കേൾക്കുകയും പ്രയോഗിക്കുകയും ചെയ്യു

ന്നു. സ്വർഗം ആകാശങ്ങളിലാണെങ്കിൽ നരകം ഭൂമിക്ക് താഴെയാണെന്നാണ് സങ്കൽപ്പം. പടച്ചവൻ സ്വർഗം ഭരിക്കുന്നു, ശെയ്ത്താൻ നരകം വാഴുന്നു; ജോർജ് ബുഷ് അച്ചായൻ നമ്മുടെ ഭൂമിയും.

Hell എന്നാൽ ശബ്ദോൽപ്പത്തിപരമായി ചിന്തിക്കുകയാണെങ്കിൽ, hidden place (നിഗൂഢസ്ഥലം) എന്നാണത്രെ അർഥം. kel (കെൽ) എന്ന പഴയ ഇന്തോ-യൂറോപ്യൻ ധാതുവിൽനിന്നാണ് ഇത് മുളപൊട്ടുന്നത്. Hall, Hell എന്നീ രണ്ട് വാക്കുകളും ഒരേ അമ്മയുടെ മക്കളാണ്. തന്തയാരെന്നറിവീല. രണ്ട് വാക്കുകൾക്കും ഒരേ അർഥമായിരുന്നു. Concealed or covered place. കുറച്ചങ്ങു ചെന്നപ്പോൾ 'ഹാൾ' എന്നത് ശാലയായി; 'ഹെൽ' നരകവും. Hellന്റെ ജർമൻ രൂപമാണ് holla, Helmet, Hull തുടങ്ങിയ വാക്കുകളൊക്കെ ഇതേ ധാതുവിൽനിന്നുണ്ടായതാണ്. Hell-fire, hell-hound, hell-bent എന്നിങ്ങനെ പല കോമ്പൗണ്ടുകളും ആംഗലത്തിലുണ്ട്, hellish എന്ന അജക്ടീവും.

36

Naked Truth

Naked Truth അഥവാ ദിഗംബര സത്യം, നഗ്നസത്യമെന്നത് പത്രക്കാർക്കും പ്രഭാഷകന്മാർക്കും രാഷ്ട്രീയക്കാർക്കും പാലടപ്രഥമനായ പദമാകുന്നു.

The naked truth is our current foreign policy is dictated by the White House. (നമ്മുടെ വിദേശനയം, ധവള ഭവന (അമേരിക്കൻ പ്രസിഡന്റിന്റെ ആസ്ഥാന)മാണ് കൽപ്പിക്കുന്നതെന്നതാണ് നഗ്നമായ പരമാർഥം). ഒരു moral virtue എന്ന്, ധാർമിക നന്മയെന്ന്, സ്തുതിക്കപ്പെടുന്ന സത്യത്തോട് മിക്കവർക്കും 'അലർജിയാണ്'. സത്യവുമായുള്ള അഭിമുഖം ഏറെപ്പേരും ഒഴിവാക്കുന്നു. മഹാകവി സ്പെൻസർ (Edmund Spenser) അദ്ദേഹത്തിന്റെ സുവിഖ്യാതമായ ഫെയ്റി ക്വീൻ) *(Faeri Queen)* എന്ന ബൃഹദ്കാവ്യത്തിന്റെ ഒന്നാം പുസ്തകത്തിൽ Una (യൂന) എന്നൊരു ശാലീന നായികയെ അവതരിപ്പിക്കുന്നുണ്ട്. ഈ കഥാപാത്രം നിത്യധവളമായ സത്യത്തിന്റെ പ്രതീകമാകുന്നു. "സൗന്ദര്യമാണ് സത്യം; സത്യം സൗന്ദര്യവും." (Beauty is Truth, Truth is beauty) എന്ന് റൊമാന്റിക് കവി ജോൺ കീറ്റ്സ് (*Ode to Psyche* എന്ന ഗീതകത്തിൽ) തറപ്പിച്ചു പറഞ്ഞിട്ടുണ്ട്.

"Truth is always strange Stranger than fiction" (സത്യം എപ്പോഴും അപരിചിതമാകുന്നു; കെട്ടുകഥയേക്കാൾ അപരിചിതം) എന്നതാണ് ബൈറൺ പറഞ്ഞത്. Trewe (ട്രെവ്) എന്ന ആദിജർമൻ മൂലത്തിൽ നിന്നാണ് ആദ്യം True ഉം പിന്നീട് ട്രൂത്തും ഉണ്ടായത്. True എന്നാൽ Faithful (വിശ്വസ്തം, വിശസ്തൻ). നേർ പകർപ്പ് - True copy അങ്ങനെയാണ് വന്നത്. The knight plighted his troth to a poon maid ഇവിടെ വിവാഹ വാഗ്ദാനം/വാക്കുനൽകൽ എന്നീ അർഥങ്ങളാണുണ്ടാകുന്നത്.

അതിന്റെ പരിഷ്ക്കാരമാണ് betrothal അഥവാ ഇന്നത്തെ engagement (വിവാഹ നിശ്ചയം).

ട്രൂത്തിന്റെ മുമ്പിൽ Naked എങ്ങനെ വന്നു എന്നതാണല്ലോ ഇവിടെ ചിന്തിക്കേണ്ടത്. അതിനു ഒരു പഴങ്കഥയുണ്ട്.

Truth എന്നവൾ Falsehood എന്ന അയൽക്കാരിയോടൊത്ത് നീരാട്ടിനു പോയത്രെ. കല്ലായിക്കടവത്താണോ തെംസ് നദിയിലാണോ എന്നറിയില്ല. വിസ്തരിച്ചുള്ള മുങ്ങിക്കുളി. അതിനിടയ്ക്ക് എളുപ്പം കുളിച്ചുകയറിയ കൂട്ടുകാരി Falsehood (അസത്യം) കരയ്ക്കു അഴിച്ചുവെച്ചിരുന്ന സത്യച്ചേച്ചിയുടെ ഉടയാടയുംകൊണ്ടു കടന്നുകളഞ്ഞു. നീരാടി നിവർന്ന സത്യം അസത്യത്തിന്റെ സാരിയെടുത്തുടുക്കാൻ കൂട്ടാക്കാതെ, വിഗതവസനയായി തെരുവിലേക്കു നടന്നു എന്നാണ് കഥ. സത്യത്തിന്റെ മോഷ്ടിച്ച വസ്ത്രങ്ങൾ അണിഞ്ഞു നടക്കുന്ന അസത്യത്തെ മാലോകർ സത്യമെന്നു തെറ്റിദ്ധരിക്കുകയും ചെയ്യുന്നു. ഇപ്പോഴും സത്യത്തിനു നാണം മറയ്ക്കാൻ ഒരു കീറത്തോർത്തുപോലുമില്ല! അവളെക്കാണുമ്പോൾ നാം നഗ്നതകണ്ടു ഭയന്നു ഓടിയൊളിക്കുകയും ചെയ്യുന്നു.

37

ഗേറ്റും ഗ്ലാമറും

Gate (ഗേറ്റ്) അഥവാ പടിവാതിൽ ഏതാണ്ട് മലയാളവൽക്കരിക്കപ്പെട്ടുകഴിഞ്ഞ പദമാണ്. 'ഗേറ്റ്പൂട്ടിയോ?' എന്നല്ലാതെ പടിപൂട്ടിയോ എന്നു ഒരു ഗൃഹസ്ഥനും ചോദിക്കാറില്ല. *മാക്ബത്ത്* നാടകത്തിലെ Knocking at the gate പ്രസിദ്ധമാണ്. (Act II, Scent III) മാക്ബത്ത് പ്രഭുവിന്റെ ദുർഗത്തിലെ പോർട്ടർ (ദ്വാരപാലകൻ) കുടിച്ചുപൂസായി, താൻ നരകവാതിലിന്റെ കാവലാളനാണെന്നു സങ്കൽപ്പിക്കുന്നതാണ് രംഗം.

Gateന്റെ മൂലാർഥം വിടവ്, സുഷിരം (Opening, Fisssure) എന്നായിരുന്നു പോൽ. ചരിത്രാതീത ജർമാനിക്കിലെ gatum, ഡച്ചിലെ Gata ഇതൊക്കെയായിരുന്നു ഇംഗ്ലീഷ് Gateന്റെ പൂർവികർ. അർഥം 'ദ്വാരം' എന്നുതന്നെ. ഈ ദ്വാരം അടയ്ക്കുന്ന വാതിൽ എന്ന അർഥം അന്നുണ്ടായിരുന്നില്ല. വഴി, പഥം എന്നീ അർഥങ്ങളും ഗേറ്റിനു കൈവന്നു. പല സ്ഥലനാമങ്ങളിലും Gate വരുന്നത് ആ അർഥത്തിലാകുന്നു. High gate, Church gate, Lyd gate ഇത്യാദി. നിക്സനെ വൈറ്റ്ഹൗസിൽ നിന്നു പുറത്താക്കിയ water gate ഉം അക്കൂട്ടത്തിൽപ്പെടും. Gait (ഗെയ്റ്റ്) എന്നൊരു വാക്ക് ഇംഗ്ലീഷിലുണ്ട്. അർഥം നടക്കുന്ന മട്ട്/രീതി (Way/ style of walking). അതുവന്നതും gateൽ നിന്നുതന്നെ. ക്ഷണമില്ലാതെ ഒരിടത്ത് കയറിച്ചെല്ലുന്നതിനാണ് gate crashing എന്നു പറയുന്നത്. "He gate-crashed into the meeting and created a scene" ഇങ്ങനെ ചെയ്യുന്നവൻ gate-crasher, gate-keeper, gate-money, gate-war എന്നിങ്ങനെ ഒരുപാട് പ്രയോഗങ്ങളുണ്ട്. "Between you and me and the gate post" എന്നൊരു ശൈലി കേട്ടുകാണും. 'In strict confidence' (തികഞ്ഞ വിശ്വാസത്തോടെ) എന്നാണർഥം.

Glamour (ഗ്ലാമർ) വശ്യത, പകിട്ട്, മോടി എന്നീ അർഥങ്ങളിൽ നാം

പലതവണ ഉപയോഗിക്കുന്നു. She was the glamour girl of the screen in the sixties (അറുപതുകളിൽ വെള്ളിത്തിരയിലെ പ്രഭചൊരിയും പെൺ മണിയായിരുന്നു അവൾ) Poetry has lost much of its glamour (കവിത യ്ക്കു അതിന്റെ തിളക്കം ഒരുപാട് കൈമോശം വന്നിരിക്കുന്നു) ഈ മിന്നും താരം വാസ്തവത്തിൽ നമ്മുടെ മൊശകോടൻ grammar ന്റെ ഇരട്ടയോ പര്യായമോ ആയിരുന്നു. പണ്ട് സ്കോട്ടിഷ് ഇംഗ്ലീഷിൽ learning (വിദ്യ, ജ്ഞാനം) എന്ന അർഥത്തിൽ ഈ രണ്ടു പദങ്ങളും മാറിമാറി ഉപയോ ഗിച്ചിരുന്നു. സർ വാൾട്ടർ സ്കോട്ടിന്റെ നോവലുകളിൽ ഇതു കാണാം. Learning എന്നത് magic (ജാലവിദ്യ, മന്ത്രവാദം) എന്ന ഏർപ്പാടുമായി ബന്ധപ്പെട്ടതുകൊണ്ട് glamourനും grammarനും ഈ അർഥവും വന്നു ചേർന്നു. എല്ലാ ശാസ്ത്രങ്ങളും വിദ്യകളും ആചമിച്ചശേഷം ഡോക്ടർ ഫോസ്റ്റസ് തേടിപ്പോയത് magicനേയും ചാത്തൻ സേവയേയുമായിരുന്നു വല്ലോ. glamourനു പ്രഭ, പകിട്ട്, തിളക്കം എന്നീ അർഥങ്ങളിൽ സ്ഥിര പ്രതിഷ്ഠ കിട്ടിയത് പിൽക്കാലത്താണ്. ഒന്നാലോചിച്ചാൽ ‘ഗ്രാമറി’നു മുണ്ടല്ലോ ഒരു ഗ്ലാമർ.

38

Sphinx/Riddle

പ്രഹേളിക, കടങ്കഥ, സമസ്യ, പസിൽ, എനിഗ്മ എന്നൊക്കെ തരം പോലെ വ്യാഖ്യാനിക്കാവുന്ന വാക്കുകളാണ് മുകളിൽ കൊടുത്തത്. ഇത്തരത്തിൽ സംസാരിച്ച് കേൾവിക്കാരനെ വിഷമസ്ഥിതിയിലാക്കുന്ന വക്രോക്തി നിപുണനെ 'Sphinx' എന്നു വ്യവഹരിക്കുന്ന പതിവുണ്ട്. *ഐതിഹ്യമാല* കോർത്ത കൊട്ടാരത്തിൽ ശങ്കുണ്ണിയുടെ വരരുചിക്കഥ ഇവിടെ പ്രസക്തമാകുന്നു. വിക്രമാദിത്യസദസിലെ നവരത്നങ്ങളിലൊരാളായിരുന്ന വരരുചി എന്ന ഭൂസുരവര്യൻ തന്റെ തീർഥാടനത്തിനിടയ്ക്ക് ഒരു പുഴയോര ഗ്രാമത്തിലെത്തി. ഗൃഹസ്ഥാശ്രമിയായ ഒരു ബ്രാഹ്മണൻ അദ്ദേഹത്തെ 'ലഞ്ചി'ന് ക്ഷണിച്ചു. വരരുചി പറഞ്ഞു: വരാൻ വിരോധമില്ല. പക്ഷേ, ശാപ്പാടിന് നൂറ്റൊന്നു കറി വേണം. ഊണുകഴിഞ്ഞാൽ എനിക്കു നാലുപേരെ തിന്നണം. തദനന്തരം നാലുപേർ എന്നെ ചുമക്കണം. ഇത്രയും തയാറെടുപ്പുകൾ ഉണ്ടെങ്കിൽ ഞാൻ നിങ്ങളുടെ ആതിഥ്യം സ്വീകരിക്കാം." വരരുചി ഒരു Sphinx ശൈലിയിലാണ് സംസാരിച്ചത്. ആതിഥേയനായ അയ്യർ അന്ധാളിച്ചു നിന്നപ്പോൾ വാതിലിനു പിറകിൽ മറഞ്ഞുനിന്നിരുന്ന രൂപവതിയും വിദുഷിയുമായ മകൾ കളകൂജനം ചെയ്തു. 'എല്ലാം തയാർ, കുളിച്ചു വന്നാട്ടെ.' വരരുചി അടുത്തുള്ള അമ്പലക്കുളത്തിൽ മുങ്ങിവന്നപ്പോൾ അകത്തളത്തിൽ തൂശനില റെഡി. തുമ്പപ്പൂ ചോറ്, ചതുർവിഭവങ്ങൾ, പിന്നെ ഇഞ്ചിത്തൈരും. ഒടുവിൽപ്പറഞ്ഞവനുണ്ടെങ്കിൽ നൂറ്റൊന്ന് കറിയുടെ ഫലമാണെന്ന് പ്രമാണം. ഊണും കഴിഞ്ഞ് പൂമുഖത്തുവന്നപ്പോൾ താലത്തിൽ നാലുംകൂട്ടി മുറുക്കാനുള്ള സാമഗ്രികൾ. നന്നമുക്കു വെറ്റില, ജാപ്പാണം പുകയില, കമലവിലാസ് വാസനച്ചുണ്ണാമ്പ്, പെങ്ങാമുക്ക് അടക്ക. ആനന്ദലബ്ധിക്കിനിയെന്തു വേണം? തീർന്നില്ല. നടുചായ്ക്കാൻ നാലു കാലുള്ള കട്ടിൽ റെഡി. വരരുചി

'ഫ്ളാറ്റാ'യി. അദ്ദേഹത്തിന്റെ Riddle ആതിഥേയൻ സ്വാമിയുടെ മൊഞ്ചുള്ള മകൾ അതിസമർഥമായി അപനിർമിച്ചു. പിന്നെ പലതും നടന്നു. പണ്ഡിതൻ വരരുചി പരമരസികത്തിയായ ബ്രാഹ്മണകന്യയെ വേട്ടു. അവർക്കുണ്ടായി പന്ത്രണ്ടുമക്കൾ. വി മധുസൂദനൻ നായർക്ക് കവിതയെഴുതാൻ വിഷയം കിട്ടി.

Sphinx എന്നത് 'Strangler' (കഴുത്തു ഞെരിക്കുന്നവൻ) എന്നർഥമുള്ള ഒരു ഗ്രീക്ക് വാക്കിൽനിന്നാണ് വരുന്നത്. 'Sphingun' എന്ന ക്രിയാപദത്തിന്റെ അർഥം 'to tighten' (പിടിമുറുക്കുക) എന്നായിരുന്നു. അതിൽനിന്നത്രെ 'Sphincter' ഉണ്ടായത്. (ശരീരത്തിലെ സുഷിരങ്ങളെ ചുറ്റുകയും ആവശ്യമുള്ളപ്പോൾ സങ്കോചിപ്പിക്കുകയും ചെയ്യുന്ന മാംസപേശിക്കുള്ള പേരാണ് 'Sphincter').

ഗ്രീക്ക് പുരാണത്തിൽ 'Sphinx' ഒരു വിചിത്ര മൂർത്തിയാകുന്നു. ചിറകുള്ള സിംഹശരീരം, സ്ത്രീയുടെ തലയും മുലകളും. തീബ്സ് രാജ്യത്തിന്റെ പ്രവേശന കവാടത്തിലായിരുന്നു ഈ രാക്ഷസിയുടെ ഇരിപ്പ്. ഏതു യാത്രക്കാരൻ ആ വഴി വന്നാലും സ്പിങ്ക്സ് ഒരു കടങ്കഥ ചോദിക്കും. ഉത്തരം തെറ്റാണെങ്കിൽ വഴിപോക്കനെ കഴുത്തുഞെരിച്ചു കൊല്ലും. പിന്നെ പയ്യെ തിന്നും. ആരെങ്കിലുമൊരുവൻ ശരിയുത്തരം നൽകിയാൽ ഈ ഭയങ്കരി സ്വയം ഇല്ലാതാവുമെന്നായിരുന്നു സങ്കൽപ്പം. ചോദ്യം എന്താണെന്നല്ലേ? കാലത്ത് നാലുകാലിലും ഉച്ചയ്ക്ക് രണ്ടുകാലിലും മോന്തിക്ക് മൂന്നുകാലിലും നടക്കുന്ന ജീവിയേത്? വിധിയിൽനിന്ന് പലായനം ചെയ്യുന്ന ഈഡിപ്പസ് രാജകുമാരൻ ശരിയുത്തരം നൽകിയത്രെ: മനുഷ്യൻ. (കാലത്ത് അതായത് ശൈശവത്തിൽ നാലു കാലിൽ - രണ്ടുകൈയും രണ്ടു കാലും - അവൻ ഇഴയുന്നു. ഉച്ചയ്ക്ക് അതായത് കൗമാര - യൗവനാവസ്ഥകളിൽ, അവൻ രണ്ടുകാലിൽ നടക്കുന്നു. ഒടുവിൽ, വൈകുന്നേരം, വയസുകാലത്ത് വടിയൂന്നി നടക്കുന്നു). ഉത്തരം ബോധിച്ച് രാക്ഷസി അപ്രത്യക്ഷയായി എന്നാണ് കഥ. ഇങ്ങനെ Sphinxന്റെ കടങ്കഥയ്ക്ക് ഉത്തരം കണ്ടെത്തിയ വരത്തനെ തീബൻ ജനം രാജാവായി വാഴിച്ചു എന്നും അന്നത്തെ നാട്ടുചട്ട പ്രകാരം ടിയാൻ വിധവയായ രാജ്ഞിയെ വിവാഹം ചെയ്യാൻ നിർബന്ധിതനായിയെന്നും ഈ രാജ്ഞി വാസ്തവത്തിൽ അയാളുടെ പെറ്റമ്മയായിരുന്നുവെന്നും, തന്മൂലം അതികലശലായ ദൈവകോപമുണ്ടായെന്നുമൊക്കെ യവനപുരാണം തുടരുന്നു. അതു നമ്മുടെ വിഷയമല്ലല്ലോ.

ഈജിപ്തിലെ പിരമിഡുകൾ പഴയ രാജാക്കന്മാരുടെ ശവക്കല്ലറകളാണ്. (ഫറോകളുടെ) അവയുടെ മുകളിൽ കൊത്തിവെക്കപ്പെട്ട സിംഹസ്വരൂപങ്ങളെയും Sphinx എന്നാണ് പറയുന്നത്.

39

Fourth Estate, Fifth Column

'ഇസ്റ്റേറ്റ്' (എസ്റ്റേറ്റ് അല്ല!) എന്നു കേൾക്കുമ്പോൾ നാമോർക്കുക ഭൂസ്വത്തിനെയാണ്; തോട്ടം, മുതൽ, സമ്പത്ത് എന്നിവയെ. റബ്ബർ ഇസ്റ്റേറ്റും ഇട്ടിമാണി മുതലാളിയും നമ്മുടെ മനസിലേക്ക് കടന്നുവരുന്നത് സ്വാഭാവികം. എന്നാൽ Fourth Estate അതൊന്നുമല്ല. അത് പ്രസാണ്; വൃത്താന്തപത്രങ്ങളാണ്; പത്രപ്പരുന്തുകളാണ്. പണ്ട് ആംഗലദേശത്ത് ഒരു സമൂഹ്യവിഭജനമുണ്ടായിരുന്നു. First Estate (ഫസ്റ്റ് ഇസ്റ്റേറ്റ്-ആത്മീയപ്രഭുക്കൾ - Spiritual Lords - മെത്രാന്മാർ, പട്ടക്കാർ); Second Estate (സെക്കൻഡ് ഇസ്റ്റേറ്റ് - ഭൗതിക പ്രഭുക്കൾ - Temporal Lords - അങ്ങത്തമാർ); Third Estate (തേഡ് ഇസ്റ്റേറ്റ് - Commons - സാദാ പ്രജകൾ - പാച്ചുവും കോവാലനും). ആദ്യം പറഞ്ഞ രണ്ടുതരം പ്രഭുക്കളും House of Lordsൽ ഇരിക്കും. അണ്ടനും അടകോടനും House of Commonsൽ സ്ഥലംപിടിക്കും. ഇതായിരുന്നു ചിട്ട.

പിന്നെയാണ് 'ഫോർത്ത് ഇസ്റ്റേറ്റ്' വന്നത്. ഈ പ്രയോഗത്തിന്റെ കർത്താവ് നമ്മെ ഇംഗ്ലീഷ് പഠിപ്പിച്ച സാക്ഷാൽ മെക്കോളെ സായ്വാണെന്നു പറയപ്പെടുന്നു. അദ്ദേഹം ഇപ്രകാരം എഴുതി: "The gallery in which the reporters sit, has become the Fourth Estate of the realm" (പത്രറിപ്പോർട്ടർമാർ ഇരിക്കന്ന പടിമേട, രാജ്യത്തിന്റെ നാലാം ഇസ്റ്റേറ്റായി മാറിയിരിക്കുന്നു). ദിനംപ്രതി വർധിച്ചുവരുന്ന പത്രത്തിന്റെ പ്രാധാന്യത്തിലേക്കാണ് മെക്കോളെ വിരൽചൂണ്ടിയത്. തോമസ് കാർലൈൽ എന്ന ഇംഗ്ലീഷ് ഗദ്യചക്രവർത്തി തന്റെ പല പുസ്തകങ്ങളിലും Fourth Estate എന്ന് പ്രയോഗിക്കുകയുണ്ടായി. ഈ പ്രയോഗത്തിന്റെ പിതാവ് എഡ്മണ്ട് ബർക് ആണെന്ന ധാരണ പരത്തിയതും കാർലൈൽ തന്നെ.

ബ്രോഡ്കാസ്റ്റിങ് സമ്പ്രദായം ശക്തവും ജനപ്രിയവുമായതോടെ

BBCയെ (British Broadcasting Corporation) Fifth Estate എന്നു വിളിക്കാൻ തുടങ്ങി. ഇന്ന് ആ സ്ഥാനത്തിന് മത്സരിക്കുന്നത് ഇന്റർനെറ്റ് സംവിധാനമാണ്.

Fifth Column (ഫിഫ്ത്ത് കോളം, അഥവാ അഞ്ചാംപത്തി). ആരാണ് അഞ്ചാംപത്തി? രാജ്യദ്രോഹി, സ്വന്തം നാടിനെ ഒറ്റുകൊടുക്കുന്നവൻ, വിഭീഷണൻ, വർഗവഞ്ചകൻ, യൂദാസ്. 1937ലെ ഐതിഹാസികമായ സ്പാനിഷ് സിവിൽയുദ്ധ കാലത്താണ് ഈ പ്രയോഗം പൊട്ടിമുളച്ചത്. ജനറൽ ഫ്രാങ്കോയുടെ ഫാസിസ്റ്റ് പട, എമിലോ മോള എന്ന സൈന്യാധിപന്റെ നേതൃത്വത്തിൽ മാഡ്രിഡ് വളഞ്ഞപ്പോൾ അവരെ തുണച്ചത് നഗരത്തിൽ നുഴഞ്ഞുകയറിയിരുന്ന അഞ്ചാംപത്തിയായിരുന്നു. സൈന്യത്തിന് നാലു കോളങ്ങളേ ഉണ്ടായിരുന്നുള്ളൂ. "ഞങ്ങൾ വിശ്വാസമർപ്പിക്കുന്നത് Fifth Columnലാണ്" എന്ന് മോള തുറന്നു പറഞ്ഞു. അന്നു മുതൽക്കാണ് അഞ്ചാംപത്തി പ്രചാരത്തിലായത്. ഏണസ്റ്റ് ഹെമിങ്വേ എഴുതിയ ഒരേയൊരു നാടത്തിന്റെ ശീർഷകം *Fifth Column* എന്നാണ്.

40

Curtain Lecture (തലയണമന്ത്രം)

മന്ത്രങ്ങളുടെ താഴമൺ തന്ത്രിയാണല്ലോ തലയണമന്ത്രം. അവ്വായുടെ കാലംതൊട്ട് ഇന്നുവരെ ഇത് എല്ലാ കാലാവസ്ഥകളെയും അതിജീവിച്ചുകൊണ്ട് അഭംഗുരം വർത്തിക്കുന്നു. കിടപ്പറയുടെ സ്വകാര്യതയിൽ കോന്തുണ്ണ്യാരുടെ കർണപുടങ്ങളിൽ കാവൂട്ടിയമ്മ ഓതുന്ന മന്ത്രമാകുന്നു തലയണമന്ത്രം. ഇതിന്റെ ശക്തി വർണിക്കാവതല്ല. 'സ്വന്തം കുടുംബം പിരിക്കും, അത് ബന്ധുക്കളെ വിഭജിക്കും.' പണ്ട് കൂട്ടുകുടുംബകാലങ്ങളിൽ പ്രചാരത്തിലുണ്ടായിരുന്ന അമ്മായിപ്പഞ്ചതന്ത്രവും തലയണമന്ത്രവും സ്വഭാവത്തിൽ ഒന്നുതന്നെ.

ഇംഗ്ലീഷിലോട്ടു കടന്നാൽ ഇതിന് Curtain Lecture എന്നു പറയും. അതിനു കാരണമുണ്ട്. ആംഗലനാട്ടിൽ പ്രമാണിമാർ കിടന്നിരുന്നത് സപ്രമഞ്ചങ്ങളിലായിരുന്നു. ഈ കട്ടിലുകളെ Four - Poster Beds എന്നാണു വിളിച്ചിരുന്നത്. മുകളിൽ ഒരു മേൽക്കട്ടി, ചുറ്റിലും കർട്ടൻ, കിടക്കുമ്പോൾ യവനിക താഴ്ത്തിയിടും. ഇതിനകത്തുകിടന്ന് കെട്ടിലമ്മ തലയണമന്ത്രം ആരംഭിക്കും. ഇതിൽ ശാസനയുണ്ടാവും; അനുനയമുണ്ടാവും; ഭീഷണിയുണ്ടാവും; സാന്ത്വനമുണ്ടാവും; പരിഭവമുണ്ടാവും; പരദൂഷണമുണ്ടാവും. ഈ കഷണങ്ങളെല്ലാം ചേർന്ന മുളകൂഷ്യം: അതാണ് Curtain Lecture. ഈ യവനികാഭാഷണത്തിന്റെ ആഘാതമേറ്റുവാങ്ങാത്ത ആണുങ്ങൾ അപൂർവമായിരുന്നു. 'കർട്ടൻ ലക്ചറി'നെ ഒരു കലാവിദ്യയായി വളർത്താൻ പെൺകൊടികൾക്കു കഴിഞ്ഞിരുന്നു.

Caudle Lecture (കോഡിൽ ലക്ചർ) എന്നൊരു പാഠഭേദവും ഇതിനുണ്ടായി. 1846ൽ *പഞ്ച്* (Punch) എന്ന പ്രസിദ്ധമായ ബ്രിട്ടീഷ് വിനോദമാസികയിൽ, ഡഗ്ലസ് ജെറോൾഡ് എന്ന ഹാസസാഹിത്യകാരൻ ഒരു പരമ്പര പ്രസിദ്ധീകരിച്ചു. വളരെ ജനപ്രിയമായിത്തീർന്ന ആ പരമ്പര

യുടെ പേരായിരുന്നു 'Mrs. Caudle's Curtain Lectures.' അന്നു മുതൽക്കാണ് Caudle Lecture എന്ന പാഠഭേദമുണ്ടായത്.

ലോകത്തെ വിറപ്പിച്ച വിക്രമിയാണല്ലോ സർ വിൻസ്റ്റൺ ചർച്ചിൽ. പാലം കുലുങ്ങിയാലും ഒട്ടും കുലുങ്ങാത്ത കേളൻ, ആവനാഴിയിൽ വാക്ശരങ്ങൾ ഒഴിയാത്തവൻ, മൂപ്പർ ആകെ ഭയപ്പെട്ടിരുന്നത് ഭാര്യ ക്ലെമിയുടെ 'Curtain Lecture' ആയിരുന്നുവെന്നാണ് കഥ.

41

ഗൊസിപ്പ്, ഗൊസിപ്പ്

ഗൊസിപ്പുകൾക്ക് ചെവികൊടുക്കാത്തവർ ആരുണ്ട്?

'ഗൊസിപ്പ്' കിംവദന്തിയാണ്. വൃഥാസല്ലാപമാണ്; വെടിവെട്ടമാണ്. പരദൂഷണം എന്ന സുകുമാരകലയുടെ പാർശ്വവർത്തിയാണ്. സൊസൈറ്റി മാഗസിനുകളിലെ ഗൊസിപ്പ് കോളങ്ങളാണല്ലോ അവയെ ജനപ്രിയമാക്കി ത്തീർക്കുന്നത്. സ്വൽപ്പം കുനിഷ്ടും കുന്നായ്മയുമൊക്കെയുള്ള ശരാ ശരി മനുഷ്യന് മധുരവും ചവർപ്പും കലർന്ന ഗൊസിപ്പ് ഒട്ടും മുഷിയില്ല. Joseph is a gossip എന്നു പറഞ്ഞാൽ ജോസപ്പേട്ടൻ ഒരു നർമസല്ലാപ ലാലസനാണെന്നർഥം. George likes gossip എന്നാണ് വാചകമെങ്കിലോ? ജോർജുകുട്ടി 'പരദു' ഇഷ്ടപ്പെടുന്നു എന്നുവരും. അതുകൊണ്ട് അതി യാൻ ഒരു ഗൊസിപ്പ് ആവുന്നില്ല. 'പരദു' പരത്തുന്നവനെ 'ഗൊസിപ്പ് മോംഗർ' എന്നു വിളിക്കുന്ന പതിവുമുണ്ട്.

God എന്നും Sib എന്നുമുള്ള രണ്ട് ഇംഗ്ലീഷ് വാക്കുകളുടെ യുഗ്മ മത്രെ ഈ വിലോലമായ വാക്ക്. മിഡിൽ ഇംഗ്ലീഷിൽ മാമോദിസയുമായി ബന്ധപ്പെട്ടാണ് ഇത് പ്രത്യക്ഷപ്പെടുന്നത്. Godsib ജ്ഞാനസ്നാനച്ചട ങ്ങിൽ പ്രധാനവേഷമായ തലതൊട്ടപ്പൻ അഥവാ ഗോഡ്ഫാദർ ആയിരു ന്നു. Father, mother, son, daughter എന്നീ പദങ്ങൾക്കു മുൻപെ God ഉപസർഗമായിച്ചേർന്ന് ഒരാത്മീയബന്ധമുണ്ടാക്കുന്ന രീതി ഇപ്പോഴും തുട രുന്നുണ്ടല്ലോ. God-father, God-mother, God-son, God-sib തലതൊട്ടപ്പ നാവാം. തലതൊട്ടമ്മച്ചിയാവാം. പതിനാലാം നൂറ്റാണ്ടാവുമ്പോഴേക്കും ഈ യുഗ്മപദം സാമാന്യവൽക്കരിക്കപ്പെട്ടു. അത് മാമോദീസയുമായി നില വിലിരുന്ന പൊക്കിൾക്കൊടിബന്ധം വിച്ഛേദിച്ചു. ഗോഡ്സിബ് എന്നാൽ ഒരു നല്ല സുഹൃത്ത്. പരിചയക്കാരൻ എന്ന സാമാന്യാർഥം പ്രചരിച്ചു തുടങ്ങി.

അവിടന്നങ്ങോട്ട് ഈ വാക്ക് അർഥപരമായ ഒരുപാട് കുട്ടിക്കരണ

ങ്ങൾക്കു വിധേയമായി. പതിനാറാം നൂറ്റാണ്ടാവുമ്പോഴേക്കും ഗൊസിപ്പിന് 'Idle prattler' വിടുവായൻ, ഇല്ലാക്കഥ കെട്ടിച്ചമയ്ക്കുന്നവൻ തുടങ്ങിയ അർഥങ്ങൾ വന്നുചേർന്നു. കുറച്ചുകാലം കഴിഞ്ഞപ്പോൾ 'Prattle' ജൽപ്പനം, ചിലയ്ക്കൽ, വൃഥാഭാഷണം എന്ന നാമത്തിനു പകരക്കാരനായും ഇവൻ (ഗൊസിപ്പ്) സഞ്ചരിച്ചു തുടങ്ങി.

ഇന്ന് എല്ലാ മേഖലകളിലും പ്രഭാവശാലിയായി ഗൊസിപ്പ് പ്രശോഭിക്കുന്നു. ഒരു സർപ്പസൗന്ദര്യം ഈ വാക്കിനുണ്ടെന്നു സമ്മതിക്കാതെ വയ്യ.

God (ഗോഡ്) എന്ന ഉടയതമ്പുരാൻ എവിടെനിന്നു വന്നു. ഈ പദത്തിന്റെ ഉൽപ്പത്തിപ്പുസ്തകം പരിശോധിക്കുന്നത് രസകരമായിരിക്കും. എറ്റമോളജി (പദോൽപ്പത്തിശാസ്ത്രം) പോലെ തമാശ തൂവുന്ന മറ്റൊരു പഠനമില്ല. ചിരപുരാതനമായ പ്രോട്ടോ ഇന്തോ-യൂറോപ്യൻ തായ്വേരിലാണ് ഗോഡിന്റെ പിറകെ നടന്നാൽ നാമെത്തുക. 'നിവേദിക്കപ്പെടുന്നത് ക്ഷേത്രപാലന്യായേന പാത്രത്തോടെ അകത്താക്കുന്ന ആസാമി' എന്നാണത്രെ ഈ വാക്കിന്റെ ഒറിജിനൽ അർഥം. ഹോമകുണ്ഡങ്ങളിൽ രക്തവും മദ്യവും പാലും നെല്ലും തൈരും മാംസവുമൊക്കെ തരാതരംപോലെ, പടച്ചവനും പഞ്ചഭൂതങ്ങൾക്കുമായി നിവേദിക്കപ്പെട്ടിരുന്നുവല്ലോ. ഇവയൊക്കെ സമ്പ്രദായത്തിൽ ആഹരിക്കുന്നവനാണ് ദൈവം എന്ന ഗോഡ്. 'Enjoyer or consumer of that which has been poured forth' എന്നു വ്യാഖ്യാനം. (ഹോമിക്കപ്പെടുന്നതെന്തോ അതിനെ ആസ്വദിക്കുകയോ ഭുജിക്കുകയോ ചെയ്യുന്നവൻ) ഇതിന്റെ തനിസംസ്കൃതമാണ് 'ഹുതഭുക്'. ഇത് എന്തും എപ്പോഴും അശിക്കുന്ന അഗ്നിയുടെ പര്യായമായിരുന്നു. 'ഹുത' എന്ന ഗീർവാണത്തിന്റെ അർഥം ഹോമിക്കപ്പെടുന്നത്, സമർപ്പിക്കപ്പെടുന്നത് എന്നൊക്കെയാണെന്ന് വിജ്ഞന്മാർ പറയുന്നു. സംസ്കൃതത്തിലെ 'ഹുത'യും ആംഗലത്തിന്റെ Godഉം ഒരേ മൂലപദത്തിന്റെ പൊടിപ്പുകളാകുന്നു. Cogmates എന്നു ഭാഷാശാസ്ത്രം പറയുന്ന ഏർപ്പാട്. ഇന്തോ-യൂറോപ്യൻ തറവാട്ടിലെ സ്ലാവിക് താവഴിയിൽ bog എന്നൊരു വാക്ക് 'ഹുത'ക്കു സമാനമായി നിലനിന്നിരുന്നു. അതാവാം ഗോഡ് ആയി നിറംപകർന്നതെന്നും ഒരു പാഠഭേദമുണ്ട്. 'Cannotative extension' (ലക്ഷ്യാർഥ വിപുലീകരണം) എന്നൊരു പ്രക്രിയയെക്കുറിച്ചു ഭാഷാശാസ്ത്രകാരന്മാർ വാചാലമാകാറുണ്ട്. ഈ പ്രക്രിയ 'ഹുത'യുടെ കാര്യത്തിലും നടന്നിരിക്കണം. തൽഫലമായി ദൈവം (God) എന്നാൽ നേദ്യം ഭക്ഷിക്കുന്ന ദേവൻ എന്ന അർഥകൽപ്പന ശക്തിപ്പെട്ടു. കാലക്രമേണ നേദ്യം/ബലി (sacrifice) എന്ന അർഥം അപ്രത്യക്ഷമാവുകയും ദേവൻ/ദൈവതം/ഈശ്വരൻ എന്ന അർഥം മാത്രം നിലനിൽക്കുകയും ചെയ്തുവെന്നാണ് കഥ. ഇപ്പോൾ ഈശ്വരനുപോലും നിലനിൽപ്പില്ല.

42

റ്റോയ്‌ലിറ്റ് (Toilet) പുരാണം

അലക്സാണ്ടർ പോപ്പ് എന്ന അഗസ്റ്റിൻ കവിയുടെ ജീനിയസ് ഏറ്റവും തിളങ്ങിക്കണ്ടത് അദ്ദേഹത്തിന്റെ ആക്ഷേപഹാസ്യ കാവ്യങ്ങളിലായിരുന്നു. *Rape of the Lock* എന്ന ജഗൽപ്രസിദ്ധമായ നർമകവിതയിൽ നായികയായ ബെലിൻഡയുടെ 'റ്റോയ്‌ലിറ്റ്' പോപ്പ് അതിസരസമായി വിസ്തരിക്കുന്നുണ്ട്. മുഖം ചുളിക്കുകയൊന്നും വേണ്ട. ഇവിടെ റ്റോയ്‌ലെറ്റ് (Toilet) എന്നാൽ ചമയമാണ്. dressup/beautification. Toilet Soap വാസനയുള്ള കുളിസോപ്പാകുന്നു.

Latrine, Water-closet, Loo, Comfort Station എന്നീ അർഥങ്ങളിലാണ് toilet സാമാന്യമായി ഉപയോഗിക്കപ്പെടുന്നത്. Toilet is at the left end of the Corridor. Please keep the toilet clean. Toilet വൃത്തിയുള്ള വാക്ക്, Latrine വൃത്തികുറഞ്ഞ വാക്ക് എന്നൊരു ധാരണപോലും പലർക്കുമുണ്ട്.

Toilette ഫ്രഞ്ചിൽ നിന്നുള്ള ഇറക്കുമതിയാകുന്നു. Toile എന്നാൽ തുണി (cloth), ette എന്നത് ചെറുത് (small) എന്ന് സൂചിപ്പിക്കുന്നു. 'സഫിക്സ്' (പ്രത്യയം) ആകുന്നു. അപ്പോൾ toilette എന്നാൽ Little cloth (ചെറുതുണി) അതായിരുന്നു ഒറിജിനൽ അർഥം. 16-ാം നൂറ്റാണ്ടിൽ ഈ പദം ഇംഗ്ലീഷ് തോട് നീന്തിക്കടന്ന് ബ്രിട്ടനിലെത്തിയപ്പോൾ അതിനു Laundry bot, തുണിസഞ്ചി, തുണിപ്പെട്ടി എന്നീ അർഥങ്ങൾ കൽപ്പിച്ചു കിട്ടി. 17-ാം നൂറ്റാണ്ടിൽ ഫ്രഞ്ചിലും ആംഗലത്തിലും റ്റോയ്‌ലറ്റിന് പുതിയൊരു അർഥമാനം കൈവന്നു. ലലനാമണികളുടെ ഡ്രസിങ്ങ് ടേബിളിനു മോടികൂട്ടുന്ന ചിത്രപ്പണികളുള്ള മേശവിരി. ഇത് സാമാന്യം വലുതായിരിക്കും. മേശയിൽ വിരിക്കാൻ മാത്രമല്ല മേക്കപ്പുചെയ്യുമ്പോൾ ഒരു apron ആയി, മുന്നാരത്തുണിയായി, ഉപരിവസ്ത്രമായി toilette ഉപയോ

ഗിക്കുന്ന പതിവും ഉണ്ടായിരുന്നു. മുഖത്തേപ്പു നടക്കുമ്പോൾ ഗൗണിൽ ചായംപുരളാതെ സൂക്ഷിക്കണമല്ലോ. അധികം താമസിയാതെ toiletteന്റെ അർഥം വിപുലീകരിക്കപ്പെട്ടു. ശിരോലങ്കാര സാമഗ്രികൾ, makeup material ഇതൊക്കെ 'റ്റോയ്‌ലിറ്റ്' എന്നു വിശേഷിപ്പിക്കപ്പെട്ടുതുടങ്ങി. ഡ്രെസിങ് ടേബിളിനെത്തന്നെ 'റ്റോയ്‌ലെറ്റ്' എന്ന് വിളിക്കുന്നതുവരെ എത്തി കാര്യങ്ങൾ. Dressing/Groomingനും ഇതേവാക്ക് ഉപയോഗിച്ചു തുടങ്ങി.

19-ാം നൂറ്റാണ്ടിലാണ് Dressing room എന്ന അർഥത്തിൽ toilet ഉപയോഗിക്കുന്ന പ്രവണത പ്രത്യക്ഷപ്പെട്ടത്. അവിടെനിന്നു bath room, Lavatory (ശൗചാലയം), WC (Water Closet) എന്നീ പദങ്ങളുടെ പകരക്കാരനായി Toilet വേഷമിട്ടു. മനുഷ്യവിസർജ്യം നിക്ഷേപിക്കാനുള്ള ഉപകരണം എന്ന അർഥത്തിൽ toilet ബുഷിന്റെ രാജ്യത്ത് പരക്കെ ഉപയോഗിച്ചു തുടങ്ങി.

Toiletry/toiletries എന്നൊക്കെപ്പറഞ്ഞാൽ പൗഡർ, ക്രീം, ലിപ്സ്റ്റിക്, റൂഷ്, കൺമഷി, ചാന്ത്, ഫേസ്പാക് തുടങ്ങിയ മുഖാലങ്കാര വിഭവങ്ങളത്രെ. Toilet Paper, വെള്ളത്തോട് നിതാന്തശത്രുതയുള്ള വെള്ളക്കാരനുപയോഗിക്കുന്ന ശൗചാനന്തര ശുദ്ധീകരണ സാമഗ്രിയാണ്. Table manners-തീൻമേശയിലെ പെരുമാറ്റച്ചട്ടങ്ങൾപോലെ Toilet manners ഉം ഉണ്ട്. കുട്ടികൾക്കു Toilet Training നൽകണമെന്നു നാഗരികർക്കു നിർബന്ധമുണ്ട്. പണ്ട് പ്രകൃതിയുടെ വിളിവരുമ്പോൾ വിശാലമായ പറമ്പിലേക്കു ഓടുക എന്നതായിരുന്നുവല്ലോ നാട്ടുനടപ്പ്.

43

Quisiling

ഈ ജീവി ആര്? രാഷ്ട്രീയ പദാവലിയിൽ കഴിഞ്ഞ നൂറ്റാണ്ടിൽ സ്ഥലം പിടിച്ച വാക്കാണിത്. അർഥം രാജ്യദ്രോഹി, കൊളാബൊറേറ്റർ, നാടിന്റെ ശത്രുവുമായി സഹകരിച്ച് നേട്ടം കൊയ്യുന്ന നികൃഷ്ടജീവി. ഇത്തരം പടപ്പുകൾ പണ്ടുമുതലേ ഉണ്ട്. കമ്പിനിയാന്മാർക്കെതിരായി പഴശ്ശിത്തമ്പുരാൻ വാളൂരിയപ്പോൾ, ബാബർ സായ്പിനെ സഹായിക്കാൻ ഒരു കണാരമേനോൻ ഉണ്ടായില്ലേ? വെള്ളക്കാരനെ കാൽകഴുകിച്ചൂട്ടി 'സർ' സ്ഥാനം നേടിയ പ്രമാണിമാർ ധാരാളമുണ്ടായിരുന്നില്ലേ നമ്മുടെ നാട്ടിൽ? ആസനത്തിൽ മുളച്ചു പന്തലിക്കുന്ന ആല് തണലായി കാണുന്ന ആഭാസനാണ് ക്യുസിലിങ്.

കാട്ടെലിയുടെ കത്ത് എന്ന വള്ളത്തോൾക്കവിത പുത്തൻ തലമുറയ്ക്കു പരിചയമുണ്ടാവില്ല. അതിൽ ശിവജി ഒരു തികഞ്ഞ ക്യുസിലിങ് ആയ രാജാ ജയസിംഹൻ എന്ന സേനാധിപതിയോട് ഇങ്ങനെ പറയുന്നു:

"നാമംകൊണ്ടു നരേന്ദ്രനാം നൃപതിയെ-
ക്കൂപ്പിത്തൊഴാനുള്ളതോ
ധീമൻ, ഹേ, ജയസിംഹരാജ പുരുഷ-
ന്റേതായ യുഷ്മൽക്കരം?
ശ്രീമത്താമതെടുത്തിടങ്ങു മദമാർ -
ന്നീ നാടു കാടാക്കിടും
ഭീമവ്യാഘ്രലരെ വെട്ടി വീഴ്ത്തിടുകയാം
വേട്ടയ്ക്കു തൻവാളിനെ"

Quisiling എന്ന പദം നമ്മുടെ വൊക്കാബുലറിക്കു സദയം സംഭാവന ചെയ്ത വില്ലനാണ് Major Vidkun Quisiling. 1904ൽ ഹിറ്റ്ലറുടെ നാസിപ്പട സ്കാൻഡിനേവിയൻ രാജ്യമായ നോർവെയിൽ ഇരച്ചുകയറിയപ്പോൾ

അന്നവിടത്തെ പ്രതിരോധ മന്ത്രിയായിരുന്ന ഈ നരാധമൻ, ശത്രുവിനു ചുകന്ന പരവതാനി വിരിക്കുകയാണ് ചെയ്തത്. അയാൾക്ക് അതിനു പ്രതിഫലവും കിട്ടി. ഹിറ്റ്ലർ നോർവെയിൽ അവരോധിച്ച പാവസർക്കാറിന്റെ തലവൻ ക്യുസിലിങ് ആയിരുന്നു. രണ്ടാം ലോകയുദ്ധത്തിൽ അച്ചുതണ്ടു ശക്തികൾ - ജർമനി, ഇറ്റലി, ജപ്പാൻ - തോറ്റുതൊപ്പിയിട്ടു. നോർവീജിയൻ ജനത ക്യുസിലിങ്ങിനെ ചെറിയൊരു വിചാരണയ്ക്കുശേഷം വധിക്കുകയും ചെയ്തു. ശുഭം. അങ്ങനെ ക്യുസിലിങ് രാജ്യദ്രോഹിക്കുള്ള പരൽപ്പേരെന്ന നിലയിൽ നിഘണ്ടുവിൽക്കയറി.

44

Kike

ആളുകൾക്കും വംശങ്ങൾക്കും നിന്ദാനാമങ്ങൾ ചാർത്തിക്കൊടുക്കുന്ന ഏർപ്പാട് അന്നും ഇന്നും നിലവിലുണ്ട്. മലയാളി 'മല്ലു', പഞ്ചാബി 'പഞ്ചു', ബംഗളൻ 'ബോംഗ്സ്', തമിഴ്ബ്രാഹ്മണൻ 'ടാംബ്രാം', പാകിസ്ഥാനി 'പാക്കി', അമേരിക്കൻ 'യാങ്കി', ഓസ്ട്രേലിയൻ 'ഓസി', ന്യൂസിലൻഡർ 'കിവി' അതുപോലെ യഹൂദന് യു എസിൽ ചാർത്തിക്കിട്ടിയ നിന്ദാനാമമത്രെ kike. ചിലപ്പോൾ അവസാനത്തെ 'ഇ'കാരം ഒന്നു നീണ്ടു എന്നും വരും: ഈ (ee). നാസികൾ ജർമനിയിലും കിഴക്കൻ യൂറോപ്പിലും വംശീയശുദ്ധീകരണം വലിയതോതിൽ തുടങ്ങിയപ്പോൾ അവിടങ്ങളിലെ ജൂതസമൂഹം അമേരിക്കയിലാണ് അഭയം തേടിയത്. ഈ അഭയാർഥികൾ അമേരിക്കൻ ഇമിഗ്രേഷൻ ഉദ്യോഗസ്ഥർക്കു തലവേദനയായി. കാരണം അവർക്ക് ഇംഗ്ലീഷറിഞ്ഞുകൂടായിരുന്നു. റോമൻ ലിപി വശമില്ലായിരുന്നു. അവരെ തിരിച്ചറിയുന്നതിനുവേണ്ടി പേരിനുനേരെ ഒരു കുരിശടയാളം വെക്കാൻ ഇമിഗ്രേഷൻ ഉദ്യോഗസ്ഥന്മാർ ആവശ്യപ്പെട്ടപ്പോൾ ജൂതന്മാർ പറഞ്ഞു: ഞങ്ങൾ ഒരിക്കലും കുരിശു വരക്കില്ല; അതു ഞങ്ങൾക്കു ഹറാമാണ്. പകരം ഒരു വൃത്തം/വട്ടം/circle വരയ്ക്കാം. അതുമതി എന്നായി അമേരിക്കക്കാർ circle യഹൂദന് ഒരു ശുഭചിഹ്നമാണ്. കിക്കെൽ (kikel) എന്നാൽ യഹൂദന്റെ ഇഡ്ഡിഷ് ഭാഷയിൽ അനശ്വര ജീവിതത്തിന്റെ പ്രതീകമാകുന്നു. അങ്ങനെ 'വട്ടം' വരയ്ക്കുന്നവൻ kike ആയി!

മിക്ക കിഴക്കൻ യൂറോപ്യൻ ജൂതന്മാരുടേയും പേര് kiയിൽ അവസാനിക്കുന്നു: സ്ലാൻസ്കി ബ്രോൺസ്കി ഇങ്ങനെ. അപ്പോൾ എല്ലാ യഹൂദന്മാരെയും kike എന്നു വിളിക്കുന്നതാവും സൗകര്യമെന്നു യാങ്കികൾക്കു തോന്നി.

45

Paper Tiger (കടലാസ് പുലി)

കടലാസു പുലിക്ക് വലിയ പരിചയപ്പെടുത്തൽ ആവശ്യമില്ല. പത്രക്കാർ ധാരാളമായി ഉപയോഗിക്കുന്ന പദമാണ്. വലിയ ശക്തിയും കഴിവുമുണ്ടെന്നു നടിക്കുന്ന, വാസ്തവത്തിൽ ദുർബലമായ ഒരു രാജ്യത്തെയോ, പ്രസ്ഥാനത്തെയോ, നേതാവിനെയോ Paper Tiger എന്നു വിശേഷിപ്പിക്കാം. കുരയ്ക്കുംപട്ടി കടിക്കില്ല; ഏട്ടിലെ പശു പുല്ലുതിന്നില്ല തുടങ്ങിയ പഴഞ്ചൊല്ലുകളോട് പുലബന്ധമുള്ള ഒരു ചൈനീസ് പ്രയോഗത്തിന്റെ ഇംഗ്ലീഷ് രൂപമാണിത്. 'കടലാസുപുലി' പ്രചരിച്ചുതുടങ്ങിയത് ഇരുപതാം നൂറ്റാണ്ടിലത്രെ. 'വലിയ അമരക്കാരൻ' (Great Helmsman) എന്നു വിളികൊണ്ട സാക്ഷാൽ മാവോ സെ തുങ് ആണ് ഈ ചൈനീസ് പ്രയോഗം ലോകസമക്ഷം അവതരിപ്പിച്ചത് എന്നു പറയപ്പെടുന്നു. അദ്ദേഹത്തിന്റെ സമ്പൂർണകൃതികളിലും *ചുകന്ന പുസ്തക* (Red Book)ത്തിലുമൊക്കെ 'Paper Tiger' പ്രത്യക്ഷപ്പെടുന്നുണ്ട്. 'All reactionaries are Paper tigers' (എല്ലാ പിന്തിരിപ്പന്മാരും കടലാസുപുലികളാണ്). 1975ൽ ബ്രിട്ടനിൽ ഇറങ്ങിയതും ഡേവിഡ് നെവിൻ എന്ന മഹാനടൻ അനശ്വരമാക്കി ചെയ്തതുമായ ഒരു പേശുംപടത്തിന്റെ പേര് *Paper Tiger* എന്നായിരുന്നു.

എന്നാൽ മാവോയ്ക്ക് മുൻപുതന്നെ ഈ പ്രയോഗം ഇംഗ്ലീഷിലെത്തിയിരുന്നുവെന്നാണ് ചില ഭാഷാഗവേഷകന്മാർ പറയുന്നത്. ഏണസ്റ്റ് ബ്രാഹ്മാ (Earnest Bramah) എന്നൊരു സിനോളജിസ്റ്റ്, *ദി വാലറ്റ് ഓഫ് കെയ്‌ല്ലുങ്* എന്ന തന്റെ പുസ്തകത്തിൽ 'Paper Tiger' എന്ന പ്രയോഗം ഉപയോഗിച്ചിട്ടുണ്ടത്രെ. ഈ പ്രയോഗം മറ്റുചില യൂറോപ്യൻ ഭാഷകളിൽ പണ്ടേ ഉണ്ടായിരുന്നുവെന്നും വാദമുണ്ട്. ഏതായാലും 'കടലാസ്പുലി' ആളൊരു വേന്ദ്രനാണെന്ന കാര്യത്തിൽ തർക്കമില്ല. നമ്മുടെ രാഷ്ട്രീയത്തിലും സാഹിത്യത്തിലുമൊക്കെ കടലാസു വ്യാഘ്രങ്ങളുടെ സമൃദ്ധമായ സാന്നിധ്യമുണ്ട്. "It's bark is worse than its bite."

46

Who is a goon ?
(ഗൂണെന്ന ഗുണ്ടപ്പനാര്)

വിവരദോഷി, വിചിത്രവിഡ്ഢി, ഒരു കോമാളിവേഷം എന്നൊക്കെ യായിരുന്നു ഈ വാക്കിനു ആദ്യം കൽപ്പിക്കപ്പെട്ടിരിക്കുന്ന അർഥം. Soon, moon, boon, noon എന്നീ പദങ്ങളെപ്പോലെ ഇവനും 'ഉ' കാരത്തെ ദീർഘ മായുരയ്ക്കുന്ന പദമാണ്. ഇരുപതാം നൂറ്റാണ്ടിലാണ് ഈ ഹൂണൻ ഗുണ്ട യായി ചന്തപ്പിരിവുതുടങ്ങിയത്. gooney (fool) എന്ന ഒരു ഡയലക്റ്റ് വാക്കിൽനിന്നാണ് തത്രഭവാന്റെ ഉത്ഭവം എന്നു ചില നിഘണ്ടുകാരന്മാർ വാദിക്കുന്നു. ഇതുവന്നത് Alice the goon എന്നൊരു കാർട്ടൂൺ കഥാ പാത്രത്തിൽനിന്നാണ് എന്നൊരു പക്ഷവുമുണ്ട്. ഈ കഥാപാത്രം 1938ൽ മരിച്ച E C Segar എന്നൊരു അമേരിക്കൻ കാർട്ടൂണിസ്റ്റിന്റെ സൃഷ്ടിയാ കുന്നു.

'ഗൂണി'ൽ നിന്നാണോ നാം 'ഗുണ്ട'യെ വളർത്തിയെടുത്തത്? ഏതാ യാലും goonda ഇംഗ്ലീഷല്ല. വാക്കു വളരെ പ്രയോജനപ്രദം തന്നെ; സംശ യമില്ല. ഈയിടെ നമ്മുടെ ഒരു വലിയ 'സാംസ്കാരിക നായകനെ, മറ്റൊരു സാംസ്കാരിക നായകൻ ഈ വാക്കുപയോഗിച്ചു വിശേഷിപ്പിച്ചുവെന്നു പറഞ്ഞ് വലിയ ഒച്ചയും ബഹളവുമുണ്ടായത് ഓർക്കുക. എന്തക്രമം കാണിക്കാനും ആരെയും ഭീഷണിപ്പെടുത്താനും സദാ സന്നദ്ധനായ തെമ്മാടി: അവനാണ് goon. കാശുകൊടുത്താൽ തെറിവിളിക്കും; തല്ലും, ചിലപ്പോൾ കൊല്ലുകയും ചെയ്യും. തൊഴിൽ സമരങ്ങൾ പൊളിക്കാൻ മുതലാളികൾ ഈ വർഗത്തിന്റെ സഹായം തേടിയിരുന്നു. ഇപ്പോഴും ഗൂണിനു വലിയ ഡിമാൻഡാണ്. ബ്ലേഡുകാരും ബാങ്കുകാരുമൊക്കെ ഇവരെ വേട്ടപ്പട്ടികളെപ്പോലെ പോറ്റുന്നു. കവലച്ചട്ടമ്പിയും ഗുണ്ടയും തമ്മിൽ പല സമാനതകളുമുണ്ടെങ്കിലും രണ്ടും രണ്ടാണ്. പണ്ടൊക്കെ ഈ ശ്രീമാന്മാരെ വേഷംകൊണ്ടും ഭാഷകൊണ്ടും തിരിച്ചറിയാമായിരുന്നു.

കപ്പടാമീശ, തലയിലൊരു വട്ടക്കെട്ട്, കഴുത്തിലൊരു കടുംനിറത്തിലുള്ള ഉറുമാൽ, അരയിൽ പിച്ചാത്തി. ഈ കോമാളിവേഷം ഇപ്പോഴില്ല. ഉത്തരാധുനിക ഗുണ്ട പഴയ വർഗവസ്ത്രങ്ങൾ ഉപേക്ഷിച്ച പരിഷ്കാരിയാണ്. പിച്ചാത്തിയുടെ സ്ഥാനത്ത് പിസ്റ്റളാണ്. തെറിപറയുന്നത് ഇംഗ്ലീഷിലാണ്. ഗുണ്ടകളുടെ പ്രവർത്തന സംസ്കാരത്തിനു പറയുന്ന പേരത്രെ ഗുണ്ടായിസം.

47

Thank (താങ്ക്) നന്ദി ചൊല്ലുക

മഹാകവി ജി വനമുളയോട് പറഞ്ഞു:

"തുമ്പികൾ, കരിന്തുമ്പികൾ കൂർത്തെഴും
കൊമ്പിനാലേ തുളയ്ക്കിൽ നിന്മാറിടം
മന്ദിതോത്സാഹനാകാതവയോടു
നന്ദിചൊൽക വനമുളേ, സൗമ്യമായ്"

അത് സ്വൽപ്പം കടന്നകയ്യായിപ്പോയി. വനമുള, യേശുമഹേശനോ മഹാത്മാഗാന്ധിയോ അല്ലല്ലോ. ഈ വരികൾ ഓർമ വന്നത് 'നന്ദി' എന്ന വാക്കിനെപ്പറ്റി ചിന്തിച്ചപ്പോഴാണ്. ഈ വാക്ക് പുറത്തെടുക്കാൻ പൊതുവേ മടിയുള്ള കൂട്ടത്തിലാണ് മലയാളി. നാം ആരോടും അങ്ങനെ നന്ദിപറക പതിവില്ല. കാലത്ത് ആവിപാറുന്ന ചായയുമായിവരുന്ന ഭാര്യയോട് 'നന്ദി പ്രിയപത്നി' എന്നുപറയുന്ന ഭർത്താവിനെ കേരളം കണ്ടിട്ടില്ല 'ഉം' എന്നൊരു മൂളലിൽ കൃതജ്ഞത ഒതുങ്ങുന്നു. 'നന്ദി' എന്നത് അനൗപചാരികമായ ഒരു പദമായി, രാഷ്ട്രീയക്കാരന്റെയും പ്രഭാഷകന്റെയും സാംസ്കാരിക നായകന്റെയും കള്ളനാണയമായി കഴിഞ്ഞുപോരുന്നു.

എന്നാൽ 'ഇംഗ്രീസു'പേച്ചിൽ Thanks എന്നത് കല്യാണസദ്യയ്ക്ക് പാലടപ്രഥമനെന്നപോലെ, സുമംഗലിക്ക് സിന്ദൂരംപോലെ ഒഴിച്ചുകൂടാൻ വയ്യാത്ത ഒന്നാകുന്നു. Pleaseഉം Thank you ഉം എത്ര ഉദാരമായി ഉപയോഗിക്കുന്നുവോ അത്രയും നന്ന്. ഒരാൾ തെറിവിളിച്ചാലും 'താങ്ക്യൂ' പറഞ്ഞശേഷം മറുതെറി വിളിക്കുന്നതാണ് മാന്യത.

പുരാതന ജർമാനിക്കിൽ Thangk എന്നൊരു മൂലപദമുണ്ടായിരുന്നു. അതിന് Thengk എന്നൊരു പാഠഭേദവും. അവയിൽനിന്നാണത്രെ നമ്മുടെ Thankഉം Thinkഉം ഉണ്ടായത്. Thank എന്ന പദത്തിന്റെ ആദിമമായ അർഥം thought (ചിന്ത) എന്നായിരുന്നുവെന്ന് ജോൺ എയ്ടോവിനെപ്പോ

ലുള്ള ഭാഷാഗവേഷകർ പറയുന്നു.

ദുർവിചാരങ്ങൾ എന്ന അർഥത്തിൽ Evil thanks എന്ന് 12-ാം നൂറ്റാണ്ടിലെ ഒരു *ബൈബിൾ* തർജമയിൽ ഉപയോഗിച്ചുകാണുന്നുണ്ടുപോൽ. പിന്നീട് പതുക്കെപ്പതുക്കെ ഈ 'thought' എന്ന ധ്വനി favourable thought, goodwill എന്നീ അർഥങ്ങളിലേക്കു പകർന്നു എന്നാണ് പറയുന്നത്. അവസാനം അത് gratitude (കൃതജ്ഞത/നന്ദി) എന്നതിൽ എത്തിനിന്നു. ആദ്യകാലങ്ങളിൽ thank ഒരു സിങ്കുലർ നൗൺ (Singular Noun) ആയിരുന്നു - ഏകവചനനാമം. Thanks എന്ന ബഹുവചനം നൗൺ ആയി വന്നത് പിന്നീടാണ്. അതേസമയം പഴയ 'thank' ക്രിയയുടെ (verb) കുപ്പായമിട്ടു. ഇന്ന് നാം നിത്യവും ഉപയോഗിക്കുന്ന Thank you പ്രയോഗം ഭാഷയിൽ പ്രവേശിച്ചത് 15-ാം നൂറ്റാണ്ടിലാണത്രെ - കർത്താവായ Iയെ മൊഴിചൊല്ലിക്കൊണ്ട്.

48

Gospel

പദോൽപ്പത്തിപരമായി - etymological ആയി - ചിന്തിക്കുമ്പോൾ Gospel, good news ആണ്. സുവിശേഷം, നല്ല വർത്തമാനം, അത്യുന്നതങ്ങളിൽ ദൈവമഹത്വം; ഭൂമിയിൽ സന്മനസുള്ളവർക്കു സമാധാനം. ശുഭമായ്‌വരുമൊക്കെ മേലിൽ. Old Englishൽ ഇത് God Spel ആയിരുന്നു. God എന്നാൽ Good. Spel എന്നാൽ Tidings/News/discourse. ഈ Spelൽ നിന്നാണ് മന്ത്രം/മന്ത്രശക്തി എന്നൊക്കെ അർഥമുള്ള Spell രൂപം കൊണ്ടത്. Cast a Spell, spell-bound. ലാറ്റിനിലെ bona annuntiatio എന്ന പ്രയോഗത്തിന്റെ നേർ തർജമയത്രെ godspel. 'Evangelium' എന്ന ചർച്ച് ലാറ്റിൻ പദത്തിന്റെ അക്ഷരാർഥത്തിലുള്ള വ്യാഖ്യാനം കൂടിയാണത്. സുവിശേഷം കൊണ്ടുവരുന്നവൻ evangelist, സുവിശേഷ പ്രഭാഷകൻ. യേശുവിന്റെ മഹജ്ജീവിതത്തെക്കുറിച്ച് നാല് അപ്പോസ്തലന്മാർ എഴുതുകയുണ്ടായല്ലോ: മാത്യു, മാർക്ക്, ല്യൂക്ക്, ജോൺ. ഈ രചനകളെ Gospels എന്നു വിളിക്കുന്നു.

49

Card (കാഡ്) എന്ന നിത്യൻ

ഇത് 'കാഡി'ന്റെ സീസണാണല്ലോ. ക്രിസ്തുമസും നവവത്സരവും ആശംസാകാർഡിന്റെ ചാകരയാകുന്നു. കുറഞ്ഞ മുതൽമുടക്കിൽ വൻ ലാഭം കൊയ്യുന്ന അന്തർ രാഷ്ട്രീയ/ആഗോള വ്യവസായങ്ങളിലൊന്നത്രെ ഈ 'ഗ്രീറ്റിങ് കാർഡ്' നിർമാണം. ജന്മദിനത്തിനും ചരമദിനത്തിനും വിവാഹദിനത്തിനും മാത്രമല്ല രോഗശാന്തി നേരാനും പരീക്ഷാവിജയമാശംസിക്കാനും ഉദ്യോഗലബ്ധിയിൽ അനുമോദിക്കാനുമൊക്കെ നമുക്ക് കാർഡുകൾ കിട്ടും. അവയുടെ വൈവിധ്യം, വർണപ്പൊലിമ നമ്മെ അമ്പരപ്പിക്കുകയും ചെയ്യും. സന്ദർഭത്തിനുചേർന്ന ഈരടികൾ, ഉദ്ധരണികൾ, വാചകങ്ങൾ ഈ സന്ദേശക്കടലാസുകളെ അതീവ മനോഹരമാക്കി ച്ചെയ്യുന്നു.

തപാൽ വകുപ്പിന്റെ ഏറ്റവും ജനകീയമായ സൃഷ്ടിയാണ് അമ്പതു പൈസയ്ക്ക് കിട്ടുന്ന പോസ്റ്റ്കാർഡ്. ഈ വിലയ്ക്ക് കിട്ടുന്ന ഒരേയൊരു വസ്തുവും അതാണെന്നു തോന്നുന്നു. പോസ്റ്റ്കാർഡ് മാന്യനല്ല എന്നൊരു ധാരണ ഇന്നും നിലനിൽക്കുന്നുണ്ട്. കാർഡിലെഴുതുന്നവൻ അറുപിശുക്കൻ എന്നൊരു സങ്കൽപ്പവുമുണ്ട്.

ലത്തീൻ ഭാഷയിലെ charta (ചാർട്ട) എന്ന വാക്കിൽനിന്നു വന്നതാണുപോൽ നമ്മുടെ card. 'ചാർട്ട' എന്നാൽ പാപ്പിരസ് (papyrus) ചെടിയുടെ ഇല എന്നാണ് അർഥം. ഈ പാപ്പിരസിൽ നിന്നാണല്ലോ paper ഉണ്ടായത്. ഫ്രഞ്ചിൽ വന്നപ്പോൾ charta എന്ന വാക്ക് carte ആയി. (carte blanche-കാർട് ബ്ലാൻച്-Blank cheque എന്നു കേട്ടിട്ടില്ലേ?) ഫ്രഞ്ച് carteയിലെ tക്കു പകരം ഇംഗ്ലീഷിൽ d വന്നതെങ്ങനെ എന്നത് ഭാഷാശാസ്ത്രജ്ഞന്മാരെ വിയർപ്പിക്കുന്ന ചോദ്യമാണ്. നമ്മുടെ chartഉം charterഉം ഉണ്ടായത് ലാറ്റിൻ chartaയിൽ നിന്നാണെന്ന് അംഗീകരിക്കപ്പെട്ടു കഴിഞ്ഞു (charter of human rights; magna carta).

50

കർദിനാൾ (Cardinal)

Chief, fundamental എന്നൊക്കെ സാമാന്യാർഥമുള്ള ഈ വാക്ക് റോമൻ തിരുസഭയിലെ ഉയർന്ന പുരോഹിതശ്രേണിയുടെ സ്ഥാനപ്പേരു കൂടിയാകുന്നു. മാർപ്പാപ്പയ്ക്ക് തൊട്ടുതാഴെയാണ് കർദിനാൾ. ഈ സംന്യാസിവര്യന്മാരുടെ സദസാണ് പോപ്പിനെ തെരഞ്ഞെടുക്കുന്നത്.

"ജപമാല ചാർത്തിയ കാർദിനാൾമാർ
സഭയിലിരുന്നു തലകുലുക്കി" എന്ന് വയലാർ രാമവർമ.

ലാറ്റിൻ പദമായ cardo ആണത്രെ ഇതിന്റെ ഉറവിടം. cardo എന്നാൽ hinge (തിരികുറ്റി, വിജാഗിരി) എന്നാണർഥം. ആദ്യകാല ക്രിസ്ത്യൻ സഭയിൽ കാർദിനാൾ എന്നാൽ ഒരു പട്ടക്കാരൻ എന്നേ അർഥമുണ്ടായിരുന്നുള്ളൂ. "A clergyman attached to the church as a door is attached hinges." പിന്നീടാണ് cardinal എന്നാൽ തിരുസഭയിലെ പ്രഭുസ്ഥാനീയൻ എന്ന അർഥം വന്നത്, ലറ്റീൻ cardinalsൽ നിന്ന് നേരിട്ട് ഇംഗ്ലീഷിലേക്ക് ഇറക്കുമതി ചെയ്യപ്പെട്ട വാക്കാണ് cardinal.

51

Murphy's Law

Murphy's Law എന്നു കേട്ടിട്ടുണ്ടോ? ഇല്ലെങ്കിലും ഒരു കുഴപ്പവുമില്ല. 'ഞാനിതേക്കുറിച്ച് ഇതുവരെ കേട്ടിട്ടില്ലല്ലോ എന്ന് കുണ്ഠിതപ്പെടേണ്ട കാര്യമൊന്നുമില്ല. 1940കളിലാണ് ഈ മർഫിനിയമത്തെക്കുറിച്ച് ആളുകൾ അറിഞ്ഞുതുടങ്ങിയത്. അതെന്താണ്? If anything can go wrong, it will (എന്തെങ്കിലും കുളമാവാൻ സാധ്യതയുണ്ടെങ്കിൽ അത് കുളമായിരിക്കും) എങ്ങനെയുണ്ട് Murphy's Law ? ഇത് പരേതനും പുണ്യശ്ലോകനുമായ ആന്തൂരെ കുപ്പൻനായരുടെ മധ്യസ്ഥംപോലെയാണ്. ശുദ്ധരിൽ ശുദ്ധനായ കുഞ്ഞുക്കുട്ടൻ നായർ, വകയിൽ ഒരളിയനായ കൊടമന കരുണാകരൻ നായർക്ക് ഒരത്യാവശ്യത്തിന് അന്നത്തെക്കാലത്ത് ഒരു വൻതുകയായ അഞ്ഞൂറ് ബ്രിട്ടീഷുറുപ്പിക കൈവായ്പ നൽകുന്നു. വാക്കിന്റെ ഉറപ്പിലുള്ള ഇടപാട്. മാസങ്ങൾ കഴിഞ്ഞിട്ടും മേപ്പടി കരുണാകരൻ നായർ ഒരു ദമ്പിടിപോലും മടക്കിക്കൊടുത്തില്ല. പാലക്കാടൻ ശൈലിയിൽ പറഞ്ഞാൽ ആ 'ശെത്തമേ' ഇല്ല. ഈ ചുറ്റുപാടിൽ കടംകൊടുത്ത കുഞ്ഞുക്കുട്ടൻ നായർ, നാട്ടിലെ മര്യാദരാമനും പരോപകാരിയുമായ ആന്തൂരെ കുപ്പൻനായരെ മുഖംകാണിച്ച് സങ്കടമുണർത്തിക്കുന്നു. അപ്പോൾ കുപ്പൻനായർജി ഇങ്ങനെ മൊഴിയുന്നു: "കരുണാകരൻ നായർക്ക് തരാമെന്നുണ്ടെങ്കിൽ, ഞാൻ തരീക്കാം." ഏതാണ്ട് ഈ സ്റ്റൈലിലാണ് മർഫിയുടെ 'ലോ'യും.

Like Murphy's Law എന്നത് ഏതാണ്ടൊരു പഴഞ്ചൊല്ലിന്റെ പദവി കണ്ടെത്തിയിരിക്കുന്നു. Captain Edward Murphy എന്നൊരു വിദ്വാനാണത്രെ ഈ മഹദ്നിയമത്തിന്റെ അവതാരകൻ. അയാൾ ഒരു എയർ ക്രാഫ്റ്റ് ലാബോറട്ടറിയിൽ ഉദ്യോഗസ്ഥനായിരുന്നു. മൂപ്പർ ഒരിക്കൽ മൊഴിഞ്ഞുവത്രെ. "If there is a wrong way to do something some one'll do it" (എന്തെങ്കിലും തെറ്റായ രീതിയിൽ ചെയ്യാൻ വഴിയുണ്ടെങ്കിൽ, ആരെങ്കിലും അത് ചെയ്തിരിക്കും) ഇതൊരു പ്രകൃതിനിയമമാണ്.

Spiv (സ്പിവ്) എന്നൊരു വാക്കുണ്ട് ഉത്തരാധുനിക ആംഗലത്തിൽ. 1934 മുതൽക്കേ ഈ പദം വെളിച്ചത്തുണ്ടെങ്കിലും, പ്രസിദ്ധമായത് അറുപതുകൾക്കുശേഷമാണ്.

He has all the making of a Spiv. (ഒരു 'സ്പിവി'ന്റെ സമസ്ത ലക്ഷണങ്ങളും അതിയാനുണ്ട്) ഉരുട്ടും പിരട്ടും കൊണ്ട് കുശാലായിക്കഴിയുന്ന ചങ്കരനാണ്, സാമാന്യമായിപ്പറഞ്ഞാൽ Spiv. ഒരു 'സ്ലാങ്' (slang -അപകൃഷ്ട) പദമെങ്കിലും ഇവനു വലിയ വീര്യമുണ്ട്. ബ്ലാക്ക് മാർക്കറ്റിന്റെ രസതന്ത്രം 'സ്പിവി'നു കരതലാമലകം (മലയാളത്തിൽ ഉള്ളംകൈയിലെ നെല്ലിക്ക). കടും നിറത്തിലുള്ള, കണ്ണഞ്ചിക്കുന്ന വേഷഭൂഷകളാണ് Spiv ഇഷ്ടപ്പെടുന്നത്. ഒരഴകിയരാവണ വേഷം. ചെത്തിനടക്കുന്ന ശൊങ്കന് പത്തൊമ്പതാം നൂറ്റാണ്ടിൽ ഒരു പേരുണ്ടായിരുന്നു. Spitty (Swell എന്നും പറഞ്ഞിരുന്നു) ഈ Spitty ആണ് കാലാന്തരത്തിൽ Spiv ആയി പരിണമിച്ചത്. അർഥമാനങ്ങളും വികസിച്ചു. VIP (Very Important Person) ക്കുള്ള അമേരിക്കൻ പര്യായംകൂടിയാണ് Spiv. ഇതിൽ പുച്ഛത്തിന്റെ മേമ്പൊടി സമൃദ്ധമായി വിതറിയിട്ടുണ്ട്. 'സ്പിവി'നെക്കണ്ടാൽ വഴിമാറി നടക്കുന്നതാണ് നല്ലത്. ആൾ ഒട്ടും ശരിയല്ല.

52

Dunce, Mud, Mickey Finn

'ഡൺസ്' എന്നാൽ മൂഢൻ, മണ്ടശിരോമണി, വിഡ്ഢ്യാസുരൻ- Block head, one slow at learning. അലക്സാണ്ടർ പോപ്പ് എന്ന കവി പരനിന്ദയുടെ പെരുമാളായിരുന്നുവല്ലോ. അദ്ദേഹം ഒരു ബൃഹത്തായ ആക്ഷേപഹാസ്യ കാവ്യമെഴുതി: *Dunciad* - തിരുമണ്ട സുവിശേഷം. അതിൽ പ്രത്യക്ഷപ്പെടുന്ന പാത്രങ്ങൾ പല കാരണങ്ങളാലും അദ്ദേഹത്തിന്റെ അസൂയയ്ക്കും അപ്രീയത്തിനും വിഷയമായ സമകാലിക കവികളും പൗരമുഖ്യരുമൊക്കെ ആയിരുന്നു. മണ്ടന്മാരുടെ രാജാവായി പോപ്പ് ആദ്യം അവരോധിച്ചത് തിയോബോൾഡ് എന്ന പണ്ഡിതനെയായിരുന്നു. പിന്നീട് കവി ആ സിംഹാസനം കോളിസിബ്ബർ എന്ന നാടകക്കാരനു നൽകി.

'ഡൺസ്' എന്ന നിന്ദാപദം വരുന്നത് 14-ാം നൂറ്റാണ്ടിൽ ജീവിച്ചിരുന്ന ഒരു വലിയ ദൈവശാസ്ത്രജ്ഞന്റെ പേരിൽനിന്നാണെന്നത് ഇംഗ്ലീഷ് ഭാഷയിലെ വലിയ തമാശകളിലൊന്നാണ്. Duns Scotus വിവാദപുരുഷനായ ഒരു മതപണ്ഡിതനായിരുന്നു-ഒരു ജീനിയസ്. സ്കോട്ട്ലൻഡുകാരനായതിനാലാണ് മൂപ്പരുടെ പേരിൽ Scotus വന്നുകൂടിയത്. അരിസ്റ്റോട്ടലിയൻ ചിന്തയെയും സെയിന്റ് അഗസ്റ്റിന്റെ വിചാരപദ്ധതിയെയും സമന്വയിപ്പിക്കാൻ ഈ ഫ്രാൻസിസ്കൻ പാതിരിയും അദ്ദേഹത്തിന്റെ ശിഷ്യഗണങ്ങളും ശ്രമിച്ചു. ഇത് വലിയ സംവാദങ്ങൾക്കു കാരണമായി. ഈ ശിഷ്യന്മാരെ dunce men എന്നാണ് വിളിച്ചിരുന്നത്. അവർ പ്രചരിപ്പിച്ചത് മണ്ടൻ ന്യായങ്ങളാണ് എന്ന് ശത്രുക്കൾ പലപ്പോഴും പരിഹസിച്ചിരുന്നു. അങ്ങനെയാണ് dunce എന്നാൽ മന്ദബുദ്ധി എന്ന സമവാക്യം നിലവിൽ വന്നത്.

'His name is mud' എന്നു പറഞ്ഞാൽ അയാൾക്ക് വലിയ ചീത്ത

പ്പേരുണ്ട് എന്നാണല്ലോ അർഥം. ഈ mud പ്രയോഗം എങ്ങനെ വന്നു? ഒരാളുടെ പേര് ചളിയിലൂടെ വലിച്ചിഴയ്ക്കപ്പെടുന്നു എന്ന അർഥത്തിലാണോ? അല്ല. വാഷിങ്ടണിൽ ഒരു ഡോക്ടറുണ്ടായിരുന്നു. Dr. Samuel mudd. 1865-ൽ ഒരു നാടകശാലയിൽവെച്ച് അബ്രഹാം ലിങ്കനെ വെടിവെച്ചുകൊന്ന ജോൺ വിൽക്കിസ്ബൂത്ത് എന്ന വിദ്വാനുണ്ടല്ലോ, അയാളുടെ ഒടിഞ്ഞകാൽ പ്ലാസ്റ്ററിട്ടത് ഈ ഡോക്ടർ മഡായിരുന്നു. താൻ ചികിത്സിച്ചത് ലിങ്കന്റെ ഘാതകനെയാണ് എന്ന് അയാൾക്ക് അറിയില്ലായിരുന്നു. രാജ്യം മുഴുവൻ വെറുക്കുന്ന ഒരു കൊലപാതകിയെ ചികിത്സിച്ചവൻ എന്ന ചീത്തപ്പേര് ഡോ. മഡിനും ഒരു ശൈലി ഇംഗ്ലീഷ് ഭാഷയ്ക്കും കിട്ടി എന്നാണ് കഥ.

തീവണ്ടിയിൽ, പൊതുസ്ഥലങ്ങളിൽ, മണ്ണുണ്ണിമാരെ മയക്കിക്കിടത്തി പേഴ്സും മറ്റു വിലപ്പെട്ട സാധനങ്ങളും കൈവശപ്പെടുത്തി സമർഥമായി കാലക്ഷേപം നടത്തുന്ന വിക്രമന്മാരെക്കുറിച്ച് കേട്ടിട്ടില്ലേ? അവർ നിങ്ങൾക്ക് ഫ്രൂട്ട് ജൂസ് കുടിക്കാൻതരുന്നു. നിങ്ങൾ സുഖമായുറങ്ങുന്നു. കാരണം, ജൂസിൽ അവർ ഒരു മരുന്നു കലർത്തിയിട്ടുണ്ട്. മധുരമുള്ള മരുന്ന്. ഇതിന്റെ പേരാണ് Mickey Finn. Mickey എന്നു ചുരുക്കിപ്പറയും. നല്ല സാധനങ്ങൾക്കൊക്കെ ഒരു അരുമപ്പേര് വേണമല്ലോ. ക്ലോറൽ ഹൈഡ്രേറ്റും ആൽക്കഹോളും ചേർന്ന ഒരു മനോഹരവസ്തുവത്രെ മിക്കി ഫിൻ.

ഷിക്കാഗൗവിലെ (Chicago) ഒരു ബാറുടമയാണത്രെ ഈ മയക്കൽ പരിപാടിയുടെ പ്രത്യയശാസ്ത്രം ആവിഷ്കരിച്ചത്. അയാളുടെ പേരാണ് Mickey Finn. തന്റെ ബാറിൽ മിനുങ്ങാനെത്തുന്ന കാശുകാരുടെ മദ്യത്തിൽ മിക്കി, ഒന്നോ രണ്ടോ ഗുളിക പൊട്ടിച്ചിടുമായിരുന്നു. പിന്നെ എല്ലാം ശുഭം!

53

Kangaroo (ക്യാങ്ഗെരു)

Kangaroo (ക്യാങ്ഗെരു): ഈ വിചിത്ര സൃഷ്ടിയെ, ഓസ്ട്രേലിയയുടെ ദേശീയമൃഗത്തെ, കങ്കാരുവെന്നു വിളിക്കുന്നവരാണ് നമ്മിലധികവും. ക്യാങ്ഗെരു എന്നതാണ് ശരിയായ ഉച്ചാരണമെന്നു ധരിച്ചാലും. വയറിനു പുറത്തെ വലിയ പൊക്കണത്തിൽ കുഞ്ഞിനെ സുരക്ഷിതമായി സ്ഥാപിച്ച് തുള്ളിനടക്കുന്ന ഈ സസ്യഭുക്കിന് കാലങ്ങളായി ഒരു കാൽപ്പനികപരിവേഷം കൈവന്നിട്ടുണ്ട്. ഡി എച്ച് ലോറൻസിന്റെ വിഖ്യാതമായ നോവലിന്റെ നാമംകൂടിയാണ് *ക്യാങ്ഗെരു.* Macropodidae എന്ന മൃഗവംശത്തിൽപ്പെടുന്ന ഇവൻ ഓസ്ട്രേലിയയുടെ സിംബലായി മാറിയിരിക്കുന്നു. അതാണല്ലോ ഓസ്ട്രേലിയൻ ക്രിക്കറ്റ് ടീം ഇന്ത്യയിലെത്തുമ്പോൾ 'Kangaroos have arrived' എന്ന് നമ്മുടെ പത്രക്കാർ എഴുതുന്നത്. അവരുടെ അയൽക്കാരായ ന്യൂസിലൻഡ് അണ്ണന്മാരെ Kiwis (കിവീസ്) എന്നും വിളിക്കുന്നു. Kiwi അവിടെ മാത്രം കാണുന്ന ഒരു വിശേഷപതംഗമത്രെ.

ഒരുപാടു പ്രയോഗങ്ങൾക്ക് പാവം ക്യാങ്ഗെരു വഴിവെച്ചിട്ടുണ്ട്. Kangaroo Court, Kangaroo Dog, Kangaroo Vine, Kangaroo Paw, Kangaroo Rat, Kangaroo Islandഉം ഉണ്ട്.

Kangaroo ഒരു ക്രിയാപദമായും ഉപയോഗിക്കുന്നു. The car Kangarooed for some distance and came to halt. ക്ലച്ചിന്റെ കുഴപ്പംമൂലം കാറ് ഒരു ചാട്ടവും ചീറ്റലുമൊക്കെയായി നീങ്ങാറില്ലേ? അതാണ് Kangarooing.

പാർലമെന്ററി നടപടിക്രമങ്ങളിൽ Kangaroo Closure എന്നൊരു പരിപാടിയുണ്ട്. നിയമനിർമാണവേളയിൽ മെമ്പർമാർ പല ഭേദഗതികളും (Amendments) കൊണ്ടുവരാറുണ്ടല്ലോ. സ്പീക്കർ അവയിൽചിലത് ചർച്ചയ്ക്കെടുക്കുന്നു. മറ്റുള്ളവയെ നിരാകരിക്കുന്നു. ഈ പ്രക്രിയയ്

ക്കാണ് Kangaroo Closure എന്നു പറയുന്നത്.

ഏറെ പ്രസിദ്ധം Kangaroo Court ആണ്; ക്രമവിരുദ്ധമായ കോടതി. പണ്ട് നക്സലൈറ്റുകൾ നടത്തിയിരുന്ന ജനകീയ വിചാരണകളില്ലേ? അതൊക്കെ ക്യാങ്ഗെരു കോർട്ടാണ്. വിചാരണയും വിധിയും ശിക്ഷാനിർവഹണവുമൊക്കെ പെട്ടെന്നു കഴിയും. സാമ്പ്രദായിക നിയമവ്യവസ്ഥയ്ക്കൊന്നും ഇവിടെ സ്ഥാനമില്ല. കുറ്റപത്രം വായിക്കുന്നു; കഴുത്തു വെട്ടാൻ വിധിയാവുന്നു. A Kangaroo court set up by the rebels sentenced the deposed President to death.

ക്യാങ്ഗെരുവിനെ നായാടാൻ പ്രത്യേക പരിശീലനം നേടിയ ഒരു ശ്വാനവർഗമുണ്ട് ഓസ്ട്രേലിയയിൽ. ആ നായയാണ് Kangaroo dog. ബഹുമിടുക്കൻ. വടക്കൻ അമേരിക്കയിലെ വരണ്ട ഭൂഭാഗങ്ങളിൽ കാണപ്പെടുന്ന ഒരു പ്രത്യേകജാതി എലിയുണ്ട്. തടിച്ച ശരീരം, ബലിഷ്ഠമായ പിൻകാലുകൾ. അത് നടക്കുകയല്ല, തുള്ളുകയാണു ചെയ്യുക. മലയണ്ണാന്റെ അകന്ന ബന്ധു. ഇയാളെ Kangaroo Rat എന്നാണ് വിളിക്കുന്നത്.

54

Rude (റൂഡ്)

ഈ വാക്കിന് ഒരു രൗദ്രരസമുണ്ട്. Rough, ungentle, crude, harsh, uncultured എന്നിങ്ങനെ ഒട്ടേറെ അസുന്ദരമായ അർഥങ്ങൾ ഈ പരുക്കൻ പരീത് ഉൽപ്പാദിപ്പിക്കുന്നു. സർക്കാർ ആപ്പീസുകളിൽ, ആശുപത്രികളിൽ, മാതൃകാപോലീസ് സ്റ്റേഷനുകളിൽ, ബാങ്കുകളിൽ, പണമടയ്ക്കാൻ പൊതുജനം 'ക്യൂ' നിൽക്കുന്ന കൗണ്ടറുകളിൽ - എന്തിനും എന്നും എവിടെയും - നാം ഈ മുരടനെ കണ്ടുമുട്ടുന്നു. മാർദവലേശമില്ലാത്ത, മര്യാദകെട്ടപെരുമാറ്റം; അമാന്യമായ പ്രതികരണം; അതാണ് rudeness. കാർക്കശ്യം, അവിനയം തുടങ്ങിയ സ്വഭാവഗുണങ്ങളുടെ സങ്കേതം. ഇത് ഒരു വ്യക്തിവിശേഷമായി കൊണ്ടുനടക്കുന്ന പൊങ്ങന്മാരുണ്ട്. Rudeness പല മുഖങ്ങൾ പ്രദർശിപ്പിക്കുന്നു. പല ശൈലികൾ സ്വീകരിക്കുന്നു. ദേഷ്യം, പുച്ഛം, അസഹിഷ്ണുത, ക്രൂരത തുടങ്ങിയ തമോഭാവങ്ങൾ ഇതിൽ ലയിച്ചുകിടപ്പുണ്ട്.

ലാറ്റിനിലെ rudis എന്ന പദത്തിൽനിന്ന്, പഴയ ഫ്രഞ്ചു വഴി ഇംഗ്ലീഷിലെത്തിയ പദമാണ് rude. പച്ച, പരുക്കൻ എന്നൊക്കെ ലാറ്റിൻ മൂലത്തിന് അർഥം കൽപ്പിക്കാം. Rudiment എന്ന വാക്കും ഇതിനോട് ബന്ധപ്പെട്ടതാണ്. അസംസ്കൃതാവസ്ഥ എന്നാണ് ഒറിജിനൽ അർഥം. പിന്നീടത് ആദ്യപാഠം, അടിസ്ഥാനതത്വം തുടങ്ങിയ ആധുനികമായ അർഥങ്ങളെ സ്വയം വഹിച്ചു. My knowledge of Anthropology is rudimentary.

Erudite എന്ന വാക്കിന് rude മൂലവുമായി വേഴ്ചയുണ്ട്. 'Take the roughness out' എന്നതാണ് ഈ പദത്തിന്റെ അടിസ്ഥാന അർഥം. അപ്പോൾ 'polish' എന്ന അർഥം ഉരുത്തിരിഞ്ഞുവരുന്നു. കാലക്രമേണ വിദ്യത്വം, പാണ്ഡിത്യം എന്നീ അർഥങ്ങളിലേക്ക് erudite/erudition താമസം മാറ്റി.

He is an erudite critic of Post-War fiction.

55

ഓർക്കുക വല്ലപ്പോഴും

"**വാ**ക്കിനു വിലപ്പിടിപ്പേറുമീ സന്ദർഭത്തിലോർക്കുക വല്ലപ്പോഴു മെന്നല്ലാതെന്തോതും ഞാൻ?"

എന്നാണ് വർഷങ്ങൾക്കുമുമ്പ് അതിബന്ധുരമായ ഒരു പ്രേമകാവ്യത്തിലൂടെ നമ്മുടെ ഭാസ്കരകവി ചോദിച്ചത്. ശരിയാണ് കവേ. മറ്റൊന്നും ഓതാൻമേല. ഈ ഓർമ എന്ന ശുദ്ധമലയാളപദത്തിന് നമുക്കറിയാവുന്ന ഇംഗ്ലീഷാണ് Memory. ഇന്തോ - യൂറോപ്യൻ ഭാഷാമുത്തശ്ശിയുടെ പെട്ടകത്തിൽ രണ്ടു ധാതുക്കൾ ഉണ്ടായിരുന്നു. men, mon. Think (ചിന്തിക്കുക) എന്നതായിരുന്നു അർഥം. ഈ ധാതുക്കളിൽനിന്നാണ് memory അടക്കമുള്ള ഒരുപാടു വാക്കുകൾ കിളിർത്തുവന്നത്. mind, remember, memento, reminiscent, mention, memorandum, commemorate, എന്തിന് remind പോലും അങ്ങനെ പൊടിച്ചതാണ്. Memorial, memorise, memorable തുടങ്ങിയ വാക്കുകൾ വേറെയും കിടക്കുന്നു. മനഃ എന്ന ആര്യൻ വേരും men എന്ന യൂറോപ്യൻ ധാതുവും ഒന്നുതന്നെ എന്ന് ഓട്ടോ ജെസ്പേഴ്സൺ പറയുന്നു.

56

ഓംലെറ്റ് എന്ന പ്യാരീസുകാരൻ

ഓംലെറ്റ് എന്ന ഉപദംശം മാംസാഹാരികളുടെ പ്രിയങ്ങളിൽ മുഖ്യം. റൊട്ടിയുടെ കൂട്ടായി കാലത്ത് പ്രാതൽമേശപ്പുറത്ത് ഇദ്ദേഹമെത്തുന്നു. അമേരിക്കൻ ഇംഗ്ലീഷിൽ Omeletteനു ഒരു 't' കുറവാണെന്നതും ഓർക്കുന്നത് നന്ന്. സ്പെല്ലിങ്ങിൽ പ്രത്യേക നിഷ്കർഷ വേണം. 'm' കഴിഞ്ഞാൽ ഒരു 'e' ഉണ്ട്. പലരും ഇത് മറക്കുന്നു. മുട്ടയാണ് ഓംലെറ്റിലെ പ്രധാന ഘടകം: 'you can't make an omlette without breaking the egg.' (മുട്ടയുടയ്ക്കാതെ ഓംലെറ്റുണ്ടാക്കുക അസാധ്യം). ഈ ചൊല്ല് ഏതാണ്ടൊരു സുഭാഷിതമായിത്തീർന്നിരിക്കുന്നു. എന്തെങ്കിലും നല്ലതു ചെയ്യണമെങ്കിൽ ചില്ലറ കടുംകൈയൊക്കെ വേണ്ടിവരുമെന്ന് സാരം. തലകളുരുളാതെ വിപ്ലവം സാധ്യമല്ലല്ലോ.) "A Savory or sweet dish of beaten eggs cooked in fat" എന്നാണ് നിഘണ്ടുകാരന്റെ നിർവചനം. (അടിച്ചുപതച്ച മുട്ടകൾ കൊഴുപ്പിൽ പാകം ചെയ്തുണ്ടാക്കുന്ന എരിവോ, മധുരമോ ചേർത്ത ആഹാരപദാർഥം). അതായത് പച്ചമുളകില്ലാതെ, പഞ്ചാര ചേർത്തും ഇതു നിർമിക്കാൻ വ്യവസ്ഥയുണ്ട്. തട്ടുകടകൾ പെരുകിയ വർത്തമാന സന്ദർഭത്തിൽ ഓംലെറ്റിൽ എന്തും ചേർക്കാമെന്നായി. മൈദ, തക്കാളി, ഉരുളക്കിഴങ്ങു വേവിച്ചത്, ക്യാരറ്റ്. പഴയ ഓംലെറ്റ് ഒരു കനം കുറഞ്ഞ തകിടായിരുന്നു; ഇപ്പോഴോ? ഒരു ഭിണ്ണക്കൻ.

തൊഴിൽരഹിതരായ ഏതാനും ബിരുദാനന്തരബിരുദന്മാർ പത്തു നാൽപ്പതുകൊല്ലം മുമ്പ് കേരളത്തിലെ ഒരു വടക്കൻ നഗരത്തിൽ സാമാന്യം ഭേദപ്പെട്ട ഒരു തീൻപുര നടത്തുകയുണ്ടായി. അവിടെ omeletteനു മെനു കാർഡിൽ കൊടുത്ത പേര് Hamlet എന്നായിരുന്നുവെന്ന് ഒരു രസികൻ പറഞ്ഞു കേട്ടിട്ടുണ്ട്. കാരണം, അവിടെ നിർമിക്കുന്ന ഓംലെറ്റിനു സ്ഥായിയായ വിഷാദഭാവം ഉണ്ടായിരുന്നുവത്രെ!

ലത്തീൻ lamelleയിൽ നിന്നാണ് ഫ്രഞ്ച് omelette ഉണ്ടായതെന്നാണ് കിംവദന്തി. Lamelle എന്നുവെച്ചാൽ 'പരന്ന തകിട്'. ഓംലെറ്റിന്റെ രൂപം അടിച്ചു പരത്തിയ ഒരു തകിടിന്റേതാണല്ലോ. Alumelle (വാളിന്റെ വായ്ത്തല) എന്ന വാക്കുമായും omeletteനു വേഴ്ചയുണ്ട്. Lamelleൽ നിന്നാണ് Laminate, Lamination തുടങ്ങിയ വാക്കുകൾ നമുക്കു കിട്ടിയതെന്നും സ്മരിക്കുക.

57

പ്രയുക്തശാസ്ത്രം അഥവാ ടെക്നോളജി

ചുക്കില്ലാത്ത കഷായമില്ല; ടെക് (Tech) ഇല്ലാത്ത വർത്തമാന വ്യാപാരമില്ല. സാങ്കേതികവിദ്യയെന്നും പ്രയുക്ത ശാസ്ത്രമെന്നുമൊക്കെ ഗീർവാണം പറഞ്ഞാൽ സാധാരണക്കാരന്, മനസിലായില്ലെന്നുവരാം. എന്നാൽ 'Technology' എന്നു പറഞ്ഞാലോ? പെട്ടെന്നു കാര്യം പിടികിട്ടും........ "A systematic study of the arts" (കലയുടെ വ്യവസ്ഥാനുസൃതമായ പഠനം) എന്നതായിരുന്നു 17-ാം നൂറ്റാണ്ടിൽ നിലനിന്നിരുന്ന നിർവചനം. ഇപ്പോഴത് കലയെ മൊഴിചൊല്ലി ശാസ്ത്രത്തിന്റെ കിടക്ക പങ്കിടുന്നു. ഗ്രീക്കിലെ Technologiaയിൽ നിന്നാണ് പദത്തിന്റെ പുറപ്പാട്. (ലത്തീൻ വാണിയിലെ technologia) Tekhne എന്ന് ധാതു. അതായത് ആർട്ടോ, ക്രാഫ്റ്റോ. പത്തൊമ്പതാം നൂറ്റാണ്ടു പുരോഗമിച്ചതോടെ 'ടെക്നോളജി'ക്ക് 'practical arts' (പ്രായോഗിക കല) എന്ന സ്പെഷ്യൽ അർഥം വന്നുചേർന്നു. Science ശാസ്ത്രവും Technology ആ ശാസ്ത്രത്തിന്റെ പ്രായോഗികരൂപവുമായി മാറി. രണ്ടും തോളിൽ കൈയിട്ടു സഞ്ചരിക്കാനും തുടങ്ങി. Science and technology, Scientistന് technologistനേക്കാൾ ബഹുമതിയും സ്ഥാനബലവുമുണ്ടെന്ന കാര്യം വേറെ. ടെക്നിക്കൽ എന്ന നാമവിശേഷണവും ടെക്നോളജിക്കൽ എന്നവനും തമ്മിൽ സൂക്ഷ്മമായ അർഥവ്യത്യാസമുണ്ട്. 'Technical' വെറും സാങ്കേതികം. 'technological' ഒരു വ്യവസ്ഥയെ സൂചിപ്പിക്കുന്നു. The singer showed great technical skill in the rendering of certain rare ragas (ചില അപൂർവ രാഗങ്ങളുടെ ആലാപനത്തിൽ പാട്ടുകാരൻ വലിയ സാങ്കേതികത്തികവ് പ്രദർശിപ്പിച്ചു) Japanese car makers are keen to incorporate recent technological advances. (അധുനാധുന സാങ്കേതികവിദ്യ ഉപയോഗപ്പെടുത്താൻ ജാപ്പനീസ് കാർ നിർമാതാക്കൾ തൽപ്പരരാണ്.)

1920 മുതൽ പ്രചാരത്തിലിരിക്കുന്ന വാക്കാണ് 'technocracy'. തമാശയായി ഇതിനെ 'technocrazy' എന്നും ചിലർ വിളിക്കാറുണ്ട്. സാങ്കേതികശാസ്ത്ര പ്രവീണന്മാർ ചിട്ടപ്പെടുത്തുന്ന ഭരണക്രമത്തിന് ഈ പേർ പറയാം. ആരോഗ്യവകുപ്പ് ഭരിക്കുന്ന മന്ത്രി ഡോക്ടറാവുന്നത്, ധനകാര്യമന്ത്രി സാമ്പത്തികശാസ്ത്ര വിദഗ്ധനാവുന്നത്, പ്രതിരോധ മന്ത്രി മുൻപട്ടാള പരിചയമുള്ളയാളാകുന്നത് അഭികാമ്യമെന്ന്, വിദ്യാഭ്യാസ സചിവൻ കോളേജ് പ്രൊഫസറാവുന്നത് ഉത്തമമെന്നു കരുതുന്നവർ ഒരുപാടുണ്ടല്ലോ. അവരൊക്കെ 'technocracy'യുടെ കയ്യടിക്കാരാണ്. ഇതോട് ചേർന്നുനിൽക്കുന്ന വാക്കാണ് ഇന്ന് സാർവത്രികമായ technocrat. Technocrats enter public administration in a big way (പൊതുഭരണത്തിൽ ടെക്നോക്രാറ്റുകൾ വലിയ തോതിൽ കടന്നുവരുന്നുണ്ട്). ഈ വിദ്വാന്മാരും 'ജനറലിസ്റ്റു'കളും (Generalist) തമ്മിലാണ് ശീതസമരം.

58

Worship

'Work is worship' (അധ്വാനമാണ് ആരാധന). കൈയക്ഷരം നന്നാക്കാനും സ്പെല്ലിങ് ഉറപ്പിക്കാനുമായി കോപ്പിയെഴുത്ത് (കോപ്പിയടിയല്ല!) നിർബന്ധമായിരുന്ന പഴയകാലത്ത് ഈ സുഭാഷിതത്തിനു സാമാന്യം നല്ല പ്രചാരമുണ്ടായിരുന്നു. പൂജ, ആരാധന, ഉപാസന തുടങ്ങിയ അർഥങ്ങളിൽ മാത്രമല്ല തത്രഭവാൻ പ്രത്യക്ഷമാവുന്നത്. ആരാധ്യൻ, ബഹുമാന്യൻ എന്ന അർഥത്തിൽ ഇതു പ്രയോഗിക്കാറുണ്ട്. Worshipful Mayor ഒരുദാഹരണം. ഇത് ഭക്തി (devotion)യുമായി ബന്ധപ്പെട്ടു കിടക്കുന്ന വാക്കാണ്. ആരാധന മനുഷ്യസ്വഭാവത്തിൽ അലിഞ്ഞുകിടക്കുന്ന ഒരു ഘടകമാണ്. മനുഷ്യൻ പലതിനേയും ഉപാസിക്കുന്നു. ദൈവത്തെ, മതത്തെ, പ്രത്യയശാസ്ത്രത്തെ, പ്രേമത്തെ, പണത്തെ, അധികാരത്തെ. ഈ ഉപാസന നാലാളറിയുന്നതിൽ ചിലർക്ക് ഒരു സങ്കോചവുമില്ല. ചിലർക്കുണ്ടുതാനും. അവരത് രഹസ്യമായി സൂക്ഷിക്കുന്നു. ആരാധന ഒരു തീവ്രാനുരാഗത്തിന്റെ ഭാവങ്ങളാണ് പ്രദർശിപ്പിക്കുക. ഭക്തിമൂത്താൽ ഭ്രാന്താവുമെന്ന് പണ്ടാരോ പറഞ്ഞതു വെറുതെയല്ല. വെറും പ്രാന്തല്ല, നട്ടപ്രാന്ത്! ഒരടിമപ്പെടലിന്റെ കാലാവസ്ഥ ആരാധന/അശിക്ഷിതഭക്തി സൃഷ്ടിക്കുന്നുണ്ട്.

ആൽഫ്രഡ് എന്നൊരു വെസ്റ്റ് സാക്സൺ രാജാവുണ്ടായിരുന്നു, പണ്ടുപണ്ട് ഇംഗ്ലണ്ടിൽ; ഒമ്പതാം നൂറ്റാണ്ടിൽ. മൂപ്പരാണ് 'വെയോർത്സ്കിപ്' എന്ന വാക്ക് ആദ്യമായി ഉപയോഗിച്ചത് എന്ന് ചരിത്രം. ഈ വാക്കാണ് 'Worship'ന്റെ മുൻഗാമി. Honour (ആദരം, പൂജ്യത), Renown (ഖ്യാതി, പ്രസിദ്ധി) എന്നീ അർഥങ്ങളിലാണ് ഈ പദം പ്രയോഗിക്കപ്പെട്ടത്. ഈ വാക്കിലെ ആദ്യ പദമായ Wor ആണ് Worth ആയി മാറിയത്. Worth എന്നാൽ Value എന്നർഥം വന്നു. This book is worth its weight in gold. His proposal isn't worth serious consideration. അതിൽ നിന്ന് Worthy എന്ന അജക്ടീവുമുണ്ടായി. Be worthy of your noble family. Worth while എന്ന പ്രയോഗവും സാധാരണമാണ്. Is it worth while to attend these lectures? Worth എന്ന വാക്കിന് ഒരു സാമ്പത്തിക മൂല്യം ഉണ്ടായിരുന്നു. Those who are wealthy are worthy എന്നൊരു കാഴ്ചപ്പാട് നിലവിൽ വന്നു.

Worthന്റെയും Vertere എന്ന ലത്തീൻ ക്രിയാപദത്തിന്റെയും മൂലം ഒന്നാണത്രെ. Vertere എന്നാൽ 'To turn'. അതിൽനിന്നാണ് Revert, Convert എന്നീ വാക്കുകൾ നമുക്കു കിട്ടിയത്.

59

Tuxedo (ടക്സെഡോ)

നാഗരികന്റെ വസ്ത്രധാരണത്തിനു ചില ചിട്ടവട്ടങ്ങളൊക്കെയുണ്ട്. പ്രത്യേക സന്ദർഭങ്ങളിൽ പ്രത്യേക വേഷങ്ങൾ. പാശ്ചാത്യന്മാർ - വിശിഷ്യാ ഇംഗ്ലീഷുകാർ - Formal dressന്, അതായത് ഔപചാരിക വസ്ത്രാലങ്കാരത്തിന് വലിയ പ്രാധാന്യമാണ് കൽപ്പിച്ചിരുന്നത്. ഔപചാരികമായ അത്താഴവിരുന്നിനു ചെല്ലുമ്പോൾ 'ഡ്രസ്സ് കോഡ്' പാലിക്കണമെന്ന് സായ്പിനു നിർബന്ധമായിരുന്നു. Formal wear ആവശ്യമുള്ള അവസരങ്ങളിൽ Casual wear പാടില്ല. ഇപ്പോൾ ഈ കടുംപിടുത്തങ്ങളൊക്കെ കുറേ അയഞ്ഞിട്ടുണ്ട്. കുറേക്കൊല്ലം മുമ്പ് മുംബൈയിലെ താജ്മഹൽ ഹോട്ടലിൽ ഒരു വമ്പൻ വിരുന്നിനു ക്ഷണിക്കപ്പെട്ട വിഖ്യാത ചിത്രമെഴുത്തുകാരൻ എം എഫ് ഹുസൈൻ, ജുബ്ബയും പൈജാമയും ധരിച്ച് നഗ്നപാദനായി തീൻമുറിയിലെത്തിയപ്പോൾ ദ്വാരപാലകൻ ടിയാനെ തടഞ്ഞ സംഭവം പത്രങ്ങൾ ആഘോഷിച്ചിരുന്നു. പല ക്ഷണപത്രികകളിലും ഈ വാചകം പതിവായിരുന്നു: 'Formal dress, please.'

ഇത്രയൊക്കെ കഥിച്ചത് Tuxedo എന്നവനെ പരിചയപ്പെടുത്താൻ വേണ്ടിയാണ്. ബുഷ് അച്ചായന്റെ അമേരിക്കയിലും അതിനയലത്തെ കാനഡയിലും Dinner Jacketനു പറയുന്ന പേരാണ് Tuxedo. ലോപിച്ച് ടക്സ് (Tux) എന്നും വിളിക്കും, പരമേശ്വരനെ 'പരമു' എന്നു വിളിക്കുമ്പോലെ.

അമേരിക്കയിലെ ആദിവാസികളായ റെഡ് ഇന്ത്യൻ സമൂഹത്തിന്റെ P'tuksit എന്ന വാക്കിൽ നിന്നാണ് Tuxedo ഉൽപ്പന്നമായത് എന്നൊരു പക്ഷമുണ്ട്. 'ടുക്സിറ്റ്' എന്നാൽ 'He who has a round foot' എന്നാണത്രെ അക്ഷരാർഥം. അത് ചെന്നായ (wolf)യ്ക്കുള്ള പര്യായോക്തം (Euphemison) ആയിരുന്നു. പല റെഡ് ഇന്ത്യൻ സ്ഥലനാമങ്ങളിലും ഈ

വാക്ക് സ്ഥാനം പിടിച്ചു. ന്യൂയോർക്ക് നഗരത്തിൽനിന്ന് ഏതാണ്ട് 20 മൈൽ വടക്കായി കിടക്കുന്ന ഒരു തടാകത്തിന് Tuxedo Lake എന്നാണ് പേര്. ഒരു കോടീശ്വരൻ ഈ പ്രദേശം വിലയ്ക്കെടുത്ത് ഒരു വേനൽക്കാല സുഖവാസകേന്ദ്രമാക്കി. അതാണ് Tuxedo Resort Community ആയത്. 1890-കളിൽ Tuxedo Park Country Club സ്ഥാപിതമായി. വലിയ പണക്കാരും പരിഷ്കാരികളുമാണ് ഇവിടെ തമ്പടിച്ചത്. അങ്ങനെ വിലകൂടിയ ഡിന്നർ ജാക്കറ്റിന് Tuxedo എന്നു പേരുവന്നു. (Tuxedo Country Club അംഗങ്ങൾ ധരിക്കുന്ന മേത്തരമായ ഈവനിങ് ഡ്രസ്).

60

GUY (ഗൈ)

Who is that tall guy at the mike? (മൈക്കിനു മുമ്പിൽ നിൽക്കുന്ന പൊക്കക്കാരൻ കോപ്പുണ്ണി ആര്?)

Those guys are upto some mischief (ആ അലവലാതികൾ എന്തോ കുഴപ്പത്തിനൊരുങ്ങുകയാണ്). അതെ 'ഗൈ' നമ്മുടെ നിത്യഭാഷണത്തിൽ താമസം തുടങ്ങിയിരിക്കുന്നു. Chap, fellow എന്നീ ചിരപുരാതനമായ ബ്രിട്ടീഷ് വാക്കുകളെ അമേരിക്കൻ 'ഗൈ' ഗളഹസ്തം ചെയ്യുന്നു.

'ചാപ്പി'നെപ്പോലെ, 'ഫെലോ'വിനെപ്പോലെ ഈ യാങ്കിക്കും ഒരു അനൗപചാരികത (informality)യുണ്ട്. ഇവന് ഇസ്ത്രിയിട്ട സാഹിത്യഭാഷയിലേക്ക് പ്രവേശിക്കാൻ യോഗ്യതയില്ലെന്ന് പലരും കരുതുന്നു. അതവിടെ ഇരിക്കട്ടെ. നമുക്കറിയേണ്ടത് 'ഗൈ' എങ്ങനെ വന്നു എന്നതാണല്ലോ.

ജെയിംസ് ഒന്നാമൻ എന്നൊരു സ്കോട്ടിഷ് അരചനാണ് കന്യകയായിക്കഴിഞ്ഞ എലിസബത്ത് തമ്പുരാട്ടി നാടുനീങ്ങിയപ്പോൾ ഇംഗ്ലണ്ടിന്റെ രാജമകുടമണിയാൻ നറുക്കുവീണത്. മൂപ്പരെയും പാർലമെന്റ് മന്ദിരത്തെയും ഒന്നിച്ചു ഭസ്മീകരിക്കാനൊരു രഹസ്യപദ്ധതിക്ക് ചില ഉപജാപവേന്ദ്രന്മാർ രൂപംകൊടുത്തു. അതിന്റെ പേരാണ് 'ഗൺ പൗഡർ പ്ലോട്ട്' (Gun Powder Plot). ഈ പ്ലോട്ടിന്റെ സംഘാടകനായി പ്രവർത്തിച്ചത് Guy Fawkes (ഗൈ ഫോക്സ്) എന്നൊരു കശ്മലനായിരുന്നു. പ്ലോട്ട് പൊളിഞ്ഞു. ഗൈ ഫോക്സിനെ കഴുവേറ്റി, 1606 സെപ്റ്റംബർ 5ന്. ആ ദിവസം ഇപ്പോഴും ഇംഗ്ലീഷുകാർ ഗൈ ഫോക്സിന്റെ കോലം കത്തിച്ചും പടക്കംപൊട്ടിച്ചും തെരുക്കൂത്താടിയും ആമോദപൂർവം ആഘോഷിക്കുന്നു. ഗൈ ഫോക്സ് ഡേ എന്നാണ് സെപ്റ്റംബർ 5നെ വിളിക്കുന്നത്.

ഈ വിദ്വാന്റെ പേരിലെ ആദ്യഭാഗമായ Guy അടർത്തിമാറ്റി, 'തിരു

മാലി', 'കൊള്ളരുതാത്തവൻ' എന്നീ അർഥങ്ങളുള്ള ഒരു നെഗറ്റീവ് നൗണായി ഇംഗ്ലീഷുകാർ ഉപയോഗിച്ചുവന്നു. ഈ നിഷേധാർഥത്തെ, നിന്ദാസൂചനയെ നിരാകരിച്ച് Guy എന്ന പദത്തെ ശുദ്ധീകരിച്ചത് അമേരിക്കക്കാരാണ്. ഒരുവൻ എന്നേ Guyനു വിവക്ഷയുള്ളൂ. അമേരിക്കൻ പ്രയോഗത്തിൽ അതായത് Fellow യുടെ സമൻ. അവൻ വയസനാവാം യുവാവാവാം കൊള്ളാവുന്നവനാവാം തിരുമാലിയാവാം. അങ്ങനെ Guy നല്ലൊരു പുല്ലിംഗമായി എല്ലായിടത്തുംകിടന്ന് കളിക്കുന്നു. ഒരു ബഹുമാനപദമല്ലെങ്കിലും അതൊരു അപമാനപദമല്ല തീർച്ച.

61

Why midwife?

'**മി**ഡ്‌വൈഫ്' എന്ന ഇംഗ്ലീഷിന്റെ മലയാളം ബദലാണ് വയറ്റാട്ടി. ലോകമുണ്ടായതുമുതൽ ആയമ്മയുണ്ട്. ഗീർവാണിയിൽപ്പറഞ്ഞാൽ സൂതികർമിണി. ആശുപത്രികളിലോ നഴ്സിങ് ഹോമുകളിലോ പ്രസവിക്കുന്ന പതിവ് പണ്ടില്ലായിരുന്നു. ഡോക്ടറെ വിളിക്കുന്നത് കാര്യം വിഷമസ്ഥിതിയിലാവുമ്പോൾ മാത്രം. നാട്ടിൻപുറത്തെ പേറ്റിച്ചിയുടെ അനുഭവ സമ്പത്തിലും കരവിരുതിലും ജനം വിശ്വാസമർപ്പിച്ചുപോന്നു. 'മിഡ്' എന്നാൽ 'മധ്യ'മാണല്ലോ. എന്തുകൊണ്ടാണ് സൂതികർമിണിയെ 'മധ്യ ഭാര്യ'യെന്നു വിളിക്കുന്നത്? Mid എന്ന പദത്തിനു With എന്നും അർഥമുണ്ട്. Wife എന്ന വാക്കിന് Woman എന്നും (Old Wives = Old women. Wifman എന്ന ഓൾഡ് ഇംഗ്ലീഷ് വാക്കാണ് Woman ആയി വേഷം പകർന്നത്). അപ്പോൾ midwife എന്നാൽ With Woman എന്ന് സിദ്ധിക്കുന്നു. അതായത് പ്രസവിക്കാൻ പോകുന്ന സ്ത്രീയെ പരിചരിക്കുന്നവൾ. സൂതികാശാസ്ത്രത്തിനു Midwifery എന്നു പറയുന്നു.

62

Ear-marked

Set aside, പ്രത്യേകമായി നീക്കിവെക്കുക എന്ന അർഥത്തിൽ നാം ഈ പ്രയോഗമെടുത്തു പെരുമാറുമ്പോൾ അതിന്റെ ഉത്ഭവത്തെക്കുറിച്ചൊന്നും ആലോചിക്കാറില്ല. 'ഒരു പശുവിന്റെ, കാളയുടെ, കുതിരയുടെ ഉടമസ്ഥാവകാശം സൂചിപ്പിക്കാൻവേണ്ടി ആ മൃഗത്തിന്റെ കാതിൽ ഒരു കുണുക്കിടുകയോ, തുളയുണ്ടാക്കുകയോ ചെയ്യുന്ന പതിവുണ്ടായിരുന്നു. അതാണ് ear-marking. ബൈബിൾ കാലത്ത് ഈ കാതുകുത്തേർപ്പാട് അടിമകളിലേക്കു നീണ്ടു. Exodus (എക്സെഡസ് എന്നാണ് ഉച്ചാരണം). ചാപ്റ്റർ 22ൽ (Verse 16) ഇങ്ങനെയൊരു പ്രസ്താവമുണ്ട്: 'his master shall bore his ear, through with an awl; and he shall serve him forever.' അടിമകളെ ഇരുകാലി മാടുകളായാണല്ലോ അന്നത്തെ മേലാള സമൂഹം കണ്ടിരുന്നത്.

63

Cardigan

കാർഡിഗൻ കൈയില്ലാത്ത, കോളറില്ലാത്ത രോമക്കുപ്പായമാണ്. ഒരു Sweater; ഒരു Jacket. മുൻവശത്തു ബട്ടൻ കാണാം.

ഇതിനു Cardigan എന്ന പേര് എങ്ങനെ വന്നുവീണു? പത്തൊമ്പതാം നൂറ്റാണ്ടിൽ ജേംസ് തോമസ് ബ്രഡ്നെൽ എന്നൊരു സാഹസികനുണ്ടായിരുന്നു. 7th Earl of Cardigan-അദ്ദേഹത്തിന്റെ കുതിരപ്പട്ടാളം ക്രിമിയൻ യുദ്ധത്തിൽ പങ്കെടുത്തത് ഈ സ്വറ്ററുകൾ ധരിച്ചുകൊണ്ടായിരുന്നു. ആയതിനാൽ ഈ കുപ്പായത്തിനു കാർഡിഗൻ എന്ന പേരു പതിഞ്ഞു. കൂട്ടത്തിൽപറയട്ടെ അദ്ദേഹത്തിന്റെ കുതിരപ്പടയുടെ ഐതിഹാസികമായ പോരാട്ടമാണ് ടെന്നിസൺ എന്ന മഹാകവി തന്റെ *Charge of The Light Brigade* എന്ന വിഖ്യാത കവിതയ്ക്കു വിഷയമാക്കിയത്.

64

Manure (മാന്യുഎ(ർ)

ഭൂമിയെ ഫലഭൂയിഷ്ഠമാക്കാൻ തണ്ണീർമാത്രം പോരാ, വളംകൂടി വേണം. ഈ അത്യാവശ്യമായ വസ്തുവിന്റെ ഇംഗ്ലീഷാകുന്നു Manure. വാക്കിന്റെ പഴയ അർഥം tilling the soil നിലം ഉഴുക എന്നായിരുന്നു. ഇത് ഒരു പരന്ത്രീസ് പദമത്രെ. 'work by hand' കൈകൊണ്ടുള്ള അധ്വാനം എന്നായിരുന്നു ഫ്രഞ്ചുവാക്കിന്റെ പൊരുൾ. പതിനാലാം നൂറ്റാണ്ടിൽ ഇംഗ്ലണ്ടിലുണ്ടായിരുന്നത് ഭൂമിയിലും കൃഷിയിലും അധിഷ്ഠിതമായ സമ്പദ്വ്യവസ്ഥയായിരുന്നുവെന്ന് ഓർക്കണം. മണ്ണിനും അതിന്മേൽ മനുഷ്യൻ നടത്തുന്ന മല്ലിനും വലിയ പ്രാധാന്യമായിരുന്നു കൽപ്പിച്ചിരുന്നത്. Manage/administer എന്നീ അർഥങ്ങളും പണ്ട് ഈ പദത്തിനുണ്ടായിരുന്നു. ഈ അർഥങ്ങളാകട്ടെ പിന്നീട് അനർഥങ്ങളായി. Manure എന്നാൽ വളമെന്നും ക്രിയയായി പ്രയോഗിക്കുമ്പോൾ വളമിട്ട മണ്ണിനെ പുഷ്ടിപ്പെടുത്തുക എന്നും specialise ചെയ്യപ്പെട്ടു (ഈ specialisation പ്രക്രിയ പദങ്ങളുടെ കാര്യത്തിൽ സാധാരണം). Manure എന്നു പറയുമ്പോൾ ഉച്ചാരണത്തിൽ സാമ്യമുള്ള മറ്റൊരു വാക്ക് മനസിൽ കടന്നുവരും. manoevre അപകടകരമായ സ്പെല്ലിങ്ങാണ്. അങ്ങേയറ്റം സൂക്ഷിക്കണം. കുതന്ത്രം, കപടോപായം, ചാണക്യസൂത്രം എന്നൊക്കെ അർഥം പറയാം. He is manoevring to gain total contorl over the party (പാർട്ടിയിൽ പൂർണാധിപത്യം നേടാൻ കുട്ടിരാമൻ എല്ലാ കുതന്ത്രങ്ങളും പ്രയോഗിക്കുന്നുണ്ട് എന്നു പച്ചമലയാളം).

65

Taxi, Taxi

വാടകവണ്ടി (Vehicle for hire) അതാണല്ലോ ടാക്സി. 1898 മുതൽ ഇതു നിലവിലുണ്ട്. ഫ്രഞ്ചിലെ taxe metre ലോപിച്ചാണ് taxi ഉണ്ടായത് എന്നു ചിലർ പറയുന്നു. Taxe എന്നാൽ tax. എന്നാൽ കരം, തീരുവ, ചുങ്കം, വരിപ്പണം. Tariff എന്നു ഇംഗ്ലീഷിൽ പറയാം. Metre എന്നാൽ മീറ്റർ അളവ് അളക്കും യന്ത്രം. എല്ലാ വാടകവണ്ടികളിലും ഈ ഉപകരണം (taxe metre) ഘടിപ്പിച്ചിരിക്കണമെന്ന നിയമം ഫ്രാൻസിൽ ഉണ്ടായത് 1898ലാണത്രെ.

Taxi വന്നത് മറ്റൊരു സ്രോതസിൽ നിന്നാണെന്ന വാദമുണ്ട്. ഇരുപതാം നൂറ്റാണ്ടിന്റെ ആദ്യത്തിൽ ആസ്ട്രോ - ഹങ്കേറിയൻ സാമ്രാജ്യത്തിന്റെ ആഭ്യന്തരമന്ത്രി Thurnund Taxi's (തേൺ ഉൺട് ടാക്സിസ്) എന്നൊരു കേമനായിരുന്നു. മൂപ്പരുടെ ഭരണപരിഷ്കാരങ്ങളിലൊന്ന് എല്ലാ വാടകവണ്ടികൾക്കും taximetre നിർബന്ധമാക്കുക എന്നായിരുന്നു പോൽ. ഈ മീറ്റർ ഘടിപ്പിച്ച കാറുകളെ പൊതുജനം taxi എന്നു വിളിച്ചു. Taxisന്റെ സ്മരണാർഥം. ഏതായാലും Taxi metre cab എന്നതിന്റെ ചുരുക്കെഴുത്താകുന്നു Taxi. പല യൂറോപ്യൻ വൻനഗരങ്ങളിലും Taxi metre cab എന്ന പ്ലാസ്റ്റിക് ബോർഡ് വാടകക്കാറുകളുടെ ഉച്ചിയിൽ കാണാം.

Taxi ഒരു നൗൺ മാത്രമല്ല; ക്രിയകൂടിയാണ്. the aircraft taxied along the runway.

Taxi dancing എന്നൊരേർപ്പാടുണ്ട്. അതെന്താണ് എന്നല്ലേ? നിങ്ങൾ ഒരു മുന്തിയ ഹോട്ടലിലെ ഡാൻസ് ഹാളിൽ ചെല്ലുന്നു. നിങ്ങൾക്ക് ഒരു ചുറു നടനമാടണമെന്നു മോഹമുണ്ടെങ്കിൽ വാടകയ്ക്ക് ഒരു പാർട്ണറെ കിട്ടും. ഈ രീതിക്കാണ് ടാക്സി ഡാൻസിങ് എന്നു പറയുന്നത്. ഒരു വാഹനം hire ചെയ്യുന്നതുപോലെ, ഒരു സഹനർത്തകിയെ നിശ്ചിതസമയത്തേക്കു വാടകയ്ക്കെടുക്കുന്നു എന്നു മാത്രം.

66

Jumbo (ജംബൗ)

ഈ പദം സൂചിപ്പിക്കുന്നത് എന്തിനെയാണ്? അസാമാന്യമായ ആകാരത്തെ, വലുപ്പത്തെ. Jumbo Size, Jumbo Jet എന്നൊക്കെ കേൾക്കാറില്ലേ? വിലക്ഷണ ഭീമനത്രെ ഈ ജംബൗ. അതിനാൽ ഈ നാമം മന്ദഗതിയായ മത്തേഭത്തിനും ചേരും. Jumbo Catinet എന്ന പ്രയോഗം പത്രങ്ങൾ വഴി നമുക്കു പരിചിതമാണല്ലോ. കേവലഭൂരിപക്ഷമില്ലാതെ വരുന്ന സാഹചര്യത്തിൽ അസംബ്ലിയിലെ ഏറ്റവും വലിയ കക്ഷി നാമമാത്രസാന്നിധ്യമുള്ള ഈർക്കിൽ പാർട്ടികളെ കൂട്ടുവിളിക്കും. അവരാവശ്യപ്പെടുന്നത്ര കസേരകൾ അവർക്കുകൊടുക്കേണ്ട ഗതികേടു വന്നുചേരും. അങ്ങനെയാണ് പല സംസ്ഥാനങ്ങളിലും ജംബൗ മന്ത്രിസഭകൾ ഉണ്ടാകുന്നത്. ചിലേടത്ത് ക്യാബിനറ്റിൽ പലവിതാനങ്ങളും വേണ്ടിവരും. മുഴുമന്ത്രി, അരമന്ത്രി, കാൽമന്ത്രി എന്നിങ്ങനെ, അതാണു സാറേ ജനാധിപത്യം.

Elephantine എന്ന അജക്ടീവിന്റെ പകരക്കാരനാണ് ഈ വാക്ക്. ഇതുവന്നതും ആനയിൽ നിന്നുതന്നെ. ലണ്ടൻ മൃഗശാലയിൽ, പൊക്കത്തിൽ, വണ്ണത്തിൽ, തലയെടുപ്പിൽ മറ്റു ആനകളെ നിഷ്പ്രഭമാക്കിയ ഒരു ഗജവീരനുണ്ടായിരുന്നു ആഫ്രിക്കക്കാരൻ. ബാർണ ആൻഡ് ബെയ്ലി എന്ന് പുകൾ പൊങ്ങിയ അമേരിക്കൻ സർക്കസു കമ്പനി അവനെ വിലയ്ക്കുവാങ്ങി. ജംബൗ (Jumbo) എന്ന പേരിട്ടു. 1885ൽ ഒരു തീവണ്ടി തട്ടിയാണ് ജംബൗ ചരിഞ്ഞത്. അവന്റെ പേര് ഒരു സർവനാമമായും സൗകര്യപ്രദമായ നാമവിശേഷണമായും പരിമളം പരത്തി പരിലസിക്കുന്നു. ജംബോ ശിവശംഭോ!

67

Imperialism (ഇംപീരിയലിസം)

സാമ്രാജ്യത്വമെന്ന് മൊഴിമാറ്റപ്പെടുന്ന ഈ വാക്ക്, ഫാസിസം പോലെ, ക്യാപിറ്റലിസം പോലെ, അരോചകമെങ്കിലും, വർത്തമാന സംവാദങ്ങളിൽ ഒഴിവാക്കാൻ വയ്യാത്ത ഒന്നാണ്. പതിനാലാം നൂറ്റാണ്ടുമുതൽ Imperial എന്ന അജക്ടീവ് ഇംഗ്ലീഷിലുണ്ടായിരുന്നുവെങ്കിലും imperialism എന്ന നാമപദം പതിനേഴാം നൂറ്റാണ്ടുമുതൽ കിടന്നു കളിച്ചിരുന്നുവെങ്കിലും, ഇന്നത്തെ അർഥത്തിൽ imperialism പ്രചരിച്ചു തുടങ്ങിയത് പത്തൊമ്പതാം നൂറ്റാണ്ടിലാണ്. ഇംപീരിയലിസ് (imperialis), ഇംപീരിയം (imperium) എന്നീ ലാറ്റിൻപദങ്ങളിൽ നിന്നാണ് നമ്മുടെ ഇംപീരിയലിസം ഉരുത്തിരിഞ്ഞത്. Emperor, Empire എന്നീ പദങ്ങളുമായി imperialഉം ഇംപീരിയലിസവും കെട്ടുപിണഞ്ഞുകിടക്കുന്നു. ഇന്നത്തെ State Bank of India, ബ്രിട്ടീഷ്ദൊരയുടെ ഭരണകാലത്ത് Imperial Bank of India ആയിരുന്നു. ഒരുകാലത്ത് the empire എന്നുവെച്ചാൽ British empire എന്നായിരുന്നു ധ്വനി. Imperial treasury, Imperial forces, Imperial council ഇങ്ങനെ നീണ്ടു സാമ്രാജ്യ പദാവലി.

കൊളോണിയൽ അധിനിവേശവുമായി ഇഴചേർന്നു കിടന്ന വാക്കാണ് imperialism. ചക്രവർത്തി സാർവഭൗമന്റെ പ്രജകൾ imperial subjects. വെള്ളമുതലാളിയുടെ ഒരു പടുകൂറ്റൻ സ്ഥാപനം അടുത്ത കാലംവരെ ഇന്ത്യയിലുണ്ടായിരുന്നു: ICI (Imperial Chemical Industries). ഇരുപതാം നൂറ്റാണ്ടായതോടെ ഈ വാക്കിനു പുതിയ ലക്ഷ്യാർഥങ്ങൾ (connotations) കൈവന്നു. Kantsky, Baner, Hobson, Hilferding, Lenin എന്നീ രാഷ്ട്രീയ സൈദ്ധാന്തിക ചിന്തകന്മാരാണ് ഈ പദത്തിന് വിവാദപരമായ വ്യാഖ്യാനങ്ങൾ നൽകിയത്. ആധുനിക സാമ്രാജ്യത്വത്തെ മുതലാളിത്ത വ്യവസ്ഥയുടെ വളർച്ചയിലെ ഒരു മുഖ്യഘട്ടവുമായി ബന്ധി

പ്പിക്കുകയാണ് അവരിൽ ചിലർ ചെയ്തത്. സാമ്പത്തിക സാമ്രാജ്യത്വം, സാംസ്കാരിക സാമ്രാജ്യത്വം, വർഗ സാമ്രാജ്യത്വം (Economic Imperialism, Cultural imperilism, Class imperialism) എന്നീ വകതിരിവുകളെക്കുറിച്ചു നാം ബോധവാന്മാരായി. പത്തൊമ്പതാം നൂറ്റാണ്ടിൽ imperialism എന്നത് ഒരു രാഷ്ട്രീയവ്യവസ്ഥ മാത്രമായിരുന്നു. തമ്പുരാക്കന്മാരുടെ തമ്പുരാൻ അതായത് ചക്രവർത്തി ഒരു Imperial Centre - സാമ്രാജ്യത്വ കേന്ദ്രമായി മാറുന്ന ഏർപ്പാട്. കോളനികൾ സ്വതന്ത്രമായതോടെ ആ അർഥത്തിലുള്ള പൊളിറ്റിക്കൽ ഇംപീരിയലിസം അസ്തമിച്ചു. എന്നാൽ പുതിയ ഇംപീരിയലിസങ്ങൾ പ്രത്യക്ഷപ്പെടാൻ തുടങ്ങി. അരചന്മാർ ഇല്ലാതായെങ്കിലും പുതിയ നാടുവാഴി രൂപങ്ങൾ രംഗത്തുവന്നു.

ഇന്നു imperialism ബഹുരൂപിയാണ്; അത് പല ശബ്ദങ്ങളിൽ സംസാരിക്കുന്നു. എല്ലാവിധ വ്യാപനങ്ങളും (Expansion), എല്ലാത്തരം കോയ്മകളും (hegemony) പുതിയ imperialism എന്ന സങ്കൽപ്പവുമായി ഒട്ടിനിൽക്കുന്നു. Emperor മരിച്ചു: പക്ഷേ, imperialism പലമട്ടിൽ, പല വേഷങ്ങളിൽ അരങ്ങുതകർത്താടുന്നു.

68

ചില ചൊല്ലുകൾ: അവയ്ക്കു പിന്നിലെ കഥകൾ

എല്ലാ ഭാഷകളിലുമുണ്ട് പലവിധം ചൊല്ലുകൾ. അവയുടെ പിന്നാമ്പുറത്ത് ചില കഥകളും കാണും. ഈ കഥകൾ കപോലകൽപ്പിതങ്ങളാവാം. ചിലപ്പോൾ സത്യവുമാവാം. ഏതായാലും അവയ്ക്കൊരു ചന്തമുണ്ട്.

To take forty winks എന്നു കേട്ടിട്ടില്ലേ! ചെറുതായൊന്നു മയങ്ങുക, പൂച്ചയുറക്കം: അതാണ് ഇതിന്റെ അർഥം. ഇമവെട്ടുന്നതിനെ, കണ്ണടച്ച് ഉടൻ തുറക്കുന്നതിനെ Wink എന്നു പറയുന്നു. 'The naughty girl winked at the old man' (കുറുമ്പിപ്പെണ്ണ് കാർന്നോപ്പാടിനോട് കണ്ണടിച്ചു). ഒരു കണ്ണുകൊണ്ടേ ഈ Winking സാധ്യമാവൂ. സ്വൽപ്പം പരിശീലനവും ആവശ്യമുണ്ട്. ഇതെങ്ങനെ ഉറക്കവുമായി ബന്ധപ്പെട്ടു എന്നറിഞ്ഞുകൂടാ. ഉറങ്ങുമ്പോൾ രണ്ടു മിഴികളും പൂട്ടുക എന്നതാണല്ലോ വഴക്കം.

Fortyക്ക് ചില സ്ഥാനമാനങ്ങളൊക്കെ പണ്ടേ അനുവദിച്ചുകിട്ടിയിട്ടുണ്ട്. അതൊരു ശുഭനമ്പറായി പരിഗണിക്കപ്പെടുന്നു. അതൊരു വിശുദ്ധ നമ്പറാകുന്നു. *ബൈബിളിൽ* ഒരുപാടുസ്ഥലത്ത് 'നാൽപ്പത്' കിടന്നു കളിക്കുന്നുണ്ട്. മോശ (Moses) മലമേൽ കഴിഞ്ഞത് നാൽപ്പത് പകലും നാൽപ്പത് രാവുമായിരുന്നു. ഏലിയ എന്ന ബിബ്ലിക്കൻ കഥാപാത്രത്തെ കഴുകന്മാർ ഊട്ടിയത് നാൽപ്പതു നാളായിരുന്നു. പ്രളയകാലത്തെ പെരുമഴ നാൽപ്പതു ദിവസമാണ് നീണ്ടുനിന്നത്. നോഹ തന്റെ പേടകത്തിന്റെ ജാലകം തുറന്നത് നാൽപ്പതുദിവസത്തിനുശേഷമായിരുന്നു. യേശു ഉപവസിച്ചത് നാൽപ്പതുദിനം; ഉയിർത്തെഴുന്നേൽപ്പിനുശേഷം ശിഷ്യന്മാർക്ക് ദർശനം നൽകിയത് നാൽപ്പതാംദിവസം, 'നാഴികയ്ക്കു നാൽപ്പതുവട്ടം' എന്നൊരു മലയാളശൈലിയുണ്ട്. 1947-ൽ ബ്രിട്ടീഷുകാർ ഇവിടംവിട്ടപ്പോൾ ഇവിടത്തെ ജനസംഖ്യ 40 കോടിയായിരുന്നു. ഭാര്യയ്ക്ക് നാൽപ്പ

തുകഴിഞ്ഞാൽ ഭർത്താവ് ഒരു ചിന്നവീട് വെക്കുന്നത് പഴയ ചൈനയിൽ മാന്യമായ പതിവായിരുന്നു (പേൾ എസ് ബെക്കിന്റെ *ഗുഡ് എർത്ത്* നോക്കുക). From the Frying Pan into the fire എന്നത് പ്രസിദ്ധമായൊരു ചൊല്ലാണ്. വറചട്ടിയിൽനിന്ന് എരിതീയിലേക്ക്. from bad to worse എന്ന പ്രയോഗത്തിന്റെ വർണശബളമായ മറ്റൊരു രൂപം. 'ചേറ്റുപുണ്ണിൽനിന്ന് വരട്ടുചൊറിയിലേക്ക്' എന്നൊരു നാടൻപ്രയോഗമില്ലേ, അതുതന്നെ. ചീത്തയായ ഒരവസ്ഥയിൽനിന്ന് പിന്നെ അതിനേക്കാൾ ചീത്തയായ മറ്റൊരവസ്ഥയിലേക്ക്. ഈ ശൈലി രൂപവ്യത്യാസങ്ങളോടെ പല ഭാഷകളിലും കാണാം. 'out of smoke, into the flame' എന്നും ഗ്രീക്കുകാർ പറയും. പോർച്ചുഗീസുകാർ പറയുക 'to fal from the frying pan into the coat' എന്നാണ്. ഗെയ്‌ലിക് ഭാഷയിൽ ഒരു പ്രയോഗമുണ്ട്. 'out of the cauldron into the fire'

'From the frying pan into the fire' എന്ന ചൊല്ല് ഇംഗ്ലീഷ് ഭാഷയിൽ ആദ്യമായി ഉപയോഗിച്ചത് Sir. Thomas More എന്ന മഹാപണ്ഡിതനായിരുന്നുവെന്നാണ് കേൾവി. മേപ്പടിയാൻ ഹെൻറി എട്ടാമൻ എന്ന ട്യൂഡർ രാജാവിന്റെ സചിവോത്തമനായിരുന്നു. *ബൈബിൾ* ഇംഗ്ലീഷിലേക്ക് വിവർത്തനംചെയ്യാൻ ചങ്കൂറ്റംകാണിച്ച ടിൻഡേൽ എന്നധികാരിയെ ഭർത്സിക്കുന്ന സന്ദർഭത്തിലാണുപോൽ മഹാമന്ത്രി ഈ പ്രയോഗം കാച്ചിയത്.

കാതറിൻരാജ്ഞിയെ മൊഴിചൊല്ലി ആനിബൊളിൻ എന്ന മൊഞ്ചത്തിയെ വീടരാക്കാൻ ഹെൻറി എട്ടാമൻ മുതിർന്നപ്പോൾ സർ. തോമസ് മൂർ അതിനെ ശക്തിയായി എതിർത്തു. രാജാവ് അദ്ദേഹത്തിൽ രാജ്യദ്രോഹക്കുറ്റം ആരോപിച്ച് തലവെട്ടാൻ കൽപ്പനയായി. അടുത്ത വർഷം അതായത് 1536-ൽ, ടിൻഡേൽ എന്ന *ബൈബിൾ* വിവർത്തകനെ കഴുത്തുഞെരിച്ച് കൊന്നശേഷം പരസ്യമായി കത്തിച്ചു. അതായിരുന്നു 16-ാം നൂറ്റാണ്ട്. ദിവസവും കാലത്തെഴുന്നേറ്റാൽ ആളുകൾ ചെയ്തിരുന്നത് തല കഴുത്തിലുണ്ടോ എന്ന് തപ്പിനോക്കുകയായിരുന്നു.

Russia Jumped out of the frying pan into the fire when it walked out of the Soviet System into the free-market capitalism.

തീയുമായി ബന്ധപ്പെട്ട ഒരുപാട് ചൊല്ലുകളും ശൈലികളും ഇംഗ്ലീഷിൽ കാണാം: To fan the flames, ordeal by fire, fire-brand wings of fire, fire-spitting speech, fire-walking.

69

ഗമയ, ഗമയ

Gamyയിൽ അവസാനിക്കുന്ന അസംഖ്യം വാക്കുകൾ ഇംഗ്ലീഷിലുണ്ട്. Polygamy, monogamy, bigamy, misogamy ഇവയൊക്കെയും വിവാഹസംബന്ധിയാകുന്നു. ബഹുഭാര്യാത്വമാണ് പോളിഗമി. പണ്ടൊക്കെ ഇത് ഏതാണ്ടൊരു നാട്ടുനടപ്പായിരുന്നു. ചെല്ലുന്നിടത്തെല്ലാം സംബന്ധം. അന്നൊന്നും ഭാര്യമാരെ ഊട്ടുകയും ഉടുപ്പിക്കുകയും ചെയ്യേണ്ട ബാധ്യത ഭർത്താക്കന്മാർക്കില്ലായിരുന്നു. അതൊക്കെ തറവാട് നോക്കിക്കൊള്ളും, പത്തായം പെറും, ചക്കികുത്തും, ഇണ്ണാമനുണ്ണും ഇതായിരുന്നു സാമൂഹ്യചരിത്രം. Poly എന്നാൽ 'ബഹു' എന്നർഥം. ഗ്രീക്കിലെ Polusൽ നിന്നാണ് മുളപൊട്ടിയത്. Polus=much. gamy വന്നതും യവനഭാഷയിൽ നിന്നുതന്നെ. gamos എന്നാൽ മിന്നുകെട്ട്/മംഗലം അങ്ങനെ Polyയും gamyയും ചേർന്ന് Polygamy എന്ന കുമാരസംഭവമുണ്ടായി.

Monogamy ഏകപത്നീവ്രതമാകുന്നു. One man, One wife. ധൃതരാഷ്ട്രന് ഒരു ഭാര്യയേ ഉണ്ടായിരുന്നുള്ളൂ: ഗാന്ധാരി. എന്നാൽ പാണ്ഡുവിനു പൊണ്ടാട്ടിമാർ രണ്ട്, കുന്തിയും മാദ്രിയും. അന്ധനായ ചേട്ടൻ monogamist; ത്വക്ക് രോഗമുള്ള അനുജൻ Polygamist. ഓരോ രാജ്യം കീഴടക്കുമ്പോഴും അവിടുത്തെ രാജകുമാരിയെ വേൾക്കുക എന്നത് അരചന്മാരുടെ ചിട്ടയായിരുന്നു. ഫ്യൂഡൽ വ്യവസ്ഥയുടെ പ്രതാപകാലത്ത് പോളിഗമി പൊടിപൊടിച്ചു. Bigamay എന്നാൽ ഒരു ഭാര്യയുമായുള്ള ബന്ധം നിയമപരമായി നിലവിലിരിക്കെ മറ്റൊരു മൈക്കണ്ണിയെ രഹസ്യമായോ പരസ്യമായോ പരിണയിക്കുന്ന കുറ്റകരമായ പ്രവർത്തനമാകുന്നു. Misogamy എന്നാലോ? Hatred of marriage. വിവാഹത്തോട് വിരോധം. ആ സുഖക്കേടുള്ള ആണുങ്ങളും പെണ്ണുങ്ങളും സമൂഹത്തിലുണ്ടല്ലോ. Misogynist സ്ത്രീ വിദ്വേഷിയാണ്. Misogamist പുടമുറി വിദ്വേഷിയും.

'നാരികൾ നാരികൾ നാനാവിപത്തിന്റെ നാരായ വേരുകൾ' എന്ന് ചങ്ങമ്പുഴ.

70

Palindrome and other oddities

'പാലിൻഡ്രോം' എന്നാലെന്ത്? ഇടത്തുനിന്ന് വലത്തോട്ടും വലത്തുനിന്ന് ഇടത്തോട്ടും വായിക്കാവുന്ന വാക്ക്. നമ്മുടെ Malayalam ഒരു ദാഹരണമാകുന്നു. മറ്റൊന്നാണ്. Eye, Rotor, Radar, Race car എന്നിവയും പാലിൻഡ്രോം പാർട്ടിയിൽപ്പെടുന്നു. പാലിൻഡ്രോം എങ്ങനെ സംഭവിക്കുന്നു എന്നു ചോദിച്ചാൽ കുഴയും, അതങ്ങനെ ഭവിക്കുന്നു എന്നേ പറയാൻ പറ്റൂ. പാലിൻഡ്രോമിൽ പദങ്ങൾ മാത്രമല്ല. പാലിൻഡ്രോമിക് വാക്യങ്ങൾകൂടി ഭാഷയിലുണ്ട്. A man, a plan, a canal - Panama. ഇത് ഒടുവിൽനിന്ന് വായിക്കൂ: A man, A plan, a canal എന്നു കിട്ടുന്നില്ലേ? ഒരു രസം. അത്രതന്നെ. ഗ്രീക്കുകാരും റോമാക്കാരും ഈ തമാശയിൽ അതീവ തൽപ്പരരായിരുന്നു. ചില പാലിൻഡ്രോമിക് സാമ്പിളുകൾ ഇതാ:

Never odd or even, Dogma: I am God, Some men interpret nine memos, Madam, I'm Adam, Able was I ere I saw Elba. (സാക്ഷാൽ നെപ്പോളിയനെ തടവുകാരനായി പാർപ്പിച്ചത് 'എൽബ' എന്ന ദ്വീപിലായിരുന്നു. ഈ വാക്യം അദ്ദേഹത്തിന്റേതാണെന്നു ശ്രുതി). 'പാലിൻഡ്രോമൊസ്' എന്ന ഗ്രീക്ക് പദമാണ് മൂലം. Running back again എന്നർഥം.

വിചിത്രപദങ്ങളുടെ ബാഹുല്യംകൊണ്ട് ശ്രദ്ധേയമായ ലോകഭാഷയാണ് ഇംഗ്ലീഷ്. ചില പദങ്ങൾ സവിശേഷമാവുന്നത് ചില അക്ഷരങ്ങളും സ്വരങ്ങളും ആവർത്തിക്കപ്പെടുന്നതുകൊണ്ടാണ്. Syzygy എന്നൊരു വാക്കുണ്ട്. അതിൽ y എന്ന അക്ഷരം ആവർത്തിക്കപ്പെടുന്നു. അർഥമെന്താണെന്നോ? ചന്ദ്രാർക്ക സംയോഗം. Ortrologulous എന്ന പദം പരിചയമുണ്ടോ? അസാധാരണം - unusual എന്നാണർഥം. English has hundreds of ortrologulous words. കൈവിരലുപയോഗിച്ച് എണ്ണുന്ന രീതി,

calculator പ്രചരിക്കുന്നതിനുമുമ്പ് പരക്കെ ഉണ്ടായിരുന്നു. അതിനുമുണ്ട് ഒരു വാക്ക്: dactylonomy. മണ്ഡൂകം എന്നുകൂടി പേരുള്ള തവളയുണ്ടല്ലോ. ഈ പാവം ജീവിയെ പിടിച്ചു ആകാശത്തേക്ക് വലിച്ചെറിയുക എന്നൊരു ആചാരം ചില ഗോത്രങ്ങൾക്കിടയിലുണ്ടത്രെ. അതിനും ഇംഗ്ലീഷ് ഒരുപദം കണ്ടെത്തിയിരിക്കുന്നു! spanghew (സ്പാങ്ങ്യൂ). നമുക്കറിവില്ലാത്ത വിഷയങ്ങളെക്കുറിച്ചു സംസാരിക്കുകയും പ്രസ്താവനകളിറക്കുകയും ചെയ്യുന്ന രീതി നമ്മിൽ വലിയൊരു വിഭാഗത്തിനുണ്ടല്ലോ. വിശിഷ്യാ നമ്മുടെ സാംസ്കാരിക നായകന്മാർക്ക്. അതിനും വേണ്ടതല്ലേ ഒരു പേര്? അതുമുണ്ട് ഇംഗ്ലീഷിൽ: Ultracrepidarian. (Making Pronoumcement on topics about which you know nothing). Philanthropy (മനുഷ്യപ്രേമം)യും misanthropy (മനുഷ്യദ്വേഷ)വും നമുക്കു നിത്യപരിചയമുള്ള വാക്കുകളാണ്. എന്നാൽ cynanthropyയോ? ഇതൊരു മതിഭ്രമത്തെ സൂചിപ്പിക്കുന്ന പദമാണ് ഈ ഭ്രമാവസ്ഥയ്ക്കു കീഴ്പ്പെടുന്നവർ തങ്ങൾ പട്ടികളാണെന്ന് സ്വയം കരുതുന്നു. പോരെ പൂരം!

71

"ശൗര്യം ശകാരങ്ങളും"

ഒരു ക്രിയാപദമായി സാധാരണ ഉപയോഗിക്കുന്ന വാക്കാണ് scold: The boss scolded his secretary for the misplacement of an important file. Reprimand, find fault with (ശാസിക്കുക, നിന്ദിക്കുക, ഭർത്സിക്കുക) എന്നൊക്കെയാണ് നിഘണ്ടു നൽകുന്നതും നാട്ടുകാർക്കറിയുന്നതുമായ അർഥങ്ങൾ. 'scold'നെ നാമപദമായും ഉപയോഗിക്കാൻ വകുപ്പുണ്ട്. ശകാരം ഒരു ശീലമാക്കിയ ആൾ: അങ്ങിനെയും ചിലരുണ്ടല്ലോ - scold ഒരു സ്ത്രീയായിരിക്കും പെൺപക്ഷത്തിനുവേണമെങ്കിൽ പ്രതിഷേധിക്കാം. അവലക്ഷണപദങ്ങൾ അമ്മുക്കുട്ടിയമ്മയ്ക്കായി സംവരണം ചെയ്യുന്ന ഏർപ്പാട് ഒട്ടും ശരിയല്ല. ഇത് വിവേചനമാണ്, തോന്ന്യാസമാണ്.

പഴയ Norse ഭാഷയിൽനിന്നാണ് ഇദ്ദേഹവും വരുന്നത്. 'skaild' എന്നാണ് പ്രാചീനരൂപം. ഓൾഡ് നോഴ്സിൽ 'സ്കാൾഡ്' എന്നാൽ കവി. ഈ മാന്യമായ അർഥത്തിൽനിന്നു Fault-Finder (ദോഷൈകദൃക്, കുറ്റം കാണുന്നവൻ) എന്ന കുത്സിതമായ അർഥത്തിലേക്ക് scold നടന്നെത്തിയതെങ്ങിനെ? ഭാഷാ പണ്ഡിതന്മാർ പലതും പറയുന്നുണ്ട്. നോഴ്സ് ഭാഷയിൽ കവിയെന്നാൽ 'lampooner' - പരിഹാസപദ്യകാരൻ ചെമ്മനം ചാക്കോസാറ് - എന്നായിരുന്നു വിവക്ഷ. ഐസ്ലാൻഡിക് നിയമവ്യവസ്ഥയിൽ അവർ ഒരു പദം നിർമിച്ചു ചേർത്തു. skald skapr (എന്നു വെച്ചാൽ slander in verse form - പദ്യരൂപത്തിലുള്ള പരനിന്ദ, തൊലിപൊള്ളിക്കുന്ന തമാശ. അലക്സാണ്ടർ പോപ്പ്, റോച്ചസ്റ്റർ മുതൽപേർ ഇംഗ്ലീഷിലെഴുതിയ വിധത്തിലുള്ള കൃതികൾ. കിള്ളിക്കുറിശ്ശിമംഗലം കലക്കത്തു വീട്ടിൽ കുഞ്ചൻ നമ്പ്യാരും ഏതാണ്ടിതുതന്നെയാണ് ചെയ്തത്.

പതിമൂന്നാം നൂറ്റാണ്ടിലാണ് scold എന്ന പദം ഇംഗ്ലീഷിൽ രജിസ്റ്റർ

ചെയ്യപ്പെടുന്നത്. പരശകാരത്തിൽ പാരംഗതനായ ഏതു പെരച്ചനെയും scold എന്നു വിളിക്കാമായിരുന്നു. പിന്നീട് ഇത് പെണ്ണിലേക്കു ചുരുങ്ങി. scold കവിയല്ലാതായി. scolder എന്നൊരു നാമവും സൃഷ്ടിക്കപ്പെട്ടു. scoldable എന്ന അജക്റ്റീവും ആവശ്യക്കാർക്കുവേണ്ടി കാത്തുകിടപ്പുണ്ട്. scoff (സ്കോഫ്) എന്നൊരു വാക്കുണ്ട്. verb ആയി മാത്രം വേഷമിടുന്നവൻ. ഇവന്റെ പിന്നാലെ at എന്ന പ്രിപ്പൊസിഷൻ എപ്പോഴും അകമ്പടി സേവിക്കും. The Critic scoffed at the poet's claim that he brought in a poetic revolution (താനൊരു കാവ്യവിപ്ലവം കൊണ്ടുവന്നുവെന്ന കവിയുടെ അവകാശവാദത്തെ നിരൂപകൻ പുച്ഛിച്ചുതള്ളി). ഒലിവർ ഗോൾഡ് സ്മിത്തിന്റെ പ്രഖ്യാതമായ ഒരു വരിയുണ്ട്: "Those who came to scoff remained to pray" (*The Deserted village* എന്ന കവിതയിൽ ഒരു പട്ടക്കാരനെ (priest)ക്കുറിച്ചു പറയുമ്പോഴാണ് കവി ഈ അവിസ്മരണീയമായ വരി കുറിച്ചിടുന്നത്). ഫ്രസിയൻ ഭാഷയിലെ skof (mockery)ൽ നിന്നാവാം ഇതിന്റെ ഇംഗ്ലീഷ് രൂപം. Scoffer എന്ന നാമവുമുണ്ട്. He is a scoffer of conventions.

ബ്രിട്ടനിൽ scoffനു മറ്റൊരർഥംകൂടിയുള്ളത് അറിഞ്ഞിരിക്കണം. ആഹാരം വെട്ടിവിഴുങ്ങുന്ന സ്വഭാവത്തെ - പലർക്കും അതുണ്ട്. ഈ വാക്ക് സൂചിപ്പിക്കുന്നത്. ഡച്ചിലും ആഫ്രിക്കാൻസിലുമുള്ള scaff (food) എന്ന വാക്കിൽനിന്നാണ് scoffന് ഈ അനൗപചാരികമായ അർഥം കിട്ടിയത്. he scoffs as often as possible. (തരംകിട്ടുമ്പോഴൊക്കെ അയാൾ വെട്ടിവിഴുങ്ങുന്നു).

Scaflan എന്നൊരുവാക്ക് അമേരിക്കൻ ഇംഗ്ലീഷിലുണ്ട്. നിയമത്തെ അവഗണിക്കുന്നവൻ, നിഷേധിക്കുന്നവൻ എന്നൊക്കെയാണർഥം. സമൺസു കൈപ്പറ്റിയിട്ടു കോടതിമുമ്പാകെ ഹാജരാകാൻ കൂട്ടാക്കാത്തവൻ Scoflan ആണ്. ഒടുവിൽ പോലീസുവന്ന് അതിയാനെ പൊക്കും.

Scout (സ്കൗട്ട്) എന്ന വാക്കിനും ക്രിയയായുപയോഗിക്കുമ്പോൾ, പുച്ഛഭാവമാണ്. അവഗണിക്കുക, നിസാരമാക്കുക (mock, flout). നാമമായി വരുമ്പോഴാകട്ടെ, ചാരൻ (Spy), സേവകൻ (Boy scout) എന്നീ അർഥങ്ങളുണ്ട്. to go in search of (അന്വേഷിക്കുക) എന്ന അർഥത്തിലും ഒരു verb ആയി scout ഉപയോഗിക്കാറുണ്ട്: He was scouting for a second-hand car.

ബേഡൻ പവൽ എന്ന സായ്‌വ് സേവനസന്നദ്ധരായ കുട്ടികളെ വളർത്തിയെടുക്കാൻ ഒരു പ്രസ്ഥാനമുണ്ടാക്കി അതാണ് scout movement. ഒരു സ്കൗട്ട് ഗ്രൂപ്പിന്റെ നേതാവാണ് scouter. Scout master എന്നു പറയും.

72

Royal we യും മറ്റും

സിംഹാസനം, കിരീടം, ചെങ്കോൽ ഇത്യാധി വസ്തുക്കൾക്ക് വിലയും നിലയുമുണ്ടായിരുന്ന കാലങ്ങളുണ്ടായിരുന്നുവല്ലോ, നാടായാൽ നൃപൻ വേണമെന്നായിരുന്നു കല്ലുവഴിച്ചിട്ട. ഈ സാധനം ലോക്കൽ മാർക്കറ്റിൽ കിട്ടാനില്ലെന്നു വന്നാൽ ആയത് അയൽ നാടുകളിൽനിന്നു ഇറക്കുമതി ചെയ്യും. അങ്ങനെയാണല്ലൊ തിരുവഞ്ചിക്കുളത്ത് പെരുമാക്കൾ വന്നത്. അങ്ങനെ വന്ന അവസാനത്തെ പെരുമാൾ മൂന്നു പതിറ്റാണ്ടു നാടുവാണു മതിയും കൊതിയും തീർന്നപ്പോൾ ദാനോദകപ്പൊയ്കയുടെ കരക്കിരുന്നു കേരളത്തെ വെട്ടമുറിച്ച് കഷണം കഷണമാക്കി അവിടെ സന്നിഹിതരായിരുന്ന സാമന്തന്മാർക്കും ഏറാൻമൂളികൾക്കും എറിഞ്ഞുകൊടുത്തു. ട്രെയ്ൻ ലേറ്റായതുകൊണ്ടു സമയത്തിനെത്താൻ കഴിയാത്ത മാനിച്ച വിക്രമാദിയാൾക്കു കോഴികൂവിയാൽ കേൾക്കുമിടം മാത്രം ഇഷ്ടദാനം നൽകി. ബാക്കി വേണ്ടതൊക്കെ ചത്തും കൊന്നും അടക്കിക്കൊൾവാൻ ഉദാരശീലൻ ഉപദേശിക്കുകയും ചെയ്തു. ഇതു മലയാളപുരാണം.

അന്നൊക്കെ മകുടധാരികളായ തമ്പുരാക്കന്മാർ ശീമയായാലും നാടനായാലും 'നാം' (we) എന്നേ പറഞ്ഞിരുന്നുള്ളൂ. പൂജക ബഹുവചനം 'നാം പ്രസാദിച്ചിരിക്കയാൽ' 'നാം വിചാരിക്കുന്നതിനാൽ' എന്നൊക്കെയായിരുന്നു തിട്ടൂര ഭാഷ. രാജ്യം ദൈവദത്തം. രാജാവ് ദൈവത്തിന്റെ പ്രതിപുരുഷൻ. ഇതായിരുന്നു പല്ലവി. അങ്ങനെ we, Royal we ആയി.

റിച്ചേഡ് ഒന്നാമനാണത്രെ ഈ "Royal we" ആദ്യമായി ഉപയോഗിച്ച ഇംഗ്ലീഷരചൻ. സിംഹ ഹൃദയൻ - (coer de lion/lion - heart) എന്നാണ് മൂപ്പർ പരക്കെ അറിയപ്പെട്ടിരുന്നത്. മൂന്നാം കുരിശുയുദ്ധവും ഈ രാജാവാണ് നയിച്ചത്.

പണ്ടു റോമിൽ ചക്രവർത്തിഭരണം അവസാനിപ്പിച്ച് 'കോൺസൽ' മാരുടെ കൂട്ടുഭരണം നിലവിൽ വന്നപ്പോൾ (അവസാനത്തെ ചക്രവർത്തി Traquin the proud എന്ന വിഷയലമ്പടനെ ജൂനിയസ് ബ്രൂട്ടസിന്റെ നേതൃത്വത്തിൽ ജനങ്ങൾ തല്ലിയോടിക്കുകയാണുണ്ടായത്) we എന്ന വാക്കിനു പ്രചാരമേറി. മൂന്നു counsulമാർ അടങ്ങിയ trium virate (മൂന്നംഗ ദേവസ്വം ബോർഡ്) ആണ് രാജ്യകാര്യസ്ഥത വഹിച്ചുവന്നത്. പോംപൈയും സീസറുമൊക്കെ counsulമാരായിരുന്നു. കൂട്ടുത്തരവാദിത്വം സൂചിപ്പിക്കാൻ അവർ എല്ലാ രേഖകളിലും we എന്ന വാക്ക് ഉപയോഗിച്ചു തുടങ്ങി.

രാജാക്കന്മാരുടെ ചുവടുപിടിച്ച് പല ഏകാധിപതികളും Royal we ഉപയോഗിച്ചതിനു ഉദാഹരണങ്ങളുണ്ട്: ഈദി അമീൻ, പിനൊഷെ, മുസോളിനി, ഫ്രാങ്കോ എന്നിവർ.

Royal we പ്രയോഗിക്കുന്നതിൽ ഏറെ താൽപ്പര്യം കാട്ടിയിരുന്ന രാജ്ഞിയായിരുന്നുവത്രെ ക്വീൻ വിക്ടോറിയ. പൊട്ട ഭാഗ്യം കൊണ്ടുമാത്രമാണ് അവർ ബ്രിട്ടീഷ് സിംഹാസനത്തിലെത്തിയത്. അതുകൊണ്ടാവണം we എന്ന പദം മഹാറാണിക്കു ഇത്രയും പഥ്യമായത്. "we are not amused" എന്ന അവരുടെ പ്രസ്താവന വളരെ പ്രസിദ്ധമാണ്.

മാർഗ്രറ്റ് താച്ചർ ബ്രിട്ടീഷ് പ്രധാനമന്ത്രിയായിരുന്നു. കോൺസർവേറ്റീവ് കക്ഷിയുടെ അമരക്കാരിയും. Iron lady എന്നാണ് താച്ചർ മദാമ്മയെ പൊതുജനം വിളിച്ചിരുന്നത്. അവരുടെ മുമ്പിൽ ചൂളാത്ത ആണുങ്ങൾ അക്കാലത്തുണ്ടായിരുന്നില്ല. ആറ്റുനോറ്റൊരു പേരക്കിടാവുണ്ടായപ്പോൾ മാഗിയമ്മച്ചി പറഞ്ഞുപോൽ: "we have become a grandmother."

73

Rubber

Rubber എന്നാൽ തെമ്മാച്ചന്റെ 'റവറ്'ല്ല. അതു സംഗതി വേറെ. ഇതൊരു അമേരിക്കൻ പ്രയോഗമാണ്. (rubbernecker) എന്നതിന്റെ വാമനരൂപം. അർഥം starer - തുറിച്ചുനോക്കുന്നവൻ-എന്നാണ്. ഇതൊരു നിന്ദാപദമാകുന്നു. ഒരു ആശ്ചര്യചിഹ്നം (!) കൂടി ഈ വാക്കിനെ അകമ്പടി സേവിക്കുന്നുണ്ട്. പല അമേരിക്കൻ നോവലുകളിലും rubber! കാണാം. മര്യാദയില്ലാതെ തറപ്പിച്ചു നോക്കുന്ന സ്വഭാവം നമുക്കപരിചിതമല്ലല്ലോ. അൽപ്പവസനയായ മദാമ്മയെ കണ്ടാൽ എല്ലാം മറന്നു കണ്ണടക്കി നിൽക്കുന്നവരെ നാം കാണാറില്ലേ? എന്തിനു അൽപ്പവസന? ഏതു പെൺകുട്ടിയെകണ്ടാലും തുറിച്ചുനോക്കും, പ്രത്യേകിച്ച് അവൾ ഒറ്റക്കാണെങ്കിൽ. ഇവനാണ് rubber. ചെകിടത്തടി ചോദിച്ചുവാങ്ങുന്നവൻ, അറുവഷളൻ, തല്ലുകൊള്ളി.

74

ഈ പ്രയോഗങ്ങൾ എങ്ങനെ സംഭവിച്ചു?

Fan എന്നാൽ കാറ്റുതന്നു നമ്മെ തെല്ലൊന്നു തണുപ്പിക്കുകയും സുഖിപ്പിക്കുകയും ചെയ്യുന്ന സാധനമാണ്: വിശറി, പങ്ക. ഓസ്കാർ വൈൽഡ് എന്ന മഹാസാഹിത്യകാരന്റെ നർമബന്ധുരമായ ഒരു നാടകമാണ് *lady windermere's fan*. *കണ്ണുനീർത്തുള്ളി*യുടെ കർത്താവ് സാക്ഷാൽ നാലപ്പാട്ടു നാരായണമേനോൻ - കമലാസുരയ്യയുടെ വലിയമ്മാവൻ - ഈ കൃതിയുടെ ഏകദേശാനുവാദം നിർവഹിച്ചു. അതാണ് *വേശു അമ്മയുടെ വിശറി* വായിച്ചിട്ടില്ല, അല്ലേ? ഇനി വായിക്കണമെന്ന് മോഹിച്ചിട്ടും കാര്യമില്ല. കോപ്പി കിട്ടാനില്ല.

പണ്ട് ബ്രിട്ടീഷ് ഭരണകാലത്ത്, ആപ്പീസുകളിലും കോടതികളിലും മരപ്പലകയിൽ ശീല ഞൊറിഞ്ഞു ചേർത്തുണ്ടാക്കിയ ഒരു വലിയ സാധനം വിട്ടത്തു തൂക്കിയിട്ട നിലയിൽ കാണാമായിരുന്നു. ഇതിനു കപ്പിയും കയറുമൊക്കെയുണ്ടാവും. ഈ ഉപകരണം വലിക്കാൻ ഒരു സ്റ്റൂളിൽ ഉറക്കം തൂങ്ങിയിരുന്ന ഒരു പാവം ശിപായിയും ഉണ്ടായിരുന്നു. അവനാണ് Punkha Puller'/വലിച്ചുവലിച്ച് കുഞ്ചുവിനോ, കോന്തുണ്ണിക്കോ കൈകഴക്കുമ്പോൾ, തെല്ലിട പങ്ക നിശ്ചേഷ്ടമാവും. അപ്പോൾ വലിയ കസേരയിൽ നിറഞ്ഞിരിക്കുന്ന ഏമാന് സ്വൽപ്പം വിയർക്കും. തിരുവുള്ളക്കേടുണ്ടാവും. ശീമോൻ എന്ന യഹൂദപ്രഭു തന്റെ ധാടിയും മോടിയും പ്രദർശിപ്പിക്കുക എന്ന ലാക്കോടെ യേശുമഹേശനെ കൊട്ടാരസദൃശമായ ഭവനത്തിലേക്കു ഊണിനു വിളിച്ച കഥ വള്ളത്തോൾ മഹാകവി *മഗ്ദലനമറിയത്തിൽ* വിവരിച്ചിട്ടുണ്ട്, ഭേഷായിത്തന്നെ. ശീമോന്റെ ഊട്ടുപുരയിൽ ഫാനുണ്ടായിരുന്നില്ല. ആയതിനാൽ മാരുതൻ തന്നെ യേശുനാഥനെ പ്രാശനവേളയിൽ മന്ദംമന്ദം വീശി എന്നാണ് കവി പറയുന്നത്.

പഴയ പങ്കയ്ക്കു രൂപഭാവങ്ങളിൽ പല മാറ്റങ്ങളും കാലാന്തരേണ

സംഭവിച്ചു. പല മോഡലുകളിലുമുള്ള, ആലക്തിക പ്രഭാവത്തിൽ കറങ്ങുന്ന ഫാനുകൾ ഉണ്ടായി.

ലാറ്റിൻ പദമായ Vanmus ആണത്രേ നമ്മുടെ fanന്റെ അമ്മൂമ്മ. fann എന്നായിരുന്നു ഓൾഡ് ഇംഗ്ലീഷ് രൂപം. 'fan' ക്രിയാപദമായും പ്രവർത്തിക്കുന്നുണ്ട്. His speech was designed to fan the flames of communal violence. Fannout എന്നാൽ 'to spread out'. The agitation fanned out into the streets.

വെള്ളിത്തിരയിൽ തിളങ്ങുന്ന താരങ്ങൾക്ക്, ഗായകർക്ക്, ക്രിക്കറ്റ് കളിക്കാർക്ക്, ചില വർണപ്പൊലിമയുള്ള രാഷ്ട്രീയ നേതാക്കൾക്ക് ഒരു വലിയ സംഘം ആരാധകരുണ്ടാവും. ഇവരേയും fan എന്നാണ് പറയുക. ആരാധന മൂത്ത് മൂത്ത് നട്ടപ്രാന്തിന്റെ അടുത്തെത്തുന്ന അവസരങ്ങളുണ്ട്. ഈ fans ആണ് ഫാൻ ക്ലബ്ബുകളും 'മൺഡ്രം'ങ്ങളും സ്ഥാപിക്കുന്നത്. തമിഴ്നാട്ടിൽ ഇക്കൂട്ടർ ഇഷ്ടതാരങ്ങളുടെ കോവിലുകൾ വരെ പണിതുയർത്തി.

ഈ fan, കാറ്റുതരുന്ന ഫാനല്ല. ഇവൻ ദിനസു വേറെ. fanatic എന്ന പദത്തിന്റെ ലോപമാണ് ആരാധകൻ എന്ന fan. Fanaticus എന്ന ലാറ്റിൻ മൂലത്തിൽനിന്നാണ് ഈ പദം വരുന്നത്. ലാറ്റിൻ ഭാഷയിൽ ഇതിന്റെ അർഥം 'belongs to a temple' 'inspired by a God' എന്നൊക്കെയാണ്. fanum എന്നാൽ അമ്പലം/ആരാധനാ കേന്ദ്രം. ഒരു മതത്തോടോ, വിശ്വാസത്തോടോ, പ്രത്യയ ശാസ്ത്രത്തോടോ അന്ധമായ വിധേയത്വം പുലർത്തുകയും തന്റെ വിശ്വാസത്തിനുവേണ്ടി എന്തും ചെയ്യാൻ തയാറാവുകയും ചെയ്യുന്ന വിദ്വാനാണ് fanatic. മറ്റൊന്നും അയാൾക്ക് പ്രശ്നമില്ല. fanൽ നിന്നു fanatic ലേക്കുള്ള ദൂരം ഒട്ടും വലുതല്ല. ഒരു ഫനാറ്റിക്കിന്റെ രൂക്ഷത ഒരു ഫാനും പ്രകാശിപ്പിക്കും. fanatical എന്ന നാമവിശേഷണരൂപവും ധാരാളം ഉപയോഗിക്കുന്നു: they worked with fanatical zeal.

ഇഷ്ടതാരങ്ങൾക്കും നായകന്മാർക്കും എഴുത്തുകാർക്കും ആരാധകരയയ്ക്കുന്ന കത്തുകളാണ് fan mail. സ്നേഹം, പരിഭവം, നിവേദനം, കൊഞ്ചൽ തുടങ്ങിയ പല വികാരങ്ങളും ഫാൻ മെയിൽ ഉൾക്കൊള്ളുന്നു.

75

വിയർപ്പിക്കുന്ന വാക്കുകൾ

ചില വാക്കുകൾ ചന്ദനലേപസുഗന്ധം പരത്തി നമ്മെ സുഖിപ്പിക്കുന്നു: Melody, music, soft, sweet, balm, breezy, flush, beauty, smile, snow, nice, new, little, love, like, linger, moist, glow, delight, scent, roll, please, well, wish, yule, zoom തുടങ്ങിയ നിരവധി പദങ്ങൾ: മൂന്നാലു കൊല്ലം മുമ്പ് *New yorker* മാസിക നടത്തിയ അഭിപ്രായ വോട്ടെടുപ്പിൽ അട്ടിമറി വിജയം കൈവരിച്ച വാക്കുകളിൽ ചിലതാണ് ഞാൻ ഉദാഹരണമായി നിരത്തിയത്. അപ്രസന്ന പദങ്ങൾ, കടിച്ചാൽ പൊട്ടാത്ത മുരടൻ വാക്കുകൾ, അവയുമുണ്ട് അസംഖ്യം. സൗന്ദര്യവും വൈരൂപ്യവും സഹവർത്തിക്കുന്ന സമ്പ്രദായം ജീവിതത്തിൽ മാത്രമല്ല ഭാഷയിലുമുണ്ട്. കണ്ടാൽ കൊള്ളില്ലെന്ന് പറഞ്ഞ പദങ്ങളെ പന്തലിൽനിന്ന് മാറ്റി നിർത്താൻ വകുപ്പില്ലല്ലോ.

'Gobledegook'; gobbledysook എന്ന പാഠഭേദവുമുണ്ട് - ശൊങ്കനാണെന്നും പ്രിയദർശനനാണെന്നും, ആരും പറയില്ല. കഴിഞ്ഞ നൂറ്റാണ്ടിൽ നിർമിക്കപ്പെട്ട ഈ വാക്കിനെ സഹിക്കുകയേ കരണീയമായിട്ടുള്ളു. Gobble എന്നൊരു പദമുണ്ട്, അതിനു രണ്ട് അർഥങ്ങളുമുണ്ട്. ഒന്ന് to gobble up വെട്ടിവിഴുങ്ങുക; രണ്ട്, ടർക്കി കോഴി പുറപ്പെടുവിക്കുന്ന അരോചക ശബ്ദം. Mouth (വായ) എന്നതിനു ഇംഗ്ലീഷിലുള്ള ഒരു അപകൃഷ്ട വാക്കാണ് gob. അതിൽ നിന്നാവാം gobble ഉണ്ടായത്.

Gobblede gook എന്നാലെന്ത് എന്ന് വിസ്തരിക്കേണ്ട ആവശ്യമുണ്ടല്ലോ. Pretentious language. നിരർഥകമായ വാചാടോപം! അതാണ് ഈ തക്കിടിമുണ്ടൻ. ഔദ്യോഗിക വ്യവഹാരങ്ങളിൽ ബ്യൂറോക്രാറ്റുകൾ ഉപയോഗിക്കുന്ന വികൃതഭാഷയുണ്ടല്ലോ, അത് gobbledegook ആകുന്നു. “It has, of late been observed that many of the officers attached to the various organs of the administrative machinery, do not exercise the required patience to peruse the files of utmost importance with the amount of diligence these documents warrant and insert remarks on the said files without proper application of mind." ഇത് ഗോബിൾ ഡിഗുക്കിന്റെ ഒരു മാതൃക. എന്താണ് കാര്യം? "Many officers donot bother to read important files before they write their remarks" (പല ഉദ്യോഗസ്ഥന്മാരും ഫയൽ പരിശോധിക്കാൻ മിനക്കെട്ടിട്ടല്ല അഭിപ്രായ മെഴുതുന്നത്) ഇതു നേരെചൊവ്വേ അങ്ങുപറഞ്ഞാൽ ഔദ്യോഗിക ഗൗരവം കുറഞ്ഞുപോകുമെന്നു അങ്ങത്തമാർ കരുതുന്നു. ആയതിനാൽ അവർ ഭാഷയെ ക്ലിഷ്ടമാക്കി ചെയ്യുന്നു. വാക്കുകളുടെ വയറിളക്കത്തിൽ ആനന്ദമുൾക്കൊള്ളുന്നു. Jargon ഗോബിൾഡിക്കുക്കിന്റെ അടുത്ത ചാർച്ച ക്കാരനത്രെ.

Cantankerous (കൻറ്റ്യാങ്കറെസ്) എന്ന വിദ്വാനും കാഴ്ചയിലും പെരുമാറ്റത്തിലും ഒരു സ്റ്റാൻഡേർഡ് മൊശകോടനാണ്: ദുർമുഖൻ, വഴ ക്കാളി, കലഹപ്രിയൻ, പല കോടതിക്കഴുകന്മാരും ഈ സ്വഭാവ വിശേഷ മുള്ളവനാണ്: ദുർവ്യവഹാരികൾ. നിസ്സാരമായ കാര്യംമതി അവർക്ക് കേസ് ഫയൽചെയ്യാൻ. പൊതുതാൽപ്പര്യ ഹരിജിയുമായി കോടതി കറ ങ്ങുന്ന പരോപകാരികളിൽ ചിലരെയെങ്കിലും (Cantankerans) എന്നു വിശേഷിപ്പിച്ചാൽ തെറ്റാവില്ല. പതിനാലാം നൂറ്റാണ്ടിൽ ഇംഗ്ലീഷിൽ ആ പദം പ്രചരിച്ചിരുന്നു, ഫ്രഞ്ചിൽനിന്നു വന്നത്: contekoor. അർഥം ഒരാവ ശ്യവുമില്ലാതെ വക്കാണത്തിനു വരുന്നയാൾ. അതിൽനിന്നാവാം കൺറ്റാ ങ്കെറസ് എന്ന അജക്ടീവ് ഉത്ഭവിച്ചത്. cantankerousness എന്ന നാമപ ദവും സാധ്യമാണ്. കൂടുതൽ പിന്നോട്ടു പോകാൻ തയാറുണ്ടെങ്കിൽ contack എന്ന ആംഗ്ലോ-ഫ്രഞ്ച് വാക്കിലാണ് നാമെത്തുക. cankenous എന്ന പദവുമായി Cantankeransനെ കൂട്ടിക്കുഴക്കരുത്. infectious (പക രുന്നത്) corrupting (ദുഷിപ്പിക്കുന്നത്) എന്നീ അർഥങ്ങളാണ് 'കാൻകെ റസി'നുള്ളത്. cankerന്റെ നാമവിശേഷണരൂപം cankerous, cancer (erab) എന്നതുമായി ബന്ധപ്പെട്ടിരിക്കുന്നു. Political corruption is a canker that is not easy to excise (രാഷ്ട്രീയ ദുഷിപ്പ് എന്നത് എളുപ്പത്തിൽ മുറിച്ചു നീക്കാവുന്ന ഒന്നല്ല).

76

D Company

ദാവൂദ് ഇബ്രാഹിം എന്ന മാഫിയാ മൂപ്പന്റെ കാലദൂതസംഘമത്രെ D Company. അധോലോകത്തെ അടക്കിവാഴുന്ന കുളക്കൂട്ടായ്മ. നാം ചർച്ച ചെയ്യുന്നത് കള്ളക്കടത്തും വ്യാജനോട്ടുനിർമാണവും പടക്കംപൊട്ടിക്കലുമൊക്കെ നടത്തി സൽപ്പേരു സമ്പാദിച്ച ആ അന്തർദേശീയ കാപാലിക സംഘത്തെക്കുറിച്ചല്ല. D വെച്ചു തുടങ്ങുന്ന ഏതാനും വാക്കുകളെക്കുറിച്ചാണ്. Devil (ചെകുത്താൻ) Dയിലാരംഭിക്കുന്നു. Divine (ദൈവീകം) തുടങ്ങുന്നതും Dയിൽ തന്നെ. Darknessലെ ആദ്യാക്ഷരം Dയാണെങ്കിൽ Dawn (ഉദയം)ന്റെ പ്രഥമാക്ഷരവും അതുതന്നെ. 'Death'ന്റെ തലപ്പത്ത് D ഉണ്ടെങ്കിൽ Doctorടെ മുമ്പിലും D വിലസുന്നു.

Dalliance എന്ന വാക്കിന് flirting (സല്ലാപം) എന്ന് അർഥം പറയാം, ശൃംഗാരചേഷ്ട എന്നുമാകാം. wasting of time in frivolous action എന്നതാണ് സാമാന്യമായി പ്രചരിക്കുന്ന അർഥം. (അന്തസാരശൂന്യമായ പ്രവർത്തനങ്ങളിൽ സമയം കളയുക) dilly-dally എന്ന പ്രയോഗം അങ്ങനെ വന്നതാണ്.

The opposition accused the government of dalliance on crucial national issues (സർക്കാർ പരമപ്രധാനമായ ദേശീയ പ്രശ്നങ്ങളിൽ സമയം വ്യയം ചെയ്യുന്നതായി പ്രതിപക്ഷം ആരോപിച്ചു).

Demit (ഡിമിറ്റ്) എന്നാൽ അധികാരമുപേക്ഷിക്കുക, രാജിവെക്കൽ, പുറത്താക്കുക തുടങ്ങിയ അർഥങ്ങളുണ്ട്. The president demitted office and flew to London (പ്രസിഡന്റ് അധികാരമൊഴിഞ്ഞ് ലണ്ടനിലേക്ക് പറന്നു). demittere എന്ന ലാറ്റിൻ വാക്കിൽനിന്നാണ് 16-ാം നൂറ്റാണ്ടിൽ ഈ പദം ഇംഗ്ലീഷിലേക്ക് വന്നത്. (demittere = discharge).

Diatribe (ഡയട്രൈബ്) എന്നാൽ വാക്കുകൾ കൊണ്ടുള്ള അതി

കഠിനമായ ആക്ഷേപം - bitter verbal denunciation - ആകുന്നു. 16-ാം ശതകത്തിലാണ് ഈ വാക്ക് നമുക്കു കിടച്ചത്. മുത്തശ്ശി ഗ്രീക്ക് ഭാഷ diatribe എന്നുമൂലം. (Discourse) ഇത് ലാറ്റിനിൽ diatribe (Learned debate) ആകുന്നു.

The poet did not bother to respond to the diatribe of the critic (വിമർശകന്റെ കൂരമ്പുകളോട് പ്രതിസ്പന്ദിക്കാൻ കവി മിനക്കെട്ടില്ല).

Digamy എന്നു കേട്ടുകാണും: രണ്ടാം കെട്ട്. ആദ്യ ഭാര്യയെ മൊഴി ചൊല്ലി മറ്റൊരുത്തിയെ വേൾക്കുക. ഭാര്യ മരിച്ച ശേഷം വീണ്ടുമൊരു മണവാളനാകുക. രണ്ടും digamyയിൽപ്പെടും (രണ്ടുകളത്രത്തെയു ണ്ടാക്കി വെക്കുന്നതാകട്ടെ bigamy യും. ഇത് വരുന്നത് digamos എന്ന യവനപദത്തിൽ നിന്ന് (gamous എന്നാൽ വിവാഹം).

Dinner എന്നതിന്റെ അർഥത്തിനു ഒരു plasticity, ഇലാസ്തികത ഉണ്ട്. ഉച്ചയൂണ് lunch, രാത്രിശാപ്പാട് dinner എന്നൊരു ധാരണ നില നിൽക്കുന്നു. അതു ശരിയല്ല. ഒരു ദിവസത്തെ മുഖ്യ ഭക്ഷണമാണ് വാസ്തവത്തിൽ ഡിന്നർ. അതു നിങ്ങൾ ഉച്ചയ്ക്കു കഴിച്ചാലും ശരി, മോന്തിക്കു കഴിച്ചാലും ശരി. ഇതു കൂടാതെ ഈ വാക്കിന് ചില ഔപ ചാരിക മാനങ്ങളുമുണ്ട്. ഔദ്യോഗിക വിരുന്നാവുമ്പോൾ dinner, banquet ആയി മാറുന്നു. ഒരു ക്ലബ്ബിലെ ഔപചാരിക സായാഹ്ന വിരുന്നിന് dinner എന്നു പറയാറുണ്ട്. dinner table, dinner hour, dinner jacket തുട ങ്ങിയ പ്രയോഗങ്ങൾ എല്ലാവർക്കും പരിചിതമാണല്ലോ. ക്രിയയായി dine വരുന്നു "We dined on pork and fish." വീട്ടിൽ നിന്നല്ലാതെ പുറത്തു പോയി ശാപ്പിടുന്നതാണ് dine out. Disejunare എന്ന ലാറ്റിൻമൂലത്തിൽ നിന്നാണ് dineഉം dinnerഉം ഉത്ഭവിച്ചത്. അർഥം cease fasting (നിരാ ഹാരത്തിന്റെ അവസാനം).

They wined and dined to their hearts content (അവർ മൂക്കുമുട്ടെ തിന്നുകയും കുടിക്കുകയും ചെയ്തു).

Diabetes എന്നത് പ്രമേഹമാണ്, പണ്ട് ധനികരുടെയും സുഖലോലു പരുടെയും സുഖക്കേട്. ഇന്ന് അതിന് ഒരു വർഗരഹിത സ്വഭാവം കൈവ ന്നിരിക്കുന്നു. മേലാളന്മാരും കീഴാളരും ഒരുപോലെ പങ്കിടുന്ന ശീലായ്മ. ഈ രോഗാവസ്ഥയുടെ ഒരു ലക്ഷണം അമിതമായ മൂത്രമൊഴിവാണല്ലോ, diabeinein എന്ന ലാറ്റിൻ പദത്തിന്റെ അർഥം 'to pass through' എന്നാണ്. അതിൽനിന്നു വന്ന പദമാണ് diabetes. diabetesmellitus എന്നാണ് മുഴു വൻ പേര്. അതാണ് തമിഴൻ പറയുന്ന ചക്കരൈവ്യാധി. diabetic എന്നത് നാമമായും നാമവിശേഷണമായും ഉപയോഗിച്ചുപോരുന്നു. He runs a diabetic clinic. A diabetic should regulate his diet.

77

വെളുത്ത കത്രീന

വെളുപ്പിനോട് (white) നമുക്കുള്ള അതിരുകടന്ന ആദരം പല തരത്തിൽ പ്രത്യക്ഷപ്പെടാറുണ്ട്. ശുഭ്രം ശുദ്ധം എന്ന സങ്കൽപ്പം ഇന്നും വിശേഷിച്ചൊരു കേടുപാടുമില്ലാതെ നിലനിൽക്കുന്നു. നല്ല പണം white money; കള്ളപ്പണം black money. നിർദോഷകമായ നുണ white lie; ദുഷ്ടലാക്കുള്ള നുണ black lie. He is one of the whitest men in politics എന്നു പറഞ്ഞാൽ അയാൾ രാഷ്ട്രീയത്തിലെ സംശുദ്ധരിൽ ഒരാളാണ് എന്നർഥം. ഇതേ സ്ഥാനത്ത് blackest ആണെങ്കിലോ? എത്ര പേരുകളാണ് നാവിൻതുമ്പത്ത് വരിക! 'മ' കാരങ്ങൾ, 'ക' കാരങ്ങൾ, 'വ' കാരങ്ങൾ! സ്വാതന്ത്ര്യസമരകാലത്ത്, അംശി നാരായണപിള്ള 'വരിക വരിക സഹജരെ' പാടിയിരുന്നകാലത്ത്, ഗുരുവായൂരമ്പലനടയിൽ കേളപ്പജി ഉണ്ണാവ്രതമിരുന്ന കാലത്ത്, വെള്ള ഖദർജുബ്ബ പൊതുജീവിതത്തിൽ പരമപരിശുദ്ധിയുടെ പര്യായപദമായി പരിലസിച്ചിരുന്നു. ജുബ്ബ തയ്ക്കാനറിയുന്ന സൂചിശിൽപ്പ തക്ഷന്മാർക്കു വൻ ഡിമാന്റായിരുന്നു. ചാലപ്പുറത്തെ വക്കീലന്മാർ ഞായറാഴ്ചതോറും വെള്ള ഖദർ മുണ്ടും വെള്ള ഖദർ ജുബ്ബയും വെള്ള ഖദർ വേഷ്ടിയും ധരിച്ച് ദേശപ്രേമം പ്രദർശിപ്പിച്ചിരുന്നു. വർത്തമാന കഥയിലേക്കു ഞാൻ പ്രവേശിക്കുന്നില്ല.

White elephant അഥവാ വെള്ളാന ധൂർത്താകുന്ന അനിഷ്ടവ്യയ കാരണമാകുന്നു. The much vaunted project turned out to be a white elephant (കൊട്ടിഘോഷിക്കപ്പെട്ട ആ പ്രോജക്ട് ഒരു വെള്ളാനയായി (ദുർവ്യയമായി) മാറി. സിയാമിലെ (ഇന്നത്തെ തായ്‌ലൻഡ്) രാജാക്കന്മാർ പോറ്റിയിരുന്ന ഒരു വിശേഷതരം ആനയാണ് white elephant, തൊലിക്കറുപ്പ് കുറഞ്ഞത്, ലക്ഷണമൊത്തത്. അതിനെ പോറ്റാൻ ചെലവു ചില്ലറയൊന്നുമല്ല. ഏതെങ്കിലും പ്രഭുവിനോട് അരചനു

അലോഹ്യം തോന്നിയെന്നിരിക്കട്ടെ അയാളുടെ തലവെട്ടുകയല്ല രാജാവു ചെയ്യുക, ആ തെമ്മാടിക്കു ഔദ്യോഗികമായി ഒരു വെള്ളാനയെ സമ്മാനിക്കുകയാണ്. രാജഗജത്തെപ്പോറ്റി പ്രഭു കുത്തുപാളയെടുക്കും. ഇതിൽക്കൂടുതൽ നല്ല ശിക്ഷ വേറെയെന്തുള്ളു? ഈ വഴക്കത്തിൽ നിന്നാണത്രെ ദുർവ്യയം എന്ന അർഥം, white elephantനു വന്നുചേർന്നത്. white feather ഭീരുത്വത്തിന്റെ ചിഹ്നമാണ്. പേടിത്തൊണ്ടൻ മറ്റൊരു മാനുഷനോടിപ്പോം വഴി അറിയാറാക്കി എന്നു നമ്പ്യാരാശാൻ പറഞ്ഞില്ലേ? അതുതന്നെ സംഗതി. when the enemy advanced, the captain showed white feather and withdrew (ശത്രു മുന്നേറിയപ്പോൾ ക്യാപ്ടൻ വെള്ളത്തൂവൽകാട്ടി (ഭയന്ന്) പിൻവാങ്ങി). വൈരിക്കു മുമ്പുഴറിയോടുന്ന ഭീരുവിനെ white-livered എന്നും പറയും. white flag കീഴടങ്ങലിന്റെ പ്രതീകമാണ്. സേനാധിപൻ വെള്ളക്കൊടി പൊക്കിയാൽ, അയാളുടെ സൈന്യം ആയുധം വെക്കുന്നു എന്നാണർഥം.

white collar അഥവാ വെള്ളക്കോളർ ഡെസ്കുകൾക്കു പിറകിൽ പണിയെടുക്കുകയോ പണിയെടുക്കാതിരിക്കുകയോ ചെയ്യുന്ന ഉദ്യോഗസ്ഥവർഗമാകുന്നു. തടിവിയർക്കാത്തവർ, ഭാഗ്യശാലികൾ. white collar responses are typically middle class (വെള്ളക്കോളർ പ്രതിസ്പന്ദനങ്ങൾ തീർത്തും മധ്യവർഗ സ്വഭാവമുള്ളതാണ്).

white-haired boy എന്നാൽ favourite-കണ്ണിലുണ്ണി എന്നർഥം He is the white haired boy of the establishment (അയാൾ സ്ഥാപനത്തിന്റെ ഇഷ്ടമുള്ളകുട്ടിയാണ്) കുമ്പളങ്ങാശിരസ്കൻ എന്നു ധരിക്കരുത്.

whited sepulchre - വെള്ള പൂശിയ കുഴിമാടം - ജനപ്രിയമായ പ്രയോഗമത്രെ. പുറമെക്കു പരിശുദ്ധം, അകം ശുദ്ധവഷള്, അതാണ് whited sepulchre. ഇത്തരം വെള്ള പൂശിയ കുഴിമാടങ്ങളെ രാഷ്ട്രീയത്തിലും, സമൂഹത്തിലും മതമേഖലകളിലും ധാരാളമായി കാണാം.

white paper വെള്ള കടലാസല്ല. ഒരു പ്രത്യേക സന്ദർഭത്തിൽ സാമ്പത്തിക സ്ഥിതിയെക്കുറിച്ചോ നിയമസമാധാനനിലയെക്കുറിച്ചോ, മറ്റേതെങ്കിലും സുപ്രധാന വിഷയത്തെക്കുറിച്ചോ സർക്കാർ ഇറക്കുന്ന ഔദ്യോഗിക രേഖയാണ്. ധവളപത്രം. the opposition asked the government to come out with a white paper on the fiscal situation.

78

ലോജിയുടെ പ്രയോജനം

Logy എന്നത് ഒരു ശാസ്ത്രത്തെയോ വിചാരപദ്ധതിയെയോ, ജ്ഞാനപാഠത്തെയോ ദ്യോതിപ്പിക്കുന്ന പദമാണ്. ഗ്രീക്ക് logos; ലാറ്റിൻ logia. ഇംഗ്ലീഷിൽ ഇത് വളരെ പ്രയോജനപ്രദമായ ഒരു പ്രത്യയമായി (suffix) പ്രവർത്തിച്ചു പോരുന്നു. biology, mythology, astrology, psychology, cardiology, cosmology, ecology, psephology, numerology, seismology ഇങ്ങനെയിങ്ങനെ. ദോഷം പറയരുതല്ലോ, a pology എന്ന അപ്പോട്ടൻ ഇക്കൂട്ടത്തിൽപ്പെടുന്നില്ല; അതുപോലെ trilogyയും. സോഫോക്ലിസിന്റെ ഈഡിപ്പസ് നാടകങ്ങൾ 'ട്രിലോജി'യാകുന്നു - നാടകത്രയം. ഗാൽസ്വർത്തിയുടെ നോവലുകൾ - A Man of Prosperty, chancery let - നോവൽ ത്രയം (trilogy) ആണ്.

നമുക്ക് ചില 'ലോജി'കൾ പരിശോധിച്ചാലോ? തിമിംഗലം എന്ന whale ഉണ്ടല്ലോ അതിനുമുണ്ട് ഒരു ശാസ്ത്രം cetology, മത്സ്യശാസ്ത്രം. ichthyology. വീഞ്ഞിന്റെ നിർമാണവും നിസാരമല്ലാത്ത ഒരു ശാസ്ത്രവിദ്യയാണ്. അതിനെ Omology എന്നു വിളിക്കുന്നു. petrology പെട്രോളിന്റെ വേദാന്തമല്ല, പാറകളുടെ ഉത്ഭവവും രൂപവൽക്കരണവും പഠിക്കുന്ന പദ്ധതിയാണ്. Pomology പഴവർഗ സയൻസാണ്. സമയമാപിനി ശാസ്ത്രം അതായത് ക്ലോക്കുകളെ സംബന്ധിച്ച പഠനം - horology എന്നറിയപ്പെടുന്നു. Shell, കക്ക, ഒരു ശാസ്ത്രഗവേഷണ വിഷയമാണ്. അതിനുമുണ്ട് ഒരു പേര് canchology. ചിലർ ഗുഹകളെക്കുറിച്ചുള്ള അറിവിനു വർഷങ്ങൾ ചെലവിടുന്നു. അവർ പഠിക്കുന്നത് (Spelaology) ആണ്.

വാനരവർഗ ശാസ്ത്രത്തിനു primatology എന്നു നാമം. മുഴകളുടെ (tumor) ക്യാൻസറിന്റെ ശാസ്ത്രം oncology. മസ്തിഷ്കത്തിന്റെ പ്രവർത്തനം പഠിക്കുന്ന ശാസ്ത്രം phrenology. ചുരുക്കത്തിൽ - ലോജി വിളി

പ്പുറത്തുണ്ടെങ്കിൽ നമുക്ക് എന്തിനേയും ശാസ്ത്രമാക്കി വെക്കാം. പറയുമ്പോഴും എഴുതുമ്പോഴും ഒരേ ആശയംതന്നെ പല വാക്കുകളിൽ ആവർത്തിക്കുന്നത് അത്യന്തം അരോചകമാണ്, പക്ഷേ പലരും അതുചെയ്യുന്നു. ഇതിനു tautology (റ്റൊട്ടോളജി) എന്ന് പറയും: പൗനരുക്ത്യം. Morphology എന്നത് ജീവശാസ്ത്രത്തിലും ഭാഷാശാസ്ത്രത്തിലും പ്രത്യക്ഷപ്പെടുന്ന പദമാണ്: രൂപവിജ്ഞാനീയം. വാർധക്യപഠനമാണ് geretology (ജെറെറ്റോളജി).

സാഹിത്യകാരൻ സാഹിത്യപണ്ഡിതനാവണമെന്നില്ല. അതുപോലെ സംഗീതകാരൻ, സംഗീത വിദ്വാനാവണമെന്നില്ല. musician വേറെ musicologist വേറെ. സംഗീതവിജ്ഞാനീയം musicology ആണ്.

മഹാകവി ചങ്ങമ്പുഴ മലയാളം ഓണേഴ്സിനു പഠിക്കുമ്പോൾ അദ്ദേഹം ഏറ്റവും വെറുത്തിരുന്ന ഒരു വിഷയമുണ്ട്: philology (ഫിലോളെജി - ഭാഷാശാസ്ത്രം) കൊല്ലുന്ന ഫിലോളെജി ക്ലാസുകൾ എന്നാണ് കവി ഗോദവർമസാറിന്റെ കളരിയെ വർണിച്ചത്. ഇന്ന് ഫിലോളജിയുടെ ഉപയോഗം കാര്യമായി കുറഞ്ഞു. തൽസ്ഥാനത്ത് linguistics വന്നു.

ഔഷധങ്ങളുടെ ഗുണവിദ്യാപാകങ്ങളെക്കുറിച്ചു വിസ്തരിക്കുന്ന ശാസ്ത്രമാണ് pharmacology. അതിൽ വിജ്ഞനായവൻ pharmacologist. ടിയാനെ (pharmacist) എന്ന് തെറ്റിദ്ധരിക്കരുത്.

phenomenology - പ്രതിഭാസ ശാസ്ത്രം - എന്നത് Edmund Husserl എന്ന ജർമൻ ദാർശനികൻ പരുവപ്പെടുത്തിയ വേദാന്തമാണ്. ബോധാത്മകമായ അനുഭവത്തിന്റെ വിശദാംശങ്ങളിലാണ് ഇത് വേരൂന്നുന്നത്. ഈ ചിന്താപദ്ധതിക്ക് ഒരുപാട് പ്രചാരകന്മാരുണ്ട്.

ഗൂഢാർഥപദങ്ങളെ (codes), രഹസ്യ ഭാഷയെ (cipher), അനാവരണം ചെയ്യുന്ന അവയുടെ രഹസ്യപ്പൂട്ട് തുറക്കുന്ന ശാസ്ത്രത്തെയാണ് cryptology എന്നു വിളിക്കുന്നത്.

ഇന്ത്യാചരിത്രം, സംസ്കാരം, പാരമ്പര്യം, ഇന്ത്യൻ സംസ്കാരം തുടങ്ങിയ മേഖലകളെ ഉൾക്കൊള്ളുന്ന സമഗ്രപഠനമാകുന്നു Indology. ഇത് ചൈനയെക്കുറിച്ചാകുമ്പോൾ sinology. വൈറസിനെക്കുറിച്ചാവുമ്പോൾ വൈറോളജി.

79

ഇങ്ങനെയും ചിലത്

രസകരമെന്നു തോന്നുന്ന ചില പുതുപുത്തൻ പദങ്ങളെ, നിങ്ങൾക്കു വിരോധമില്ലെങ്കിൽ നമുക്കൊന്നു പരിചയപ്പെടാം. ഇന്നല്ലെങ്കിൽ നാളെ ഇവ നിത്യോപയോഗത്തിൽ വരുമെന്ന് ഉറപ്പാണ്.

മുലപ്പാലുമായി ബന്ധപ്പെട്ട പല പ്രയോഗങ്ങളും ശൈലികളും വാമൊഴിയിലും വരമൊഴിയിലും വിലസുന്നുണ്ട്: എല്ലാ മനുഷ്യഭാഷകളിലും അമ്മ എന്ന് കേൾക്കുമ്പോൾ തന്നെ അമ്മിഞ്ഞപ്പാലിന്റെ സ്വാദാണോർമവരിക. ഈ ഓർമവരാത്തവരെക്കുറിച്ച് ഒന്നും പറയാതിരിക്കുകയാണ് നല്ലത്. പണ്ട് - അതായത് പോയ നൂറ്റാണ്ടിന്റെ നാൽപ്പതുകളിൽ– തെമ്മലപ്പുറത്ത് അയ്യപ്പനേഡ് എന്ന പുകൾ പൊങ്ങിയ ഒരു ഹെഡ് കോൺസ്റ്റബിൾ ചെങ്കോൽ നടത്തിയിരുന്നു. അദ്ദേഹത്തിന്റെ തിരുമുമ്പിൽ ഹാജരാക്കപ്പെടുന്നവൻ ആരായാലും - പ്രതിയായാലും പരാതിക്കാരനായാലും - അയ്യപ്പനേഡ് കുനിച്ചു നിർത്തി മുതുകത്തിടിക്കും. അതോടെ ശൈശവത്തിൽ കുടിച്ച മുലപ്പാല് മുഴുവനായും പുറത്ത് വരുമത്രെ. ഈ ഒരു മെഗാസിദ്ധിയുള്ളതു കൊണ്ടാവാം, പൊതുജനം അദ്ദേഹത്തെ കരിങ്കുട്ടി, കണ്ടാകർണ്ണൻ തുടങ്ങിയ ബി ഗ്രേഡ് ദൈവങ്ങളുടെ പട്ടികയിലാണ് പെടുത്തിയിരുന്നത്. പൈതങ്ങൾക്ക് കൊടുക്കുന്ന പാനീയങ്ങളിൽ മായം ചേരാത്ത ഒന്നേഒന്നു മുലപ്പാലാണ് എന്ന വിശ്വാസം പരക്കെയുണ്ട്.

ഇടക്കാലത്ത് ബ്രെസ്റ്റ് ഫീഡിങ് കഴിയുന്നത്ര നേരത്തെ നിർത്തി, കുപ്പിപ്പാലിലേക്കു തിരിയാനുള്ള വാസന പ്രകടമായിരുന്നു. സൗന്ദര്യപരമായ പരിഗണനകൾ മാതൃസ്നേഹത്തെ മറികടക്കുമ്പോഴാണ് ഫീഡിംഗ് ബോട്ടിൽ മേൽക്കൈ നേടുന്നത്. കുട്ടികളെ മുലയൂട്ടിത്തന്നെ വളർത്തണമെന്ന് വാദിക്കുന്ന ചില അമ്മമാർ ഈ ബോട്ടിൽ കൾച്ചറിനെതിരായി രംഗത്തുവന്നു. ഈ മുലപ്പാൽ പക്ഷവാദിയെ ലാക്റ്റിവിസ്റ്റ്

- lactivist - എന്ന് വിളിക്കുന്നു. lactate എന്ന പദവും activist എന്ന പദവും ഐക്യപ്പെടുമ്പോഴാണ് lactivist സംഭവിക്കുന്നത് എന്ന് ശ്രദ്ധിക്കുക. lactation എന്നാൽ മുലയൂട്ടൽ, മുലയൂട്ടുകാലം. Kola Brown is widely known as an uncompromising lactivist.

യാതൊരു അർഹതയുമില്ലാതെ പൊട്ടഭാഗ്യംകൊണ്ട് പ്രസിദ്ധിയുടെ ഏഴാം നിലയിലേക്കുയർത്തപ്പെടുന്ന ചില ഭാഗ്യവാന്മാരുണ്ട്. അവരുടെ മണ്ടയിൽ വരച്ച വര നന്നായതുകൊണ്ടുമാത്രം ഉന്നതങ്ങളിൽ വിരാജിക്കുന്നവർ. ഉദാഹരണം അസംഖ്യം. എടുത്തു പറയാതിരിക്കുന്നതാണ് എന്തുകൊണ്ടും നല്ലത്. ഇവനാണ് nonbrity (നോൺബ്രിറ്റി). Non-entity (നിസ്സാരൻ) എന്ന വാക്കും celebrity (പ്രസിദ്ധൻ) എന്ന വാക്കും ഇണചേർന്ന് nonbrity ജനിക്കുന്നു. മാതൃകകൾ അന്വേഷിച്ച് അധികം അലയുകയൊന്നും വേണ്ട - നമ്മുടെ വീട്ടുമുറ്റത്തു തന്നെയുണ്ട്.

ദുർമേദസ് അഥവാ പൊണ്ണത്തടി പണ്ടൊക്കെ സമ്പന്നതയുടെ, സുഖജീവിതത്തിന്റെ ലക്ഷണമായി എണ്ണപ്പെട്ടിരുന്നു. കഞ്ഞിക്കു ഗതിയില്ലാത്തവൻ എല്ലൻ കോവാലൻ; മൂന്നുനേരം തിന്നാനുള്ളവൻ, തടിയൻ കിട്ടുണ്ണി. ഈ വിലയിരുത്തൽ ഇന്നില്ല. മെലിച്ചിലിനാണ് മാർക്കറ്റ്. തടി, obesity, യൂറോപ്യൻ രാജ്യങ്ങളിൽ ഒരാരോഗ്യപ്രശ്നവുമാണ്. ശരീരത്തിലെ മിച്ചമാംസം - execess flab - നടന്നും ഓടിയും തീറ്റമുടക്കിയും കത്തിച്ചുകളയാനുള്ള അതികഠിനമായ പ്രയത്നം ആഗോളമായി നടക്കുന്നു.

ചില ആഹാരങ്ങൾ പൊണ്ണത്തടിക്കു വളംവെക്കുന്നു എന്നാണ് കണ്ടെത്തൽ. നെയ്യും പഞ്ചസാരയും ഇറച്ചിയും വറുത്തതും പൊരിച്ചതുമൊക്കെ കുറ്റവാളികളുടെ പട്ടികയിൽപ്പെടുന്നു. ചുരുക്കത്തിൽ വായ്ക്ക് രുചി തോന്നിക്കുന്ന തീൻ പണ്ടങ്ങളെല്ലാം. ഇവയ്ക്കും ഒരു പുതിയ വാക്കുണ്ട്. obesogenic (causing obesity). ക്യാൻസർ ഉണ്ടാക്കുന്നത് carcinogenic, പൊണ്ണത്തടി തരുന്നത് obesogenic. ബ്രിട്ടനിൽ പലേടത്തും കാണുന്ന ഒരു പരസ്യവാചകമിതാണ്. obesity is obscene (അമിതവണ്ണം ആഭാസമാണ്).

80

സകാരവിചാരം

"Medical science tells us that those who take a sanguine view of life tend to live longer." (ഒരു പ്രസാദാത്മക ജീവിതവീക്ഷണം കൈക്കൊള്ളുന്നവർ ദീർഘവർഷ ജീവികളാവാൻ സാധ്യതയുണ്ടെന്ന് വൈദ്യശാസ്ത്രം പറയുന്നു. sanguine എന്ന നാമവിശേഷണം cheerful, optimistic എന്നീ അർഥങ്ങൾ തരുന്നു. sanguinariness എന്നാണ് നാമരൂപം. sanguinity എന്ന പാഠഭേദമുണ്ട്. ചോരതുടിക്കുന്ന എന്ന അർഥവുമുണ്ട്. നിറത്തോട് ബന്ധപ്പെടുത്തി സംസാരിക്കുമ്പോൾ ruddy, (blood-red) ലാറ്റിനിൽ sanguis എന്നാൽ blood (രക്തം) ആണ്. sanguneus എന്നാൽ bloody എന്നും. പതിനാലാം നൂറ്റാണ്ടുമുതൽ ഈ വാക്ക് നമ്മോടൊപ്പമുണ്ട്. sanguinary എന്ന് പ്രയോഗിക്കുമ്പോൾ ചോരമയമാണ്: ചോര പുരണ്ടത്, രക്തദാഹിയായത്, (blood-stained, blood-thirsty). Political Revolutions, are mostly sanguinary (രാഷ്ട്രീയ വിപ്ലവങ്ങൾ മിക്കപ്പോഴും രക്തരൂക്ഷിതമാണ്) sanguinolent എന്നൊരു വാക്കുണ്ട്. അജക്ടീവ്. containing blood, mixed with blood എന്ന് അർഥം പറയാം, ധാരാളം പ്രചാരത്തിലുള്ള ഒരു ഫ്രഞ്ച് പദം ഇംഗ്ലീഷിലുണ്ടല്ലോ. (sangfroid) (സൊങ്ഫ്ര്യാ). cool, collected, compoure എന്നൊക്കെയാണർഥം. He seldom loses his sangfroid. (അയാൾ അയാളുടെ നിശ്ചാഞ്ചല്യം ഒരിക്കലും നഷ്ടപ്പെടുത്തുന്നില്ല). ഫ്രഞ്ചിൽ ഇതിന്റെ അക്ഷരാർഥം cold-blood (ശീതരക്തം) എന്നാണ്. ഇതുള്ളവൻ ഒരിക്കലും ചൂടാവില്ലല്ലോ. 18-ാം നൂറ്റാണ്ടിലാണ് 'sanfroid' ഇംഗ്ലീഷിൽ പ്രവേശിച്ചത്.

Sanctuary എന്ന വാക്ക് sanctuarium എന്ന ലാറ്റിൻ വാക്കിൽ നിന്നു തടവിച്ചതാണ്. വിശുദ്ധ വസ്തുക്കൾ സൂക്ഷിക്കുന്ന ഇടം എന്നായിരുന്നു പഴയ അർഥം. പിന്നീട് പല വ്യത്യസ്ത അർഥങ്ങളും വന്നുചേർന്നു. മൃഗങ്ങൾക്കും പക്ഷികൾക്കും വേണ്ടി വേർതിരിച്ച സുരക്ഷാസ്ഥാനങ്ങളെ

sanctuary എന്നു വിളിച്ചു (wild game sanctuary bird sanctuary). മത വിശ്വാസികൾക്കു അവരുടെ ശത്രുക്കളിൽനിന്ന് പരിരക്ഷ നൽകുന്ന പള്ളികളെ, പ്രാർഥനാലയങ്ങളെ sanctuary എന്നു വിശേഷിപ്പിച്ചു പോന്നു. sanctum (Holy, പരിശുദ്ധം) എന്ന വാക്കുമായി ഇത് ബന്ധപ്പെട്ടു കിടക്കുന്നു. sanctum sanctorum എന്നാൽ Holy of holies: ശ്രീകോവിൽ ഗർഭഗൃഹം, inner shrine. അവിടെ പൂജകർക്കു മാത്രമെ പ്രവേശനമുള്ളൂ. Parliament is looked upon as the sanctums of democracy (പാർലിമെന്റ് ജനാധിപത്യത്തിന്റെ വിശുദ്ധാലയമായി കണക്കാക്കപ്പെടുന്നു) sanctity. Of late attempts are made to sanctify certain questionable rites and rituals (അടുത്തകാലത്ത് ചില ചോദ്യം ചെയ്യപ്പെടേണ്ട ആചാരനുഷ്ഠാനങ്ങളെ വിശുദ്ധീകരിക്കാനുള്ള ശ്രമങ്ങൾ ഉണ്ടാവുന്നുണ്ട്). sandal എന്നാലെന്തെന്ന് ഏതു കുണാപ്പിക്കും അറിയാം. ചെരുപ്പ്, പാദരക്ഷ (foot wear). എന്നാൽ ഈ പദത്തിനു മറ്റൊരു അർഥമുള്ളത് പലർക്കുമറിയില്ല. long, narrow boat, ചുണ്ടൻ വള്ളം, salon എന്ന പദം (സെലോൺ) ഒട്ടും അപരിചിതമല്ലല്ലോ. Reception room (സ്വീകരണമുറി) എന്നാണ് അർഥം. സൽക്കാരമുറിയിൽ സമ്മേളിക്കുന്ന വിശിഷ്ടാതിഥികളുടെ സമൂഹം എന്നും പറയാം. വ്യത്യസ്തനാമൊരു ബാർബറാം ബാലന്റെ വലിയ കണ്ണാടികളും കറങ്ങുന്ന കസേലയും മുക്കാലിയിൽ ആനുകാലികങ്ങളുമുള്ള കേശ സംവിധാനശാലയുണ്ടല്ലോ, അതിനേയും സെലോൺ എന്നു വിളിക്കാം. ബ്യൂട്ടി പാർലറും ഒരു salon തന്നെ സ്പെല്ലിങ്ങിൽ മനസിരുത്തുക.

Saloon (സെലൂൺ) എന്നു പറഞ്ഞാൽ കഥമാറി. ബ്രിട്ടീഷ് ഇംഗ്ലീഷിൽ saloon എന്നാൽ lounge ആണ്. (ഒരു പൊതുകെട്ടിടത്തിലെ waiting room.) അവിടെ മുടിമുറിയും മുഖം മിനുക്കലും നടക്കില്ല. അമേരിക്കയിലും കാനഡയിലും saloon ഒരു ബാറാണ്. അവിടെയിരുന്നു വീരഭദ്രസേവയാവാം. അഞ്ചാറാളുകൾക്കിരിക്കാവുന്ന രണ്ടോ നാലോ വാതിലുകളുള്ള ഒരു പെട്ടകവണ്ടിക്കും സലൂൺ എന്നും പറയും വി വി ഐ പി കൾക്കു സഞ്ചരിക്കാൻ തീവണ്ടികളിലൊരുക്കുന്ന വിശാലവും അലംകൃതവുമായ സഞ്ചാരമുറിക്കും സലൂൺ എന്നാണ് പേര്. ഇറ്റാലിയൻ saloneൽനിന്നാണ് ഈ പദം നമുക്ക് കിട്ടിയത്. 'സ്വാമി' എന്നതൊരു പൂജ്യപദമാണ് 'ഗുരുസ്വാമി', ജിലേബിസ്വാമി, പറക്കും സ്വാമി, ഏതു കാഷായക്കാരനെയും നാം ഉദാരമായി സ്വാമി എന്ന് സംബോധന ചെയ്യും. കൂടാതെ തമിഴ് ബ്രാഹ്മണനെയും സാമി എന്നോ സ്വാമി എന്നോ വിളിക്കുന്ന ശീലവും നമുക്കുണ്ട്. അപ്പുസാമി, വെങ്കിടസാമി, വക്കീൽ സാമി ഇങ്ങനെ.

Sammy എന്ന പദം എല്ലാ നല്ല ഇംഗ്ലീഷ് ഡിക്ഷ്ണറികളിലും സ്ഥലം പിടിച്ചിട്ടുണ്ട്. നെൽസൺ മണ്ടേലയുടെ സൗത്ത് ആഫ്രിക്കയിൽ sammyക്കു ഒരു വിശേഷാർഥമാണ്. പഴവും പച്ചക്കറിയും വീടുതോറും കൊണ്ടു ചെന്നുവിൽക്കുന്ന ഇന്ത്യക്കാരൻ: അവനാണ് സാമി, സാമി നടത്തുന്നതും ഒരു വ്യാപാരമാണല്ലോ ആത്മീയവ്യാപാരം!

81

സാമൂഹ്യപാഠം

'സമൂഹം' (society) എന്നത് പല തലങ്ങളിൽ നമ്മെ വേട്ടയാടുന്നുണ്ട്. ഒരു സ്ഥാപനമെന്ന നിലയിൽ, ഒരു പദമെന്ന നിലയിൽ, ഒരാശയമെന്ന നിലയിൽ. തൊട്ടാൽ ചൊറിയുന്ന, തൊട്ടിടം തിണർപ്പിക്കുന്ന ചില വിഭവങ്ങൾ പ്രകൃതിയിലുണ്ടല്ലോ. കടിത്തൂവ്വ, നായ്ക്കൊരണ, ആ ജനുസിൽപ്പെടുന്ന ഒരു വാക്കാണ് society.

സംഘമെന്ന അർഥത്തിൽ തികച്ചും മലയാളവൽക്കരിക്കപ്പെട്ടു കഴിഞ്ഞ ഈ പദം NSSൽ ഉണ്ട്, SPCAയിലുണ്ട്, മറ്റ് പലതിലുമുണ്ട്. പതിനാലാം നൂറ്റാണ്ടിലെ മിഡിൽ ഇംഗ്ലീഷ് വൊക്കാബുലറിയിൽ ഇദ്ദേഹം എത്തിയത് ലാറ്റിനിൽനിന്നു ഫ്രഞ്ചു മാർഗമാണ്. മൂലസ്രോതസ് socius എന്ന ലാറ്റിൻ വാക്ക്. അർഥം companion (സഖാവ്, കൂട്ടുകാരൻ). അതിൽ നിന്നും societal എന്ന പദം വികസിച്ചു. അതാണ് ഫ്രഞ്ചിലെത്തിയപ്പോൾ societe ആയത്. ഇംഗ്ലീഷ് അതിനെ society ആക്കി. unity/fellowship എന്ന അർഥത്തിൽ പതിനാറാം നൂറ്റാണ്ടിലെ ഇംഗ്ലീഷ് എഴുത്തുകാർ societyയെ തലങ്ങും വിലങ്ങും പ്രയോഗിച്ചു. ഏതു പുതിയ വാക്കുകണ്ടാലും ഉടനെ അതെടുത്തുപയോഗിക്കുന്ന ഷേക്സ്പിയർ പല നാടകങ്ങളിലും സൊസൈറ്റിയെടുത്തു പെരുമാറിയിട്ടുണ്ട്. our self will mingle with society എന്ന് മാക്ബെത്ത്. company, champnioship, assembly, gathering, fellowship, guests, social organization എന്നീ നാനാർഥങ്ങളിൽ ഈ പദം ശരിക്കും ആടിത്തിമിർത്തു.

civil society എന്നാൽ പൗരസമൂഹമാണ്. അടുത്തകാലത്ത് രാഷ്ട്രീയക്കാർക്കും പത്രക്കാർക്കും കോഴിക്കോടൻ അലുവയായ വാക്ക്. "civil society imposes a code of condut on all its members." പൗരസമൂഹം അതിന്റെ അംഗങ്ങളുടെമേൽ ഒരു പെരുമാറ്റസംഹിത അടിച്ചേൽപ്പി

ക്കുന്നു. political society (രാഷ്ട്രീയ സമൂഹം) Elitesociety (വരേണ്യ സമൂഹം) lumpen society (ആഭാസ സമൂഹം) അങ്ങനെ പോകുന്നു വർഗീകരണങ്ങൾ. A group of people bound by same common objectives and interests: ഈ അർഥത്തിൽ society വ്യാപകമായി ഉപയോഗിക്കപ്പെടുന്നുണ്ട്. society of cine artistes, society of technoerats. ഇവിടെ society എന്നാൽ association ആകുന്നു.

of late he has fallen into foul society എന്നുപറഞ്ഞാൽ കൃഷ്ണക്കുട്ടി അടുത്തിടെയായി ചീത്ത കൂട്ടുകെട്ടിലേക്ക് നിപതിച്ചു എന്നർഥം.

societyക്കു status എന്നൊരർഥവും കൽപ്പിച്ചുകിട്ടിയിട്ടുണ്ട്. അങ്ങനെയാണ് society lady, സമൂഹയോഷ സംഭവിച്ചത്. High societyയും low societyയും ഉണ്ട്. പഞ്ചനക്ഷത്ര ഹോട്ടലിന്റെ വാതനിയന്ത്രിതബാറിൽ കുടിച്ചു ഛർദിക്കുന്നവൻ high society, കള്ളു ഷാപ്പിൽ കുടിച്ചു ഛർദിക്കുന്നവൻ low society.

Societal എന്നൊരു നാമവിശേഷണ പദമുണ്ട്. This book examines societal concerns in an urbanised climante of living. ഈ നാമവിശേഷണത്തെ social എന്ന അജക്ടീവിന്റെ പര്യായമായി കാണരുത്. social കുറെക്കൂടി സാമാന്യമാണ്. social justice, social gathering, social contract, social democracy, social insurance, social security.

Socialite എന്നാൽ സോഷ്യലിസ്റ്റ് ആശയശാസ്ത്രത്തിൽ വിശ്വസിക്കുന്ന സഖാവാണെന്ന് ആരും ധരിക്കരുതേ! 'ഫാഷനബിൾ' ആയ സമൂഹോപരിതലത്തിലെ ഒരു നിറസാന്നിധ്യം: അതാണ് socialite. ചുക്കില്ലാത്ത കഷായമില്ലെന്നു പറഞ്ഞപോൽ ഇഷ്ടനില്ലാത്ത സാമൂഹ്യശീവേലികൾ ഉണ്ടാവില്ല. ഏതു വിരുന്നുസൽക്കാരത്തിലും ഔപചാരികച്ചടങ്ങുകളിലും മൂപ്പനുണ്ടാവും. വെടിപ്പായി വസ്ത്രധാരണം ചെയ്യും, ഭംഗിയായി സംസാരിക്കും he is a prominent socialite.

Socialize എന്ന ക്രിയാപദമുണ്ട്. Behave in a sociable manner. Raju doesn't socialize with the officers below his rank.

Socialism സ്ഥിതിസമത്വവാദമാകുന്നു. ഏറെ ദുരുപയോഗപ്പെടുത്തപ്പെട്ട രാഷ്ട്രീയപദം. utopian socialism, Scientific socialism, Christian socialism എന്നിങ്ങനെ പല ജാതികളുമുണ്ട്. ഹിറ്റ്ലർപോലും സംസാരിച്ചത് National socialism എന്ന സാധനത്തെക്കുറിച്ചാണ്.

82

വാക്കും ചാക്കും

'**അ**യാളുടെ വാക്കും പഴയ ചാക്കും' എന്നൊരു പഴയ ശൈലി വാമൊഴിയിൽ വിലസിയിരുന്നു. കൊടുത്തവാക്ക് പാലിക്കണമെന്ന് ദുർവാശി ലവലേശം ഇല്ലാത്ത തറവാടിയെക്കുറിച്ചാണ് ഈ സുഭാഷിതം. അസൂയാവഹമായ മെയ്‌വഴക്കത്തോടെ വാക്കുമാറുന്ന യോഗ്യന്മാരുടെ കൂട്ടത്തിൽ രാഷ്ട്രീയ ജീവികളുണ്ട്, സാംസ്കാരിക നേതാക്കളുണ്ട്, സാമൂഹ്യസേവകരുണ്ട്, ഭരണചക്രം തിരിക്കുകയും വളയ്ക്കുകയും ചെയ്യുന്നവരുണ്ട്. ഞാനും നിങ്ങളുമുണ്ട്. ഇവിടെ വാക്ക് എന്നത് promise, വാഗ്ദാനം ആകുന്നു. വാക്ക് എന്ന വാക്കിനുതന്നെ വിവക്ഷ പലതുണ്ട്.

"ദേവാരാതിക്ഷപണചണയാം ദേവിതൻ സേവചെയ്തി-
ട്ടാവാക്കേ നീ വിരവൊടു പടിഞ്ഞാട്ടു കിഞ്ചിൽ ഗമിച്ചാൽ"

എന്ന് *മയൂരസന്ദേശ*ത്തിൽ ദ്വിതീയാക്ഷര പ്രാസത്തിന്റെ പരംപൊരുളായ സാക്ഷാൽ കേരളവർമ്മ വലിയ കോയിത്തമ്പുരാനെഴുതുമ്പോൾ 'വാക്ക്' 'വഴി'യാവുന്നു.

'വാക്ക്' എന്ന് കുണ്ടൂർ നാരായണ മേനോനും 'പദം' എന്ന് ഉള്ളൂർ എസ് പരമേശ്വരയ്യരും word എന്നു സായ്‌വും വിളിക്കുന്ന സാധനത്തിനു ഒരു പേഴ്സണാലിറ്റിയുണ്ട്, ചരിത്രമുണ്ട്, ഭൂമിശാസ്ത്രമുണ്ട്, കാൽപ്പനികതയുണ്ട്. ഇല്ലാതെപോയത് ജോർജ് ഓർവെൽ പറഞ്ഞതുപോലെ ഒന്നുമാത്രമാണ്: ചാരിത്ര്യം (chartity). തന്റെ ജീവിതഗാഥയിലൊരിടത്തും ഈ വാക്കു കാണാതെ മഗ്ദലനയിലെ മറിയാമ്മ നടുങ്ങിയ കഥ.

('ചാരിത്ര്യമെന്നൊരു വാക്കതിൽ കണ്ടില്ല
നാരിപ്പൂൺപയ്യോനടുങ്ങിപ്പോയി')

നമുക്ക് എന്നും അഭിമതനായി വർത്തിക്കുന്ന വള്ളത്തോൾ മഹാകവി വിസ്തരിച്ചിട്ടുണ്ട്. അത്തരം ഒരു നടുക്കവും 'വാക്ക്' എന്ന വിലാസ

ലതികയ്ക്ക് ഉണ്ടായതായി അറിവില്ല.

'ആരെയും തന്നിൽ മുഴുകിക്കയല്ലാതെ
ആരിലും മുങ്ങുമാറില്ല വേശ്യാനദി'

എന്ന് പണ്ടാരോ പറഞ്ഞില്ലേ! അതാണ് വാക്കിന്റെയും സ്വഭാവം. മിഥ്യാഭിമാനമില്ല; കുറ്റബോധമില്ല; പശ്ചാത്താപമില്ല. നെൽസണെപ്പോലെ (നെൽസൺ മണ്ഡേലയല്ല) അഡ്മിറൽ ഹൊറേഷ്യാ നെൽസൺ, കടൽ യുദ്ധത്തിൽ നെപ്പോളിയനെ മുട്ടുകുത്തിച്ച മിടുക്കൻ) ഭയം അങ്ങാടി മരുന്നോ പനിമരുന്നോ എന്നറിയില്ല.

വാക്ക് അശ്വത്ഥാമാവിനെപ്പോലെ ചിരഞ്ജീവിയാണെന്ന തെറ്റിദ്ധാരണ പരക്കെയുണ്ട്. അല്ല. ചില വാക്കുകൾ ബഹുവർഷജീവികളായി കട്ടിലൊഴിയാതെ കഴിയുന്നു. എന്നാൽ പല വാക്കുകളും അൽപ്പായുസുകളാണ് മിന്നൽപ്പിണരുകളാണ്, ചിത്രശലഭങ്ങളാണ്. മഴവില്ലിനെപ്പോലെ വാക്കിനു ശാശ്വത മൂല്യമില്ല.

ഇവിടെ വിചാരണക്കെടുക്കുന്നത് ആംഗലപദങ്ങളെയാണ്. ദിവസേന, പത്രത്തിൽ പുസ്തകത്തിൽ, ഇന്റർനെറ്റിൽ, ടെലിവിഷനിൽ മഹാജനം നേരിടുന്ന വിധത്തിലും തരത്തിലുമുള്ള വാക്കുകൾ. അവയിൽ ആഢ്യന്മാരുണ്ട്, സവർണരുണ്ട്. അവർണരുണ്ട്, കോലോത്തുനിന്നു വന്നവരുണ്ട്, തെരുവിന്റെ മക്കളുണ്ട്, കണ്ണിണകൊണ്ട് തരംകിട്ടിയാൽ കടുകുവറക്കുന്ന പല്ലവാംഗികളുണ്ട്. കണ്ണടകൊണ്ടു കോങ്കണ്ണുമറയ്ക്കുന്ന വിപ്രിയ ദർശനകളുമുണ്ട്.

വാക്കുകളുടെ അത്ഭുത ദ്വീപിലേക്കു കടക്കുന്നതൊക്കെ കൊള്ളാം. പക്ഷേ അവിടെ നമ്മെ കാത്തിരിക്കുന്ന ഒരവസ്ഥയുണ്ട്-സ്ഥലജലഭ്രാന്തി. ഒരു കഴഞ്ച് നർമബോധമുണ്ടെങ്കിൽ ഇതൊരുൾപ്പുളകം ചാർത്തുന്ന അവസ്ഥയാണ്. ഇന്ദ്രപ്രസ്ഥത്തിലെ കനകസഭയിൽ വിശിഷ്ടാതിഥിയായെത്തിയ ദുര്യോധനനും ഇതില്ലാതെ പോയതുകൊണ്ടാണല്ലോ പാഞ്ചാലിയമ്മയുടെ പൊട്ടിച്ചിരിയിൽ പങ്കുചേരാൻ കഴിയാതെ വന്നത്. ഫലം ഭാരതയുദ്ധം.

വാക്കിനുവീര്യം മാത്രമല്ല ലഹരിയുമുണ്ട്. അത് അത്യാസക്തി (addiction) സൃഷ്ടിക്കുന്നു. ഏഴാം സ്വർഗം വിടർത്തുന്നു. അപ്പോൾ പുറപ്പെടുകയല്ലേ.

83

അരമന

കോവിലകം, കൊട്ടാരം, അരമന, പ്രാസാദം, രാജമന്ദിരം, ഇങ്ങനെ നീളുന്നു palaceന്റെ പര്യായങ്ങൾ. കൊട്ടാരം ചിന്തയാൽ ജാഗരംകൊള്ളുന്നുവെന്നും കൊച്ചു കുടിലിലാണ് നിദ്രാസുഖമെന്നും വെട്ടത്തുനാട്ടിൽനിന്നും പുറപ്പെട്ട് ചെറുതുരുത്തിയിൽ താമസമാക്കിയ ഒരു മഹാകവി പണ്ടു പറയുകയുണ്ടായി "uneasy lies the head that wears the crown" എന്ന് ഷേക്സ്പിയർ എഴുതിയില്ലേ? അതിന്റെ ശുദ്ധമായ മലയാളം. ഈശ്വരനൊരിക്കൽ വിളിക്കാതെ രാജകൊട്ടാരത്തിൽ വിരുന്നിനു പോയ കാര്യം വേറൊരു കവി വിസ്തരിച്ചിട്ടുണ്ട്. ഇന്നാകട്ടെ മന്നനും കൊട്ടാരവും ചരിത്രാവശിഷ്ടങ്ങളായിരിക്കുന്നു.

Buckingham palace, Kawadiyar palace എന്നൊക്കെപ്പറയുമ്പോൾ ഈ കെട്ടിടങ്ങളിലെ രാജസാന്നിധ്യത്തിനായിരുന്നു പ്രാമുഖ്യം. ഇന്ന് അരചനും അരമനയും തമ്മിലുള്ള ബന്ധം ഒരു പ്രശ്നമേയല്ല.

ഈ palace എങ്ങനെ വന്നു? റോമാപുരി നിർമിച്ച ഒരു രാമൻ മേനോനുണ്ടായിരുന്നുപോൽ, Romulus. തന്റെ കൂടെ പിറന്ന റെമസിനോടൊപ്പം ഒരു ചെന്നായ് പോറ്റമ്മയുടെ മുലപ്പാൽ നുണഞ്ഞാണത്രെ കഥാപുരുഷൻ വളർന്നത്. (അച്ഛൻ mars (കുജൻ) ആയിരുന്നുവെന്നു ശ്രുതി). ഇദ്ദേഹം palatine എന്നൊരു കുന്നിന്റെ ഉച്ചിയിലാണ് റോമാപ്പട്ടണം പണിതത്. കോട്ടകൊത്തളങ്ങൾക്ക് ഏറ്റവും ഉചിതമായ സ്ഥലമായിരുന്നു palatium. ഈ ലാറ്റിൻ-ഇറ്റാലിയൻ വാക്കിൽനിന്ന് ഫ്രഞ്ചുവഴിയാണത്രെ palace ഇംഗ്ലീഷിലേക്കു കുടിയേറിയത്. palas (pole, ദണ്ഡ്യകോൽ എന്നർഥം) എന്ന പദത്തിൽനിന്നാണ് palace ഉത്ഭവിച്ചതെന്നും പക്ഷമുണ്ട്. 'പോളുകൾ' നാട്ടി, പരസ്പരം ബന്ധിപ്പിച്ചുകൊണ്ടത്രെ palisade (പുറം വേലി) നിർമിച്ചിരുന്നത്.

ആഗസ്റ്റസ് എന്ന റോമൻ ചക്രവർത്തി പലറ്റൈൻ കുന്നു മുഴുവൻ നിറയുന്ന ഒരു കൂറ്റൻ കെട്ടിടസമുച്ചയം പണിയിപ്പിച്ച് അങ്ങോട്ടു പൊറുതി മാറ്റി. ആ സ്ഥലമാണത്രെ ആദ്യത്തെ പാലസ്. അങ്ങനെ രാജാവിന്റെ ആവാസം palace ആയി അറിയപ്പെട്ടു. കാലം മാറിയപ്പോൾ പാലകനും പാലസും തമ്മിലുള്ള ബന്ധം വിച്ഛേദിക്കപ്പെട്ടു. ഇന്നു പലതരം പലവിധം പാലസുകളുണ്ടല്ലോ. picture palace (സിനിമാകൊട്ടക). silk palace (തുണിക്കട) hotel palace (ചോറുകട).

84

She Stoops to conquer

നിങ്ങൾക്കു ജീവിക്കുവാൻ ഒഴിവാക്കാനാവാത്ത ഒരു ഭാഷയാണ് ഇംഗ്ലീഷ്. ഉത്തരാധുനികലോകത്ത് ടെലിവിഷൻ, ഇന്റർനെറ്റ്, ഇൻസെൻസിറ്റിവിറ്റിപോലെ അവശ്യം വേണ്ടവയിൽ ഒന്ന്. 400 കോടി ജനങ്ങളുടെ മാതൃഭാഷ - ബ്രിട്ടീഷുകാർ, അമേരിക്കന്മാർ, കാനഡക്കാർ, ആസ്ട്രേലിയർ, നെതർലണ്ടുകാർ (കിവിസ്), ദക്ഷിണാഫ്രിക്കക്കാർ - പശ്ചിമ ജർമാനിക് ഉത്ഭവമുള്ള ഈ മാർദവമുള്ള അയവേറിയ ഭാഷ. ആഗോളമായിരിക്കുന്നു. വെള്ളക്കാർ, കറുത്തവർ, ബ്രൗൺനിറക്കാൾ എല്ലാം ഇംഗ്ലീഷിനെ ഉപചരിക്കുന്നു. ആഫ്രിക്കയിലെ ആംഗ്ലോഫോൺ രാജ്യങ്ങളായ നൈജീരിയ, ഘാന, ഗാംബിയ, സൈറാ-ലിയോൺ, സാംബിയ, താൻസാനിയ, സിംബാബ്വേ, ലെസോതോ, ബോട്സ്വാന എന്നിവിടങ്ങളിൽ ഇത് ഔദ്യോഗിക ഭാഷയാണ്. ദക്ഷിണേഷ്യൻ റിപ്പബ്ലിക്കുകളിൽ - ഇന്ത്യ, പാകിസ്ഥാൻ, ബംഗ്ലാദേശ്, ശ്രീലങ്ക, സിങ്കപ്പൂർ, ബ്രൂണേ - പ്രചാരമുള്ള ഒരു ബന്ധഭാഷയെന്ന നിലയിൽ ഒരു സുപ്രധാന സ്ഥാനം വഹിക്കുന്നു. പാപ്വാന്യൂഗിനിയക്കാരും അതുപോലെ ഫിജിക്കാരും ഇംഗ്ലീഷ് സംസാരിക്കുന്നു. ഇത് അന്താരാഷ്ട്ര രാഷ്ട്രീയത്തിന്റെയും ലോകവ്യാപക വ്യാപാരത്തിന്റെയും വാണിജ്യത്തിന്റെയും ഇഷ്ടവാഹനമാണ്. ഫ്രഞ്ചുകാരും സ്പെയിൻകാരും മുമ്പേതന്നെ ഈ ട്യൂട്ടോണിക് ഭാഷയ്ക്കെതിരായ പടയോട്ടത്തിൽ പരാജയപ്പെട്ടു.

ഇന്ത്യൻ വംശജനായ വിവാദ ആംഗല നോവലിസ്റ്റായ സൽമൻ റഷ്ദിയുടെ നിരീക്ഷണം നാമിന്ന് ഒന്നല്ല, അനവധി ഇംഗ്ലീഷുകളെക്കുറിച്ചു സംസാരിക്കേണ്ടതുണ്ട് എന്നാണ്. ഇതിയാന്റെ രക്തത്തിനായാണ് ഇറാനിലെ പൗരോഹിത്യം നിഷ്ഫലമായി കുരച്ചുകൊണ്ടിരുന്നത് - ഇംഗ്ലീഷിന്മേലുള്ള ബ്രിട്ടീഷ് കുത്തക മുൻകാല വസ്തുതയായി മാറിയിരിക്കുന്നു. നമുക്കെല്ലാം ഇതിൽ അവകാശമുണ്ട്; എന്തെന്നാൽ അതിന്റെ

സമ്പന്നതയ്ക്ക്, ആകർഷണീയതയ്ക്ക്, വൈവിധ്യത്തിന് നാമും സംഭാവന ചെയ്തിട്ടുണ്ട്.

ഒരു വാർത്താവിനിമയ മാധ്യമമെന്ന നിലയ്ക്ക് ഇത് സ്വാധീനമാകുന്നത് പലപ്പോഴും പറയപ്പെടുന്നതുപോലെ പ്രയോജന ശൂന്യമല്ല. അന്താരാഷ്ട്ര പ്രചാരമുള്ള പല ഭാഷകളുമായും താരതമ്യം ചെയ്യുമ്പോൾ ഇംഗ്ലീഷ് മൃദുവും ലഘുവുമാണ്. വിദ്യാഡംഭിയും, കുയുക്തികവുമായ വ്യാകരണ അനുശാസനങ്ങളുടെ കാൽവിലങ്ങുകളിൽനിന്നും അതിപ്പോൾ മോചിതമായിട്ടുണ്ട്. പഴയ ക്രിയാരൂപാഖ്യാനങ്ങളെയും വിഭക്തികളെയും ചവറ്റുകുട്ടയിലേക്കെറിഞ്ഞിട്ടുണ്ട്. ഇത് സ്വാഭാവിക ലിംഗഭേദങ്ങൾ അംഗീകരിച്ചിട്ടുണ്ട്. ഇതിന്റെ വ്യാകരണം ഇപ്പോൾ ഏറെക്കുറെ മാനവികമാണ്.

ഇംഗ്ലീഷ്, തീർച്ചയായും വാതിൽക്കെണികളില്ലാത്തതല്ല. ഇംഗ്ലീഷ് ഊടുവഴികളിലൂടെ ഒരാൾക്ക് ക്ലേശിച്ചു നടക്കേണ്ടിവരും. ജാഗ്രതയ്ക്കു ഫലമുണ്ടാകും. ഇംഗ്ലീഷ് സ്പെല്ലിംഗ് സമ്പ്രദായം - orthography - തന്നിഷ്ടത്തിനു കുപ്രസിദ്ധമാണ്. പൊതു നിയമങ്ങൾ എല്ലായ്പ്പോഴും പ്രയോഗയോഗ്യമല്ല. ഒരേ വാക്കുതന്നെ പല സന്ദർഭങ്ങളിൽ ചിലപ്പോൾ വിരുദ്ധ അർഥംതന്നെ നൽകുന്ന പല ജോലികൾ ചെയ്യും. ഉച്ചാരണം അങ്ങേയറ്റം ചഞ്ചലപ്രകൃതിയുള്ളതാണ്. രണ്ട് വ്യത്യസ്ത അവസരങ്ങളിൽ ഒരേ വാക്ക് വ്യത്യസ്ത രീതിയിൽ ഉച്ചരിക്കേണ്ടിവരും. ഇംഗ്ലീഷ് സംസാരിക്കുന്ന ഒരാൾ ഒര് ഇളിപ്പോടെ അതിന്റെ വികൃതികൾ സഹിക്കേണ്ടി വരും. ഇംഗ്ലീഷിനെ കീഴടക്കാനുള്ള കാലം തെളിയിച്ച മാർഗം സമ്പൂർണമായി അതിനു കീഴടങ്ങുക എന്നതാണ്.

എല്ലാ മത്സരപ്പരീക്ഷകളും പ്രവേശനപരീക്ഷകളും ഇംഗ്ലീഷ് ഭാഷയിൽ ഉദ്യോഗം/വിദ്യാർഥിക്കുള്ള പ്രാവീണ്യം നിർണയിക്കാൻ ശ്രമിക്കുന്നു. എന്തെന്നാൽ സ്ഥാപനങ്ങളും ഓഫീസുകളും പ്രവർത്തിക്കുന്നത് അതിലൂടെയാണ്. ഗൗരവമുള്ള ഒരു കാര്യവും ഇംഗ്ലീഷ് കൂടാതെ നടക്കുന്നില്ല. ഈ ഭാഷ നിങ്ങളുടെ നേർക്ക് നെറ്റി ചുളിച്ചാൽ നിങ്ങൾ ഓട്ടത്തിൽ പുറത്താവും.

നിങ്ങളുടെ ഇംഗ്ലീഷ് സരളവും ഫലപ്രദവും വ്യാകരണപരമായി ശരിയും ആയിരിക്കണം. നിങ്ങൾ ഉദ്ദേശിക്കുന്ന അർഥം സംവേദനം ചെയ്യുന്നതിന് അതിനുശേഷിയുണ്ടായിരിക്കണം. നിങ്ങളുടെ പ്രകടനം ഘനവും ആലങ്കാരികവുമാകേണ്ടതില്ല. വാക്കുകളുടെ തെരഞ്ഞെടുപ്പ് പരമപ്രാധാന്യമുള്ളതാണ്.

ഭാഷ രണ്ട് ഊന്നു കാലുകളിലാണ് താങ്ങി നിൽക്കുന്നത്. വ്യാകരണവും പദസഞ്ചയവും. അടിസ്ഥാന വ്യാകരണത്തിന്റെ പ്രാധാന്യം ഒരിക്കലും അമിതപ്രാധാന്യം നൽകരുത്. വാക്കുകൾ ഇഷ്ടികകളാണ്: ഗ്രാമർ സിമന്റും. നിങ്ങൾക്ക് ഇച്ഛാശക്തിയുണ്ടെങ്കിൽ സമ്പന്നമായ പദസഞ്ചയം സ്വാധീനമാക്കാനാവും. വായിക്കുക! വായിക്കുക! വായിക്കുക! ഫ്രാൻസിസ് ബേക്കൺ അഞ്ചു സഹസ്രാബ്ദങ്ങൾക്കു മുൻപു പറഞ്ഞത് ഇന്നും പ്രസക്തമാണ് “വായന പൂർണമനുഷ്യനെ ഉണ്ടാക്കുന്നു. സമ്മേളനം തയാറുള്ളവനെ; എഴുത്ത് ശരിക്കുള്ള മനുഷ്യനെയും.”

85

ഓക്സ്-ബ്രിഡ്ജ് മാഹാത്മ്യം

ഓക്സ്ഫോഡ് മാഹാത്മ്യം, തുഞ്ചന്റെ പഞ്ചവർണക്കിളിയുടെ വാഗ്വിലാസത്തോടെ, കൗമാരദിനങ്ങളിൽ എന്നെ വർണിച്ചുകേൾപ്പിച്ചത് 'ഏച്ച' എന്നു തെമ്മലപ്പുറത്തുകാർ വിളിച്ചുപോന്ന ഒരു കൃഷ്ണൻകുട്ടിയേട്ടനായിരുന്നു. നിരാമയൻ, നൈഷ്ഠിക ബ്രഹ്മചാരി, ഇടത്തരം ജന്മി. മൂപ്പര് പൊള്ളാച്ചിക്കപ്പുറം പോയിട്ടില്ല; പഴയകാലത്ത് മെട്രിക്കുലേഷൻ എന്നു പുകൾപൊങ്ങിയിരുന്ന പെരുംകടമ്പയൊട്ടു കടന്നിട്ടുമില്ല. പക്ഷേ, കൊണോളി സായ്‌വിന്റെ നാട്ടിലെ നളന്ദയെക്കുറിച്ച് അയ്യപ്പൻകാവിലെ ആൽത്തറയിലിരുന്നു സംസാരിക്കുമ്പോൾ അദ്ദേഹത്തിന് ആയിരം നാവായിരുന്നു. പഠിക്കുകയാണെങ്കിൽ പാലക്കാട്ടെ വിക്ടോറിയാ കോളേജിലോ മദിരാശിയിലെ പ്രസിഡൻസി കോളേജിലോ തൃശ്ശിനാപ്പള്ളിയിലെ അച്ചന്മാരുടെ കോളേജിലോ ഒന്നും പോരാ, കപ്പലു കയറി സാക്ഷാൽ ഓക്സ്ഫോഡിലേക്കുതന്നെ പോകണം എന്നതായിരുന്നു മൂത്താരുടെ വായ്ത്താരി.

പഴയ ബ്രിട്ടീഷ് മലബാറിലെ പാട്ടവും മിച്ചവാരവും കുമിഞ്ഞിരുന്ന തറവാടുകളിൽനിന്ന് കണ്ണിൽത്തെളിവുള്ള പല ചെറുപ്പക്കാരും മുൻകാലങ്ങളിൽ ബിലാത്തിക്ക് ഉപരിവിദ്യാഭ്യാസാർഥം ചെന്നിരുന്നു. ചിലർ ഓക്സ്ഫോഡ് മുത്തിയുടെ കാവട്ടത്ത് മൂന്നാലു കൊല്ലം ചുറ്റിത്തിരിഞ്ഞ് എം എ ഓക്സൺ എന്നു വാലുവെക്കാനുള്ള സമ്മതിപത്രം തരമാക്കും. അതുകൊണ്ടരിശം തീരാത്ത ചില സ്ഥാനിനായന്മാർ ഇന്നർ ടെമ്പിൾ, മിഡിൽ ടെമ്പിൾ തുടങ്ങിയ നിയമദേവതയുടെ അമ്പലങ്ങളിൽ തിങ്കൾഭജനമിരുന്നു ബാർ-അറ്റ്-ലാ എന്ന സന്നതും ഒപ്പിച്ചെടുക്കും. അത്തരം മഹാശയന്മാരാണ് അക്കാലത്ത് നമ്മുടെ കോളേജുകളിൽ പ്രൊഫസറന്മാരായും പ്രിൻസിപ്പൽമാരായും വിദ്യാഭ്യാസ ഡയറക്ടർമാരായും അതൊ

ന്നും കിട്ടിയില്ലെങ്കിൽ ഹൈക്കോടതി വക്കീലന്മാരായും കുന്നത്തുവെച്ച വിളക്കുപോലെ വിളങ്ങിനിന്നത്.

ഓത്തുപഠിക്കാൻ ഓക്സ്ഫോഡിൽ പോകണമെന്ന അതിമോഹം ഏതായാലും നടന്നില്ല. പക്ഷേ, അറിവില്ലാപ്രായത്തിൽ കൃഷ്ണൻകുട്ടി യേട്ടൻ കൊളുത്തിവെച്ച ഓക്സ്ഫോഡ് പ്രണയത്തിന്റെ ചന്ദനത്തിരി ഒരപൂർവ പരിമളം വീശിക്കൊണ്ടു കെടാതെനിന്നു കത്തി. പിൽക്കാലത്ത് ഒരു തീർഥാടകന്റെ ഭക്തിസാന്ദ്രമായ മനസുമായി മൂന്നാലു തവണ അവി ടെച്ചെന്നുകേറാൻ സംഗതി വരികയും ചെയ്തു.

ആംഗലം സംസാരിക്കുന്ന വലുതും ചെറുതുമായ രാജ്യങ്ങളിലെ വിശ്വമഹാവിദ്യാലയങ്ങളിൽ മൂപ്പിൽ സ്ഥാനം തെക്കനിംഗ്ലണ്ടിൽ, പേരാണ്ട തെസ്നിനദിയുടെയും അത്രയ്ക്കുതന്നെ അറിയപ്പെടാത്ത ചെർവെൽ പുഴയുടെയും കൂട്ടുമുക്കിൽ സ്ഥിതിചെയ്യുന്ന ഓക്സ്ഫോഡിനുതന്നെ. ഈ മുതുമുത്തശ്ശിക്ക് തൊള്ളായിരത്തിൽച്ചില്വാനം വയസുണ്ട്. ജനന ത്തീയതി കിറുകിറുത്യമായി പറയാൻ പറ്റാത്ത അവസ്ഥയാണ്. 1096 മുതൽ ഓക്സ്ഫോഡിൽ ഓലവായന തുടങ്ങിയെന്നാണ് ഐതിഹ്യം. എന്നാൽ ഒരു സർവകലാശാലയെന്ന നിലയിൽ ഇത് വയസറിയിച്ചത് പന്ത്രണ്ടാം നൂറ്റാണ്ടിന്റെ രണ്ടാം പകുതിയിലാണ്. ഹെൻറി രണ്ടാമനെ ന്നൊരു രാജാവ് ഇംഗ്ലീഷ്മക്കൾ പാരീസിൽ പോയി പഠിക്കുന്നത് ഒരു സുഗ്രീവാജ്ഞയിലൂടെ നിരോധിച്ചു. അതോടെ വിദ്യാമോഹികളുടെ മെക്ക യായി മാറി ഓക്സ്ഫോഡ്.

പ്രാചീന നാമം ഓക്സെൻഫേഡ് (Oxenford) എന്നായിരുന്നു. എന്നുവെച്ചാൽ കാളകൾ പുഴമുറിച്ചു കടക്കുമിടം. മഹാകവി ചോസറുടെ കാലത്തൊക്കെ ഈ പേരാണ് പ്രചാരത്തിലുണ്ടായിരുന്നത്. അദ്ദേഹ ത്തിന്റെ *കാന്റർബറിക്കഥകൾ* (*Canterbury Tales*)ക്കുള്ള മുഖവുരയിൽ (Prologue) ഒരു ക്ലാക് അറ്റ് ഓക്സൻഫേഡിന്റെ (Clerk at Oxenford) സ്വഭാവചിത്രവുമുണ്ട്. (ഇവിടെ ക്ലാക്, ഗുമസ്താവല്ല, പട്ടക്കാരനാണ്).

സർവകലാശാല ഓക്സ്ഫോഡ് നഗരം മുഴുവൻ പന്തലിച്ചാണ് കിട ക്കുന്നത്. തുടക്കംമുതൽക്കെ 'ടൗൺ ആൻഡ് ഗൗൺ' (Town and Gown) സംഘർഷം സാധാരണമായിരുന്നു. ടൗൺ എന്നാൽ പുരവാസികൾ, അങ്ങാടി അപ്പുമാർ, ഗൗൺ എന്നാൽ പഠിക്കാനെത്തിയ പിള്ളേർ, ക്യാ മ്പസ് ചട്ടമ്പികൾ. അങ്ങാടിയും അക്കാദമിയും തമ്മിലുള്ള പോര് ചോര യിലും ചാവിലുമെത്തിയപ്പോഴാണ് നാടുവാഴും തമ്പുരാൻ ഇടപെട്ടത്. അങ്ങനെ ഹാളുകൾ (Halls) എന്ന ഹോസ്റ്റലുകളുണ്ടായി. തുടർന്ന് കോളേജുകൾ പൊന്തിവന്നു. ഓരോ കോളേജിലും ഓരോ മേട്ടാണിയും അവരോധിക്കപ്പെട്ടു. ഇദ്ദേഹമാണ് 'മാസ്റ്റർ' അഥവാ വലിയ കുറുപ്പ്. സ്വയം പര്യാപ്തവും സ്വാശ്രയസ്വഭാവമുള്ളതുമായ വിദ്യാനികേതനങ്ങളാണ് ഓക്സ്ഫോഡ് കോളേജുകൾ. എണ്ണം മുപ്പത്തിയൊമ്പത്. മിക്ക കോളേജുകളും മൺമറഞ്ഞ പ്രഭുക്കളുടെയോ കുബേരന്മാരുടെയോ എൻഡോവ്മെന്റുകളാകുന്നു. ബാലിയൊൾ (Balliol), മെർട്ടൻ (Merton)

എന്നീ കലാശാലകൾക്ക് എട്ടു നൂറ്റാണ്ടു പ്രായം വരും. 1263ലാണത്രെ ബലിയൊളിന്റെ തുടക്കം. സ്ഥാപകനായ ജോൺ ഡി ബലിയൊളിന്റെ പേരാണ് കോളേജിന്. പ്രായത്തിൽ മാത്രമല്ല, പ്രൗഢിയിലും വിത്തപ്രതാപത്തിലുമുണ്ട് ഈ കോളേജിനു മുൻതൂക്കം. മാർപ്പാപ്പയേയും തിരുസഭയേയും പരസ്യമായി ധിക്കരിച്ചുകൊണ്ട് ലത്തീൻ ബൈബിൾ ഇംഗ്ലീഷിലേക്കു മൊഴിമാറ്റാൻ മുന്നോട്ടുവന്ന ഒരു മതപരിഷ്കരണവാദിയുണ്ടായിരുന്നു പതിനാലാം നൂറ്റാണ്ടിൽ: ജോൺ വൈക്ളിഫ്. അദ്ദേഹം ബലിയൊളിൽ ഒരു 'ഡോണാ'യിരുന്നു. എന്നുവെച്ചാൽ മാഷ്. (ഓക്സ്ഫോഡ് ഉപാധ്യായന്മാരെ DON എന്നാണ് വിളിച്ചിരുന്നത്). ലേക്കവികളിൽ മൂന്നാമനായ റോബർട്ട്സതെ, വിക്ടോറിയൻ കവിയും റൊമാന്റിക് നിരൂപണത്തിന്റെ വെള്ളിനക്ഷത്രവുമായ മാത്യു ആർനോൾഡ്, ഇംഗ്ലീഷ് കാവ്യഭാഷയെ പൊളിച്ചെഴുതിയ ജറാർഡ് മാൻലിഹോപ്കിൻസ്; ഇവരൊക്കെ ബലിയൊളിന്റെ സന്താനങ്ങളത്രെ. പ്രശസ്തരെ പെറ്റ ഓക്സ്ഫോഡ് കളരികൾ വേറെയുമുണ്ട്. ക്രൈസ്റ്റ് ചർച്ച് (Christ Church), മെർട്ടൻ (Merton), ഓറിയെൽ (Oriel). സർവകലാശാലയ്ക്കകത്തുള്ള ഒരേയൊരു പെൺപള്ളിക്കൂടം 1893ൽ ഡൊറോത്തിയ ബീൽ സ്ഥാപിച്ച St. Hilda ആണ്. നൂറ്റാണ്ടുകളോളം ഈ സർവകലാശാലയുടെ വാതിലുകൾ അബലവർഗത്തിനു നേർക്ക് അടഞ്ഞാണ് കിടന്നിരുന്നത്. ഈ ലിംഗവിവേചനം ഇന്നില്ല.

ആംഗ്ലിക്കൻ സഭയുടെ ദൈവശാസ്ത്രം ഉയർത്തിപ്പിടിച്ചുകൊണ്ടാണ് നവോത്ഥാനത്തിനും (Renaissance), മതപരിഷ്കരണത്തിനും (Reformation) ശേഷം ഓക്സ്ഫോഡ് യൂണിവേഴ്സിറ്റി പ്രധാനമായും പ്രവർത്തിച്ചത്. ക്രാൻമർ, ലാറ്റിർ, റിഡ്ലി എന്നീ മതചിന്തകരെ ദൈവനിന്ദയ്ക്കു പച്ചയ്ക്കു കത്തിച്ചത് ഓക്സ്ഫോഡിൽ വെച്ചാണ്. മറ്റൊരു ഓക്സ്ഫോഡ് ദാർശനികനായ ജോൺ ലോക്കിന് പ്രാണരക്ഷാർഥം നാടുവിടേണ്ടിവന്നു. 1811ൽ ഓക്സ്ഫോഡിലെ യൂണിവേഴ്സിറ്റി കോളേജിൽ വിദ്യാർഥിയായിരുന്ന പേഴ്സി ബൈഷെ ഷെല്ലി (സംശയിക്കേണ്ട, റൊമാന്റിക് കവി ഷെല്ലി തന്നെ)യെ അടിച്ചിറക്കി. ആ പത്തൊമ്പതുകാരൻ ചെയ്ത അപരാധമെന്താണെന്നോ? 'The Necessity for Atheism' (നാസ്തികത്വത്തിന്റെ ആവശ്യകത) എന്നൊരു ലഘുലേഖയെഴുതി വിതരണം ചെയ്തു എന്നത്.

ഓക്സ്ഫോഡിനെക്കുറിച്ചുള്ള വ്യവഹാരത്തിൽ അവിടത്തെ വിസ്മയങ്ങളിൽ മുഖ്യമായ ബോഡ്ലെയ്ൻ ലൈബ്രറിയെ വിസ്മരിക്കാൻ വയ്യ. ഏഴുദശലക്ഷം പുസ്തകങ്ങളാണ് ഈ കൂറ്റൻ ഗ്രന്ഥപ്പുരയിലുള്ളത്. സർ തോമസ് ബോഡ്ലി (Sir. Thomas Bodley) 1602ൽ സ്ഥാപിച്ച ഈ ലൈബ്രറിയിലേക്ക് ബ്രിട്ടീഷ് പൊതുജീവിതത്തിലും സംസ്കാരത്തിലും പാദമുദ്ര പതിപ്പിച്ച പല മഹാശയന്മാരും അവരുടെ സ്വകാര്യ ഗ്രന്ഥശേഖരങ്ങൾ സംഭാവന ചെയ്തിട്ടുണ്ട്. ഒലിവർ ക്രോംവെൽ, വില്യം ലോഡ് (William Land), റോബർട്ട് ബർട്ടൻ (Robert Burton), ജോൺ സെൽഡൻ

(John Selden), ഫ്രാൻസിസ് ജൂനിയസ് തുടങ്ങിയവർ.

വർണവിപര്യാസത്തിന്റെ - പച്ചമലയാളത്തിൽ, ചൊറിച്ചു മല്ലിന്റെ- ആശാനായിരുന്ന റവറന്റ് ഡബ്ല്യു എ സ്പൂണർ (Rev. W A Spooner) ഓക്സ്ഫോഡിൽ ന്യൂകോളേജിന്റെ വാർഡനായിരുന്നു. (Kinquering Congs എന്നു സ്പൂണർ പറഞ്ഞാൽ അർഥം Conquering Kings എന്നാണ്. അതത്രെ സ്പൂണറിസം). യശഃശരീരനായ പ്രൊഫസർ ജി കെ ചേറ്റൂർ തന്റെ ഓക്സ്ഫോഡ് കാലങ്ങളെക്കുറിച്ചെഴുതിയ *ദി ലാസ്റ്റ് എൻചാന്റ്മെന്റ്* (*The Last Enchantment*) എന്ന പുസ്തകത്തിൽ സ്പൂണറെക്കുറിച്ചു സംസാരിക്കുന്നുണ്ട്.

എണ്ണമറ്റ അതികായന്മാരെ ലോകസമൂഹത്തിന് സമ്മാനിച്ച സരസ്വതി ക്ഷേത്രമാണ് ഓക്സ്ഫോഡ്. സാഹിത്യസാരഥികൾ, നോബെൽ ജേതാക്കൾ, രാഷ്ട്രത്തലവന്മാർ, ദാർശനികർ, അവരിൽ എല്ലാ നിറങ്ങളുമുണ്ട്; എല്ലാ മതങ്ങളുമുണ്ട്; ഓക്സ്ഫോഡിന് ഒപ്പം നിൽക്കാൻ ഓക്സ്ഫോഡേ ഉള്ളൂ; അന്നും ഇന്നും.

കിഴക്കൻ ഇംഗ്ലണ്ടിൽ ക്യാം (Cam) നദിയുടെ വക്കത്തിരിക്കുന്ന കേംബ്രിഡ്ജ് തറവാടിത്തത്തിന്റെ കാര്യത്തിൽ ഒട്ടും പിറകോട്ടല്ല. പന്ത്രണ്ടാം നൂറ്റാണ്ടിൽ ഉത്ഭവിച്ച ഈ സർവകലാശാലയും സ്വൽപ്പം സിനിയോറിറ്റിയുള്ള ഓക്സ്ഫോഡും തമ്മിലുള്ള കിടമത്സരം തുടക്കം മുതൽക്കേ ഉള്ളതാണ്. 2009ൽ ഈ അമ്മൂമ്മ തന്റെ എണ്ണൂറാം പിറന്നാൾ കെങ്കേമമായി ആഘോഷിക്കാൻ പോകുന്നു. അതിനുള്ള ഒരുക്കങ്ങൾ തകൃതിയായി നടക്കുകയും ചെയ്യുന്നു.

ആദ്യം മുതലേ ശാസ്ത്രകൗതുകമാണ് ഈ സർവകലാശാലയുടെ മുഖമുദ്ര. ഓക്സ്ഫോഡ് ഹ്യുമാനിറ്റീസിന് ഊന്നൽ നൽകിയപ്പോൾ കേംബ്രിഡ്ജ് സയൻസിനോടാണ് ആഭിമുഖ്യം കാട്ടിയത്. ഗുരുത്വാകർഷണ സിദ്ധാന്തമാവിഷ്കരിച്ച ഐസക് ന്യൂട്ടൺ, പരിണാമവാദത്തിന്റെ ഉപജ്ഞാതാവായ ചാൾസ് ഡാർവിൻ, രക്തസംക്രമണ വ്യവസ്ഥ ആദ്യമായി വിസ്തരിച്ച വില്യം ഹാർവി, ആധുനിക ക്വാണ്ടം മെക്കാനിക്സിന്റെ ആചാര്യനായ പോൾ എഡ്രിയൻ മോറിസ് ഡിറാക്; ആറ്റത്തിന്റെ ന്യൂക്ലിയർ സ്ട്രക്ചർ കണ്ടുപിടിച്ച റൂതർഫോർഡ്, ഇലക്ട്രോ മാഗ്നെറ്റിക് തിയറിയുടെ പിതാവായ ജെയിംസ് ക്ലാർക്ക് മാക്സ്വെൽ ഇവരൊക്കെ കേംബ്രിഡ്ജിന്റെ പുത്രന്മാരാകുന്നു.

ലോകത്തിലെ ഏതു സർവകലാശാലയെയും കടത്തിവെട്ടിയ റെക്കോഡാണ് നോബൽ പുരസ്കാര ജേതാക്കളുടെ കാര്യത്തിൽ കേംബ്രിഡ്ജിനുള്ളത്. 81 പേർ. സയൻസിനാണ് പ്രസിദ്ധമെങ്കിലും സാഹിത്യകീർത്തിയിലും കേംബ്രിഡ്ജ് ഒട്ടും പിന്നിലല്ല. റൊമാന്റിക് കവിപുംഗവരായ വേർഡ്സ്വർത്തും, കോളിറിഡ്ജും പഠിച്ചത് കേംബ്രിഡ്ജിലാണ്, ബൈറൺ, ടെന്നിസൺ എന്നീ കാവ്യപ്രതിഭകളും.

31 കോളേജുകളാണ് കേംബ്രിഡ്ജിൽ; മൂന്നെണ്ണം വനിതകൾക്ക് സംവരണം ചെയ്യപ്പെട്ടിരിക്കുന്നു. ഓരോ കോളേജും സ്വതന്ത്രമാണ്;

വിദ്യാർഥികളെ പ്രവേശിപ്പിക്കുന്ന കാര്യത്തിൽ, ഫാക്കൾട്ടിയുടെ നിയമനങ്ങളിൽ.

രണ്ടു സർവകലാശാലകളിലും വൈസ്ചാൻസലറുടെ കാലാവധി ഏഴു കൊല്ലമാണ്. ഒരു ഫെഡറൽ സമ്പ്രദായമാണ് പിന്തുടരുന്നത്. യൂണിവേഴ്സിറ്റി കൗൺസിൽ നയരൂപവൽക്കരണത്തിന്റെ ചുമതല നിർവഹിക്കുന്നു.

പുതിയ യൂണിവേഴ്സിറ്റികളുടെ വരവും വളർച്ചയും ഓക്സ്-ബ്രിഡ്ജ് പ്രാമാണ്യത്തിനു വെല്ലുവിളിയുയർത്തുന്നു. പ്രായമേറെച്ചെന്ന ഈ അക്കാദമിക് അമ്മൂമ്മമാർക്ക് ഒരു കായകൽപ്പചികിത്സ അത്യാവശ്യമാണെന്ന അഭിപ്രായവും പരക്കെയുണ്ട്. എന്തൊക്കെ പറഞ്ഞാലും ഈ ചിരപുരാതന വിദ്യാക്ഷേത്രങ്ങളുടെ തിരുമുറ്റങ്ങളിൽ ഇന്നും വൻതിരക്കാണ്. ഓക്സ്ഫോഡ്-കേംബ്രിഡ്ജ് സംസ്കാരത്തിന്റെ അനിർവചനീയമായ ആത്മശക്തി (Mystique) അഭംഗുരമായിതുടരുന്നു.

86

English Kitchen and the Indian Chefs

ഇൻഡോ-ആംഗ്ലിയൻ, ഇൻഡോ-ഇംഗ്ലീഷ്, ഇന്ത്യൻ റൈറ്റിങ്-ഇൻ-ഇംഗ്ലീഷ്; എല്ലാം ഒന്നുതന്നെ. സൗകര്യംപോലെ നാം ഓരോ പേരെടുത്തു പെരുമാറുന്നുവെന്നുമാത്രം. ഈ എഴുത്തിനു കുന്നുകളുടെ പഴക്കമുണ്ടെന്നു പറഞ്ഞാൽ അത് അത്യുക്തിയാവും. പക്ഷേ, ഒന്നുറപ്പിച്ചു പറയാം. കമ്പിനിയാന്മാർ എന്ന് സ്മരണീയാപദാനനായ സർദാർ കെ എം പണിക്കർ പണ്ടു വിശേഷിപ്പിച്ച റോബർട്ട് ക്ലൈവും സംഘവും കൊൽക്കത്തയിൽ കെട്ടുവള്ളമടുപ്പിച്ച സുപ്രഭാതം മുതൽ അതു നിലവിലുണ്ട്. ഹൂണവാണിയുമായി ഹണിമൂൺ ആഘോഷിച്ചത് വംഗദേശികളായിരുന്നു; ദത്തന്മാരും ചതോപാധ്യായന്മാരും, മുഖോപാധ്യായന്മാരും ഭട്ടാചാര്യന്മാരും. വിന്ധ്യനു തെക്കുള്ള പിൻകുടുമകളോ? അവരന്നു സാഹിത്യചിത്രത്തിലുണ്ടായിരുന്നില്ല. ഇൻഡോ-ആംഗ്ലിയൻ എഴുത്തിന്റെ ഈടുവെപ്പിലേക്കു സാമാന്യം കനത്ത സംഭാവന തന്നെയാണ് ബംഗാളി നൽകിയത്. മൈക്കൽ മധുസൂദൻ ദത്ത്, രബീന്ദ്രനാഥ് ടാഗോർ (ഠാക്കൂറിന്റെ ആംഗലവൽക്കകരണമാണ് 'ടാഗോർ'), സരോജിനി നായിഡു, ഹരീന്ദ്രനാഥ് ചതോപാധ്യായ, നീരദ് ചൗധരി തുടങ്ങിയ പേരുകൾ നിത്യയശസിന്റെ സുവർണ ഫലകത്തിൽ കൊത്തിവെക്കപ്പെട്ടിരിക്കുന്നു. ഈ പരമ്പരയിലെ പുതിയ കണ്ണികളത്രെ അമിതാവ് ഘോഷും ഉപമന്യു ചാറ്റർജിയും മറ്റും.

ഇൻഡിംഗ്ലീഷ് (ഇൻഡോ ആംഗ്ലിയനു മറ്റൊരരുമപ്പേര്) സാഹിത്യത്തിൽ പദ്യവും ഗദ്യവും മത്സരിച്ച് ഭൂമികയ്യേറിയിട്ടുണ്ട്. നമുക്കതിൽ ഒരു പരാതിയുമില്ല. കൃഷി നന്നാവട്ടെ എന്ന പ്രാർഥനയേ ഉള്ളൂ. പൂമരക്കൊമ്പുകളിൽ ആദ്യം കൂടുവെക്കുക കവികളാണ്; എന്നും എവിടെയും. ഇന്ത്യൻ -ഇംഗ്ലീഷ് എഴുത്തിലും സ്ഥിതിയതുതന്നെ. ആംഗലത്തിൽ പാടിയ

ഇന്ത്യൻ കുയിലുകളെക്കുറിച്ചു സംസാരിക്കുമ്പോൾ തുടക്കത്തിലേ ഓർക്കേണ്ടത് ഇംഗ്ലീഷിലും ഫ്രെഞ്ചിലും തൊണ്ടതുറന്നു പാടിയിരുന്ന ഒരു വംഗപതംഗത്തെക്കുറിച്ചാണ്: തോരുദത്തി (Tore Dutt)നെക്കുറിച്ച്. ഗോബിന്ദ ചന്ദ്രദത്തിന്റെ ഇളയ മകളായി 1856ൽ അതായത് ഇന്ത്യൻ സ്വാതന്ത്ര്യയുദ്ധമെന്നു നാം ഇന്നുവിളിക്കുന്ന ശിപായിലഹളയ്ക്കു രണ്ടു കൊല്ലംമുമ്പ് കൊൽക്കത്തയിൽപ്പിറന്ന ഈ കവി (Poetess-കവയിത്രി എന്ന പഴയ പ്രയോഗം ഇപ്പോൾ ഇംഗ്ലീഷിൽ വർജ്യം) ഇൻഡോ-ഇംഗ്ലീഷ് സാഹിത്യനഭസിലെ കൊള്ളിമീനായിരുന്നു. ഇരുപത്തൊന്നാം വയസിൽ 'തെളിഞ്ഞ വാനിൽക്കളിയാടിയോടവേ' ആ കൊച്ചു താരകം മുറിഞ്ഞു വീണു. അവരുടെ *സമ്പൂർണകൃതികൾ* ഓക്സ്ഫോർഡ് യൂണിവേഴ്സിറ്റി പ്രസ് 2006ൽ പുറത്തിറക്കുകയുണ്ടായി.

ഇംഗ്ലീഷിൽ പാടിയ പെൺകവികളെക്കുറിച്ചു പറയുമ്പോൾ ഇന്ത്യയുടെ രാപ്പാടി 'Nightingale of India' എന്നു വാഴ്ത്തപ്പെട്ട സരോജിനി നായിഡുവിനെ വിസ്മരിക്കുക വയ്യ. ഭാവചാരുതയും വർണശബളിമയും മേളിക്കുന്ന സരോജിനിയുടെ കവനകലയെ പാശ്ചാത്യ നിരൂപകന്മാർ മുക്തകണ്ഠം പുകഴ്ത്തിയിട്ടുണ്ട്. അഘോരനാഥ് ചതോപാധ്യായയുടെ മൂത്തമകളായി 1879ൽ ഹൈദരാബാദിൽ ജനിച്ച അവർ കവിതയുടെ സൗന്ദര്യഭൂമിയിൽ ഏറെക്കാലം തുടർന്നില്ല. നാടിന്റെ വിളികേട്ട് രണാങ്കണത്തിലേക്കു കുതിച്ച സരോജിനി, പുല്ലാങ്കുഴൽ വലിച്ചെറിയുകയാണുണ്ടായത്. 1949 മാർച്ച് രണ്ടിന് ഗവർണർപദവിയടക്കമുള്ള വൻ പദവികൾ അലങ്കരിച്ചശേഷം അവർ അന്തരിച്ചു. കവിതയിൽനിന്ന് രാഷ്ട്രീയത്തിലേക്കുള്ള അവരുടെ ചുവടുമാറ്റം അക്ഷരലോകത്തിനു വരുത്തിയ നഷ്ടം ചെറുതല്ല. ഇംഗ്ലീഷ് കവിതയെ പ്രേമിക്കുന്ന സഹൃദയന്റെ ഉള്ളിൽ സരോജിനിയുടെ കവിത ഇന്നും ഓളംതള്ളുന്നു. *To the God of pain, Wandering Singers, Village song* തുടങ്ങിയ കവനങ്ങൾക്ക് മരണമില്ല.

ഹരീന്ദ്രനാഥ് ചതോപാധ്യായ-സരോജിനി നായിഡുവിന്റെ അനുജൻ-ഒരു ബഹുമുഖപ്രതിഭയായിരുന്നു. കവി, ഗായകൻ, നാടകകൃത്ത്, കഥാകാരൻ, അഭിനേതാവ്, ആക്റ്റിവിസ്റ്റ്. സോഷ്യലിസ്റ്റ് റിയലിസത്തിന്റെ പാതയാണ് ഒരെഴുത്തുകാരനെന്ന നിലയിൽ അദ്ദേഹം തിരഞ്ഞെടുത്തത്. വ്യവസ്ഥിതി വിരുദ്ധ നിലപാടുകളിൽ ഹരീന്ദ്രനാഥ് ഉറച്ചു നിന്നു. ഉൾക്കനമുള്ള സാമൂഹിക സന്ദേശമുൾക്കൊള്ളുന്ന കവിതകളാണ് അദ്ദേഹത്തെ ശ്രദ്ധേയനാക്കിയത്. ഹരീന്ദ്രനാഥിന്റെ 'What God is greater than the creative man?' എന്ന ഞെട്ടിപ്പിക്കുന്ന ചോദ്യം ഇന്നും തിരയിളക്കുന്നു.

ആധുനിക ഇന്ത്യൻ-ഇംഗ്ലീഷ് കാവ്യക്ഷേത്രത്തിലെ ദേവീദേവന്മാർ ആരൊക്കെയാണ്? 1924ൽ ജനിച്ച നിസിം എസെക്യയേലിൽ (Nissim Ezekial) നിന്നു തുടങ്ങാം. ബോംബെ യൂണിവേഴ്സിറ്റിയിൽ ഇംഗ്ലീഷ് പ്രൊഫസറായിരുന്ന ഇദ്ദേഹം സ്വന്തമായൊരു കാവ്യശൈലി കണ്ടെത്താനാണ് മുഖ്യമായും ശ്രമിച്ചത്. ഹിന്ദുവും മുസ്ലിമും ക്രിസ്ത്യനും കൂടിക്ക

ഴിയുന്ന ഇന്ത്യൻ സമൂഹത്തിൽ ജൂതനായ കവി ഒരൊറ്റപ്പെടലിന്റെ, ഒഴിച്ചു നിർത്തലിന്റെ ഉഷ്ണം അനുഭവിക്കുന്നു. ഇത് കവിതയിൽ പകർത്താൻ അദ്ദേഹം ഉദ്യമിക്കുന്നുമുണ്ട്. “I have made my commitments now. This is one. To stay where I am” (ഞാനിപ്പോൾ എന്റെ ചുമതലകൾ തീരുമാനിച്ചിട്ടുണ്ട്. ഒന്നിതാണ്. ഞാനെവിടെയാണോ അവിടെ കഴിയുക). ‘Background Casually’ എന്ന ആത്മകഥാപരമായ കവിതയിൽ തന്റെ സ്കൂൾദിനങ്ങളെ, അന്നുണ്ടായിരുന്ന ഭയാശങ്കകളെ, അദ്ദേഹം വർണിക്കുന്നുണ്ട്. “Under nourished Hindu lads, their prepositions always wrong” എന്നാണ് സഹപാഠികളെ അദ്ദേഹം വിവരിക്കുന്നത്. (പോഷകാഹാരക്കുറവുമൂലം വളർച്ച മുരടിച്ച ഹിന്ദുച്ചെറുക്കന്മാർ, അവരുടെ വിഭക്ത്യുപസർഗം എപ്പോഴും പിശക്).

എ കെ രാമാനുജൻ (A K Ramanujan) വയസിൽ നിസ്സിം എസെക്യയാലിനു അഞ്ചുകൊല്ലം താഴെയാണ്. മാതൃഭാഷ തമിഴാണെങ്കിലും ജനിച്ചതും വളർന്നതും മൈസൂരിലായിരുന്നു. കവി മാത്രമല്ല അട്ടിപട്ട് കൃഷ്ണസ്വാമി രാമാനുജൻ: പ്രഖ്യാതനായ ഇൻഡോളജിസ്റ്റ്, ഭാഷാപണ്ഡിതൻ, നാടകകൃത്ത്, വിവർത്തകൻ, ഫോക്‌ലോറിസ്റ്റ്. യു എസിലെ ഷിക്കാഗോ യൂണിവേഴ്സിറ്റിയിലാണ് അദ്ദേഹം ഇന്ത്യൻ ഭാഷാവകുപ്പിൽ പ്രൊഫസറായി പ്രവർത്തിച്ചത്. ഇൻഡോളജി പഠനത്തിനും ഗവേഷണത്തിനും രാമാനുജൻ പുതിയ ദിശാബോധം സമ്മാനിച്ചു. ഒട്ടേറെ തമിഴ് കവിതകൾ ഇംഗ്ലീഷിലേക്കു മൊഴിമാറ്റിയ രാമാനുജൻ സ്വന്തം കവിതകളിൽ, തന്റെ ബാല്യ കൗമാരങ്ങൾ വിടർന്ന തെക്കേ ഇന്ത്യയുടെ വർണവും ഗന്ധവും ആവാഹിക്കുന്നു. ഗൃഹാതുരത്വത്തിന്റെ അടക്കിപ്പിടിച്ച തേങ്ങൽ ഈ കവിതകളിൽ പലതിലും നിപുണശ്രോത്രങ്ങൾക്കു കേൾക്കാം. 1966ൽ പ്രസിദ്ധീകരിച്ച *The striders* എന്ന കവിതാ സമാഹാരം- ഇന്ത്യൻ-ഇംഗ്ലീഷ് കവിതയുടെ സാരസർവസ്വം ഇതിൽ കാണാമെന്നാണ് നിരൂപകമതം - വളരെ ശ്രദ്ധിക്കപ്പെട്ടു. *Relations* (1971), *Selected Poems* (1976), *Second Sight* (1986) എന്നീ കാവ്യോപഹാരങ്ങളും രാമാനുജന്റെ യശഃസ്തംഭങ്ങളാകുന്നു. 1993ലാണ് അദ്ദേഹം മരിച്ചത്. ഇൻഡാഗ്ലിയൻ കവിതയിൽ ഉദ്ബുദ്ധമോഡേണിസത്തിന്റെ ശബ്ദമായിരുന്നു രാമാനുജന്റേത്.

മൗലികമെന്നു ധൈര്യമായി വിളിക്കാവുന്ന ഒരു കാവ്യഭാഷയുമായാണ് കമലാദാസ് - മലയാളത്തിന്റെ സ്വന്തം മാധവിക്കുട്ടി - കടന്നു വന്നത്. 1934ൽ ജനിച്ച കമല കാവ്യവീഥിയിൽ ഒരേകാന്തപഥികയാണ്. *Summer in Calcutta (1965), The Descendants (1967), The Old Playhouse and other Poems (1973), The Anamalai Poems (1985), Only the Soul Knows Row to Sing (1996)* എന്നിവയാണ് കമലാദാസിന്റെ മുഖ്യകാവ്യകൃതികൾ. സ്ത്രീസ്വത്വവും പ്രേമവുമാണ് കവിതയുടെ മുഖ്യവിഷയങ്ങൾ. “I am every woman who seeks love” (സ്നേഹം തേടുന്ന ഓരോ സ്ത്രീയും ഞാനാകുന്നു).

ഇന്ത്യൻ ഇംഗ്ലീഷ് കവിതയിൽ നിറഞ്ഞുനിൽക്കുന്ന പല പേരുകളുമുണ്ട്: യുനിസ് ഡി സൗസ, മീനാ അലക്സാണ്ടർ, ഗിവെ പട്ടേൽ, മൊഹാപത്ര, പി ലാൽ, സലിം പർഥീന, വിസ്താരഭയത്താൽ അവരെക്കുറിച്ച് കൂടുതലെഴുതാൻ മുതിരുന്നില്ല. ഒരുകാര്യം പറയാതെ വയ്യ. ഇംഗ്ലീഷിലെഴുതുന്ന ഇന്ത്യൻ കവികൾ പദ്യകാരന്മാരെന്ന നിലവാരത്തിൽനിന്നും വേണ്ടത്ര ഉയരുന്നില്ല. പൊതുവെ കവിതയ്ക്ക് പണ്ടത്തെ ഗ്ലാമറില്ല എന്നതാണ് സത്യം.

കവിതയെ അപേക്ഷിച്ച് മെച്ചപ്പെട്ട ഗ്രഹനിലയാണ് ഇന്തോ-ഇംഗ്ലീഷ് 'ഫിക്ഷനു'ള്ളത്. ആർ കെ നാരായൺ, മുൾക്‌രാജ് ആനന്ദ്, രാജാറാവ്, കമല മാർക്കണ്ഡേയാ, റൂത്ത് പ്രാവേർ ജബ്‌വാല, അനിത ദേശായ്, ജയശ്രീ മിശ്ര, മേനോൻ മാരാത്ത്, ഖുശ്‌വന്ത് സിംഗ്, നയൻതാര സഗൾ, കിരൺ ദേശായ്, ശശി ദേശ്പാണ്ഡെ, ഹനീഫ് ഖുരേഷി, വിക്രംസേത്ത്, സൽമാൻ റുഷ്ദി, റോഹിൻടൺ മിസ്ത്രി, അരുന്ധതി റോയ്, അമിതാവ് ഘോഷ്, ഉപമന്യു ചാറ്റർജി, എസ് കെ ചേറ്റൂർ, ശശി തരൂർ: പട്ടിക നീളുന്നു. നോബൽ സമ്മാനം നേടിയ ട്രിനിഡാഡിയൻ എഴുത്തുകാരൻ വി എസ് നൈപോളിന്റെ ഞരമ്പിലും ഇന്ത്യൻ രക്തമാണ്. സൽമാൻ റുഷ്ദി ഇപ്പോൾ ബ്രിട്ടീഷ് പൗരനാണ്. 2007ൽ ബ്രിട്ടീഷ് രാജ്ഞി അദ്ദേഹത്തിന് സർ സ്ഥാനവും കൽപ്പിച്ചു നൽകി. ബ്രിട്ടനിലും അമേരിക്കയിലും താമസമാക്കിയ ഇന്ത്യനെഴുത്തുകാർ വേറെയുമുണ്ട്. വിശ്വപ്രശസ്ത ഗദ്യകാരനായ നീരദ് ചൗധരി-*The Autobiography of An Unknown Indian, Passage to England, Continent of Circe* തുടങ്ങിയ വിഖ്യാത പുസ്തകങ്ങളുടെ കർത്താവ്-ആംഗലനാടിനെയും ഇംഗ്ലീഷ് ഭാഷയെയും ഏതാണ്ട് ഭ്രാന്തമായി സ്നേഹിക്കുകയും തന്മൂലം ഇംഗ്ലണ്ടിൽ സ്ഥിരതാമസമാക്കുകയും ചെയ്ത ആളാണ്. ചില ഇൻഡിംഗ്ലിഷ് നോവലിസ്റ്റുകളെ നമുക്ക് പരിശോധിക്കാം.

R K Narayan (രാശിപുരം കൃഷ്ണസ്വാമി അയ്യർ മകൻ നാരായണസ്വാമി)

നിത്യസാധാരണ ഇന്ത്യൻ ജീവിതത്തിന്റെ ചിത്രകാരനായിരുന്നു, 14 നോവലുകളും നിരവധി ചെറുകഥകളും യാത്രാവിവരണങ്ങളും നമുക്കു തന്ന നാരായൺ. നാം തെരുവിലും ചന്തയിലും ട്രെയിനിലും ദിവസവും കാണുകയും മറക്കുകയും ചെയ്യുന്ന മുഖങ്ങളുണ്ടല്ലോ: അവയാണ് അദ്ദേഹം കടുത്ത ചായങ്ങളുപയോഗിക്കാതെ വരച്ചിട്ടത്. ലാളിത്യമായിരുന്നു നാരായൺ സാഹിത്യത്തിന്റെ ലാവണ്യം. അഗാധമായ ദാർശനികവ്യഥകളൊന്നും അദ്ദേഹം ചർച്ചയ്ക്കെടുത്തില്ല; തനിക്കു പരിചിതമായ മേച്ചിൽസ്ഥലങ്ങളിലൊന്നും അലഞ്ഞതുമില്ല. തോമസ് ഹാർഡിയെപ്പോലെ, വില്യംഫോക്നറെപ്പോലെ, സ്വന്തമായൊരു 'നോവൽസ്പേസ്' നാരായൺ സൃഷ്ടിച്ചു: അതാണ് മാൽഗുഡി.

പഴയ മൈസൂർ സ്റ്റേറ്റിൽ ഹെഡ്മാസ്റ്ററായിരുന്ന കൃഷ്ണസ്വാമി

അയ്യരുടെ എട്ട് മക്കളിൽ മൂന്നാമനായി 1906 ഒക്ടോബർ 10നാണ് നാരായൺ ജനിച്ചത്, മദ്രാസിൽ. വിഖ്യാത കാർട്ടൂണിസ്റ്റ് ആർ കെ ലക്ഷ്മൺ അനുജനാണ്. മൈസൂർ യൂണിവേഴ്സിറ്റിയിൽനിന്ന് ബിരുദം നേടിയ നാരായണന്റെ ആദ്യനോവൽ, '*Swami and Friends*' 1935ലാണ് പുറത്തുവന്നത്. ഗ്രഹാംഗ്രീൻ എന്ന പ്രശസ്ത ഇംഗ്ലീഷ് നോവലിസ്റ്റിന്റെ കരുണാകടാക്ഷം ഈ പുസ്തകത്തിൽ പതിഞ്ഞു. അതുകൊണ്ടാണ് ഈ കന്നി നോവലിന് ഒരു ബ്രിട്ടീഷ് പ്രസാധകനെ കിട്ടിയത്. പിന്നീട് നാരായൺ തിരിഞ്ഞുനോക്കിയിട്ടില്ല. ചൂടപ്പംപോലെ വിറ്റഴിഞ്ഞ മാൽഗുഡിക്കഥകൾക്ക് പിന്നാലെ *The Guide, The Vendor of Sweets, The Painter of Signs, The English Teacher* തുടങ്ങിയ പുസ്തകങ്ങളും പുറത്തുവന്നു. അദ്ദേഹത്തിന്റെ ആത്മകഥാഗ്രന്ഥമാണ് '*My Days*'. എഴുത്തും വായനയുമായി നാരായൺ ജീവിതസായാഹ്നം കഴിച്ചുകൂട്ടിയത് ചെന്നൈയിലെ ഒരു ഫ്ളാറ്റിലായിരുന്നു.

'The Novelist I admire most in the English Language' (ഇംഗ്ലീഷ് ഭാഷയിൽ ഞാൻ ഏറ്റവും കൂടുതൽ ആദരിക്കുന്ന നോവലിസ്റ്റ്) എന്നാണ് ഗ്രഹാംഗ്രീൻ (Graham Greene) ഈ ഇന്ത്യനെഴുത്തുകാരനെ വിശേഷിപ്പിച്ചത്. സോമർസെറ്റ്മോമും ജോൺ അപ്ഡൈക്കും നാരായണെ വലിയൊരു നോവലിസ്റ്റായി അംഗീകരിച്ചവരാണ്. ഡൽഹി യൂണിവേഴ്സിറ്റിയും മൈസൂർ യൂണിവേഴ്സിറ്റിയും ബ്രിട്ടനിലെ ലീഡ്സ് യൂണിവേഴ്സിറ്റിയും അദ്ദേഹത്തിന് ഓണററി ഡോക്ടറേറ്റ് നൽകി ആദരിച്ചു. പലതവണ നോബൽ സമ്മാനത്തിന് പരിഗണിക്കപ്പെട്ടുവെങ്കിലും അത് കിട്ടുകയുണ്ടായില്ല. 2001 മെയ് 13ന് ഇദ്ദേഹം അന്തരിച്ചു.

കാലാതിവർത്തിയായ ഒരു നോവലിസ്റ്റായി ആർ കെ നാരായണെ കണക്കിലെടുക്കാമോ? ഡിക്കൻസിനെപ്പോലെ, താക്കറെയെപ്പോലെ, മോമിനെപ്പോലെ, ഗേബ്രിയൽഗാർസ്യാ മാർക്കെസിനെപ്പോലെ, അറ്റ്വുഡിനെപ്പോലെ വസ്തുനിഷ്ഠമായി അപഗ്രഥിക്കുമ്പോൾ വയ്യെന്നുപറയേണ്ടിവരും. അദ്ദേഹം നല്ലൊരു കഥാകാരനാണ്. പക്ഷേ അസാധാരണനായ ആഖ്യായികാകാരനല്ല. നല്ലതെല്ലാം മഹത്തരമല്ലല്ലോ.

Mulk Raj Anand (മുൾക്‌രാജ് ആനന്ദ്)

ഇന്തോ-ആംഗ്ലിയൻ സാഹിത്യത്തിലെ പുരോഗമനപക്ഷത്തെയാണ് ഡോ. മുൾക്‌രാജ് ആനന്ദ് പ്രതിനിധീകരിച്ചത്. സാഹിത്യം സോദ്ദേശ്യമാണെന്നും സമൂഹത്തിന്റെ പൊളിച്ചെഴുത്തും പുനർനിർമിതിയും എഴുത്തുകാരന്റെ ബാധ്യതയാണെന്നും അദ്ദേഹം വിശ്വസിച്ചു. 1935ൽ ഇറങ്ങിയ *Untouchable* (തൊട്ടുകൂടാത്തവൻ) ഒരു തെരുവുതൂപ്പുകാരന്റെ കഥയാണ് പറയുന്നത്. ഒരു വർഗരഹിത, വർണരഹിത സമൂഹത്തിന്റെ ആവശ്യമാണ് ഈ നോവൽ മുന്നോട്ടുവെക്കുന്നത്. 1960ൽ 'കൂലി' (Coolie) എന്ന പ്രോലിറ്റേറിയൻ നോവൽ വെളിച്ചം കണ്ടു. നിസ്വന്റെ, ചൂഷിതന്റെ ശബ്ദം ഇന്തോ ആംഗ്ലിയൻ എഴുത്തിൽ കേൾപ്പിച്ചത് മുൾക്ക്‌രാജ് ആയി

രുന്നു. *The Village (1939), Across the Black Waters (1940), The Sword and the Sickle (1942), The Private Life of an Indian Prince (1953)* എന്നിവയാണ് മുഖ്യകൃതികൾ.

1905 ഡിസംബർ 12ന് പെഷവാറിൽ പിറന്ന മുൾക്രാജ് അമൃത്സറിലാണ് പഠിച്ചത്. പിന്നീട് ലണ്ടനിലും കേംബ്രിഡ്ജിലുമായി ഉപരിപഠനം പൂർത്തിയാക്കി.

മുൾക്രാജ് ആനന്ദ് ആദ്യന്തം ഒരു പോരാളിയായിരുന്നു. സ്പാനിഷ് സിവിൽ യുദ്ധകാലത്ത് ഫാഷിസ്റ്റുകൾക്കെതിരെ പോരാടാൻ സ്പെയിനിലേക്ക് പോയ വിപ്ലവകാരിയായിരുന്നു ഈ എഴുത്തുകാരൻ.

വമ്പിച്ച ഒരു സുഹൃദ്വലയം അദ്ദേഹത്തിനുണ്ടായിരുന്നു: ജോർജ് ഓർവെൽ, ഇ എം ഫോസ്റ്റർ, ടി എസ് എലിയറ്റ്. ഇ എം ഫോസ്റ്ററാണ് ആനന്ദിന്റെ കന്നിനോവലിന് പ്രൗഢഗംഭീരമായ ഒരവതാരിക എഴുതിയത്. നൂറുതികയാൻ അദ്ദേഹം കാത്തുനിന്നില്ല. 2004 സെപ്റ്റംബർ 28ന് പൂനയിൽവച്ച് മുൾക്രാജ് ആനന്ദ് എന്ന മാർക്സിയൻ നോവലിസ്റ്റ് അന്തരിച്ചു.

Raja Rao (രാജാറാവ്)

കഴിഞ്ഞകൊല്ലം ജൂലായ് 8-ാം തീയതിയാണ് ഇൻഡോ-ആംഗ്ലിയൻ നോവലിസ്റ്റ് ത്രിമൂർത്തികളിലെ മൂന്നാമനും വിടവാങ്ങിയത്. രാജാറാവ് എന്ന ദാർശനിക കഥാകാരന് മരിക്കുമ്പോൾ വയസ് 98. 1908 നവംബർ 8-ാം തീയതി പഴയ മൈസൂർ നാട്ടുരാജ്യത്തിലെ ഹസനിൽ ഒരു പുരാതന ബ്രാഹ്മണ കുടുംബത്തിലാണ് അദ്ദേഹത്തിന്റെ ജനനം. അച്ഛൻ കൃഷ്ണമൂർത്തി ഹൈദരാബാദിൽ പ്രഫസറായിരുന്നു. നിസാം കോളേജിലും അലിഗഢ് യൂണിവേഴ്സിറ്റിയിലും പഠിച്ചശേഷം രാജാറാവ് ഫ്രാൻസിലെ മോൺട്‌വെലിയൻ സർവകലാശാലയിലേക്കുപോയി. പിന്നീട് പ്രശസ്തമായ സൊർബോൺ യൂണിവേഴ്സിറ്റിയിൽ ഗവേഷണം നടത്തി. ഏറെക്കാലം - 1980 വരെ - ടെക്സാസ് സർവകലാശാലയിൽ ഇന്ത്യൻ ഫിലോസഫി പഠിപ്പിച്ചു. മൂന്നുതവണ വിവാഹം കഴിച്ചു.

Kanthapura എന്ന കന്നിനോവൽ (1938) രാജാറാവുവിനെ പ്രശസ്തിയിലേക്കുയർത്തി. അമേരിക്കയിലാണ് ഇതു പ്രസിദ്ധീകരിച്ചത്. മഹാത്മാഗാന്ധിയുടെ ആത്മീയ പ്രഭാവം തെന്നിന്ത്യയിലെ ഒരു കൊച്ചുഗ്രാമത്തെ എങ്ങനെ ബാധിക്കുന്നു എന്നു പരിശോധിക്കുകയാണ് അദ്ദേഹം ചെയ്യുന്നത്. ഈ കൃതിക്കു ലോകമെങ്ങും വായനക്കാരുണ്ടായി. തുടർന്നുവന്ന രാജാറാവ് നോവലുകൾ എല്ലാംതന്നെ (*The Serpent and the Rope, The Cat and Shakespeare, Comrade Kirillov, The Chest Master and His Moves*) വിശ്വസാഹിത്യത്തിനു മുതൽക്കൂട്ടായി.

ആർ കെ നാരായണിനും മുൾക്രാജ് ആനന്ദിനും കൈവരിക്കാനാവാത്ത ആഗോളസ്വീകാര്യതയാണ് ഈ മെറ്റാഫിസിക്കൽ നോവലിസ്റ്റ് സമ്പാദിച്ചത്. രാജാറാവുവിനു നോവൽ ഒരു സത്യാന്വേഷണവും സ്വത്വാ

ന്വേഷണവുമാണ്. ഒരു പോപ്പുലർ നോവലിസ്റ്റാവാൻ അദ്ദേഹം ശ്രമിച്ചിട്ടില്ല. കിഴക്കും പടിഞ്ഞാറും തമ്മിലുള്ള ബന്ധങ്ങളെയും സംഘർഷങ്ങളേയും പലതലങ്ങളിൽ പരിശോധിക്കുകയാണ് രാജാറാവ് ചെയ്യുന്നത്. “The west has not reached its destiny” (പടിഞ്ഞാറ് അതിന്റെ ഭാഗധേയത്തിൽ എത്തിയിട്ടില്ല) എന്നു ഈ നോവലിസ്റ്റ് കണ്ടെത്തുന്നു. ആധുനിക ലോകത്തോട് സംസാരിക്കുന്ന പൗരാണികവും ഉദ്ബുദ്ധവുമായ ഒരു സംസ്കാരത്തിന്റെ മുഴങ്ങുന്ന ശബ്ദമാണ് രാജാറാവുവിന്റെ എഴുത്തിൽ സഹൃദയൻ ശ്രവിക്കുന്നത്. അദ്ദേഹത്തിനു രചന ഒരു സാധനയായിരുന്നു; ഭാഷ മന്ത്രവും. എഴുത്ത് എന്ന ആത്മാവിഷ്കാരത്തിന്റെ വേദാന്തവിതാനങ്ങളിൽ ഈ നോവലിസ്റ്റ് അഭിരമിക്കുന്നു. യൂറോപ്യൻ നോവലിന്റെ പാരമ്പര്യങ്ങളിൽനിന്നും വിട്ടുമാറി തനതായ ഒരു കഥാകഥനരീതി രൂപപ്പെടുത്തുകയാണ് രാജാറാവ് ചെയ്തത്.

Kushwant Singh (ഖുശ്വന്ത് സിങ്)

കഥാകൃത്ത്, നോവലിസ്റ്റ്, ചരിത്രകാരൻ, പത്രപ്രവർത്തകൻ, സാംസ്കാരിക നായകൻ, കോളമിസ്റ്റ്...... ഇങ്ങനെ പല ലേബലുകളും ഈ സർദാർജിയുടെ നെറ്റിയിലുണ്ട്. എണ്ണംപറഞ്ഞ ഗദ്യകാരനാണ് ഖുശ്വന്ത്സിങ്. ശൈലീവല്ലഭൻ.

സഭ്യമെന്നും സഭ്യേതരമെന്നുമുള്ള വകതിരിവുകളെ അദ്ദേഹം കാര്യമാക്കുന്നില്ല. അല്പാംശമുള്ള നർമോക്തി. അതാണ് ഖുശ്വന്ത് സ്റ്റൈലിന്റെ മർമം. പാരായണക്ഷമത (Readability)യാണ് അദ്ദേഹത്തിന്റെ ഇംഗ്ലീഷെഴുത്തിന്റെ ആകർഷകത.

1915ലാണ് ഖുശ്വന്ത്സിങ് ജനിച്ചത്, ഒരു സമ്പന്ന കുടുംബത്തിൽ. ജന്മസ്ഥലമായ ഹഡാലി ഇപ്പോൾ പാകിസ്താന്റെ ഭാഗമാണ്. അച്ഛൻ സർ സോഭാസിങ് ന്യൂഡൽഹിയുടെ നിർമാണത്തിൽ കാര്യമായ പങ്കു വഹിച്ച ഒരു വലിയ കോൺട്രാക്ടറായിരുന്നു. ലാഹോറിലും ഇംഗ്ലണ്ടിലുമായിരുന്നു വിദ്യാഭ്യാസം. ബാരിസ്റ്ററായി. വികെ കൃഷ്ണമേനോൻ ബ്രിട്ടനിൽ ഇന്ത്യൻ സ്ഥാനപതിയായിരുന്ന കാലത്ത് ഖുശ്വന്ത് ഹൈക്കമ്മീഷനിൽ ഉദ്യോഗസ്ഥനായിരുന്നു.

1956ൽ *Train to Pakistan* എന്ന നോവൽ പ്രസിദ്ധീകരിച്ചതുമുതലാണ് ഖുശ്വന്ത്സിങ് ഒരു ഇൻഡ്യാംഗ്ലിയൻ എഴുത്തുകാരനെന്ന നിലയിൽ ആദരവും അംഗീകാരവും നേടിത്തുടങ്ങിയത്. 1947ലെ ഇന്ത്യാ വിഭജനവും അതേത്തുടർന്നുണ്ടായ വംശീയ സംഘർഷങ്ങളും കൂട്ടക്കുരുതിയുമാണ് നോവലിന്റെ പ്രമേയം. ഈ നോവലെഴുതുന്നതിനു മുൻപുതന്നെ അദ്ദേഹം ഒരുപാട് ചെറുകഥകൾ ആനുകാലികങ്ങളിൽ പ്രസിദ്ധീകരിച്ചിരുന്നു. *Mark of Vishnu, The voice of God and other stories* എന്നിവ കഥാസഞ്ചയങ്ങളാണ്.

മറ്റൊരു നോവൽ *I shall not hear the nightingale* 1969ലാണ് പുറത്തിറങ്ങിയത്. *Truth, love and a little malice* ആത്മകഥയാണ്.

With Malice towards one and all, Black Jasmine, Burial at the sea, We Indians, The company of women, Death at my door step തുടങ്ങിയ പുസ്തകങ്ങളും അദ്ദേഹം രചിച്ചിട്ടുണ്ട്. സിഖ് ചരിത്രവും പഞ്ചാബിന്റെ കഥയും ഈ എഴുത്തുകാരന്റെ പ്രിയപ്പെട്ട വിഷയങ്ങളാണ്. *The Sikhs today, A history of the Sikhs, Ranjit Singh, the Maharaja of the Punjab, The fall of the kingdom of Pujab* എന്നീ ചരിത്രഗ്രന്ഥങ്ങൾ പഞ്ചാബിന്റെ ഇതിഹാസകാരൻ എന്ന പ്രശസ്തി ഖുശ്വന്ത്സിങ്ങിന് നേടിക്കൊടുത്തു.

ഏറെക്കാലം അദ്ദേഹം *The Illustrated weekly of India*യുടെ പത്രാധിപരായിരുന്നു. അദ്ദേഹം സ്ഥാനമൊഴിഞ്ഞപ്പോൾ ഈ വാരികയുടെ പ്രചാരം കുത്തനെ കുറഞ്ഞു. പിന്നീട് അതിന്റെ പ്രസിദ്ധീകരണം തന്നെ നിലച്ചു.

എൺപതിൽ കൂടുതൽ ഗ്രന്ഥങ്ങൾ അദ്ദേഹം രചിച്ചിട്ടുണ്ട്. പദ്മ വിഭൂഷൺ ബഹുമതി ലഭിച്ചിട്ടുണ്ട്.

Amitav Ghosh (അമിതാവ് ഘോഷ്)

1956ൽ കൊൽക്കത്തയിൽ ജനിച്ച അമിതാവ് ഘോഷ് ഇംഗ്ലീഷിലെഴുതുന്ന ഇന്ത്യൻ നോവലിസ്റ്റുകളുടെ മുൻനിരയിൽ ഇടം കണ്ടെത്തുന്നു. *Circle of Reason, The Calcutta Chromosomes, Shadow Line* എന്നിവയാണ് മുഖ്യകൃതികൾ.

അമേരിക്കയിലാണ് താമസം. അമേരിക്കക്കാരിയായ ഭാര്യയും അറിയപ്പെടുന്ന എഴുത്തുകാരിയാണ്. ഹാർവാർഡ് യൂണവേഴ്സിറ്റിയിൽ വിസിറ്റിങ് പ്രൊഫസറാണ് ഘോഷ്.

കഥ മാത്രമല്ല അദ്ദേഹം എഴുതുന്നത്. *In An Antique Land* വളരെ ശ്രദ്ധേയമായ കൃതിയാണ്. ഇന്ത്യയുടെ അണുവായുധനയത്തെ കുറിച്ചെഴുതിയ പുസ്തകമാണ് *Count Down. The Imam and the Indians* ലേഖനസമാഹാരമാകുന്നു. *History of the Novel, Egyptian culture and Literature* തുടങ്ങിയ പഠനാർഹങ്ങളായ ലേഖനങ്ങൾ ഇതിലുണ്ട്. *Shadow Lines* എന്ന നോവലിൽ സിംബലിസവും റിയലിസവും ഇഴചേർന്നു കിടക്കുന്നു. സ്ഥലകാലങ്ങളെ കവച്ചുകടക്കുന്ന ഒരു ആഖ്യാനരീതിയാണ് എഴുത്തുകാരൻ സ്വീകരിക്കുന്നത്. നിഴലുകൾ ഈ നോവലിൽ ഒരുപാട് അർഥങ്ങളുമായി നിറഞ്ഞുനിൽക്കുന്നു.

An Unusual Writer - അസാധാരണനായ എഴുത്തുകാരൻ എന്ന വിശേഷണം അമിതാവ് ഘോഷ് തികച്ചും അർഹിക്കുന്നു.

Kamala Markandeya (കമല മാർക്കണ്ഡേയ)

പ്രതീക്ഷകൾക്കൊത്ത് ഉയരാൻ പറ്റാതെ പോയ ഒരു നോവലിസ്റ്റാണ് കമല മാർക്കണ്ഡേയ. 1948ൽ അവർ ഇംഗ്ലണ്ടിലേക്ക് കുടിയേറി. 1954-ൽ പ്രസിദ്ധീകരിച്ച *Nectar in the Sieve* എന്ന നോവലാണ് ഈ

എഴുത്തുകാരിയെ ലോകസമക്ഷം അവതരിപ്പിച്ചത്. പുസ്തകം പല വേദികളിലും ചർച്ച ചെയ്യപ്പെട്ടു. ഇന്ത്യൻ കർഷകരുടെ പ്രശ്നങ്ങളും പ്രതിസന്ധികളും പൊരുതലുകളുമാണ് കമല നോവലിന് വിഷയമാക്കിയത്. പുരോഗമനപരമെന്നു വിളിക്കാവുന്ന ഒരു പരിപ്രേക്ഷ്യം ഈ കഥയ്ക്കുണ്ടായിരുന്നു. 1972ൽ പുറത്തിറങ്ങിയ *The No Where Man* ഇംഗ്ലണ്ടിൽ ചേക്കേറിയ ഇന്ത്യൻ സമൂഹത്തിന്റെ സംത്രാസങ്ങളാണ് അനാവരണം ചെയ്യുന്നത്. വംശീയതയ്ക്കും അതിന്റെ അസഹിഷ്ണുതയ്ക്കും എവിടെയും എക്കാലത്തും ഇടം കിട്ടുന്നുണ്ടെന്നു ഈ നോവൽ സമർഥിക്കുന്നു.

അവർക്കുശേഷം വന്ന ഇന്ത്യാക്കാരായ വനിതാ നോവലിസ്റ്റുകളിൽ പലരും കൂടുതൽ വിശാലമായ കാൻവാസും കൂടുതൽ കടുത്ത ചായങ്ങളുമാണ് ഉപയോഗിച്ചത്. ജുംപാ ലാഹ്രി (Jhumpa Lahri) (പുലിറ്റ്സർ സമ്മാനം നേടിയ *Interpreter of Maladies* എന്ന നോവലിന്റെ രചയിതാവ്), *The Journey* എഴുതിയ ഇന്ദിരാ ഗണേശൻ (Indria Ganesan), *Brick Lane* എഴുതിയ മോണിക്ക ലാൽ (Monica Lal), *The God of Small Things* എന്ന കൃതിക്ക് ബുക്കർ പ്രൈസ് നേടിയ അരുന്ധതി റോയ് എന്നിവർ ഉദാഹരണങ്ങളാണ്.

ഇൻഡിംഗ്ലീഷ് എഴുത്തിന്റെ പുഷ്പകാലം 1980കളിലാരംഭിച്ചു. 1947ന് ശേഷം ഇംഗ്ലണ്ടിലേക്കും അമേരിക്കയിലേക്കും ഇംഗ്ലീഷ് സംസാരിക്കുന്ന മറ്റു രാജ്യങ്ങളിലേക്കും ഇന്ത്യക്കാരുടെ കുത്തൊഴുക്കുണ്ടായി. അങ്ങനെ സ്വയം നാടുകടത്തിയവരുടെ സമൂഹത്തിൽനിന്നും പുതിയ എഴുത്തുകാർ അരങ്ങത്തു വന്നു. തങ്ങളുടേതിൽ നിന്നു വിഭിന്നമായ സംസ്കാരങ്ങളോടും ഭാഷകളോടും സാമൂഹ്യകാലാവസ്ഥകളോടും സഹവർത്തിച്ച ഇന്ത്യക്കാരുടെ സൃഷ്ടികൾ വളരെ ശ്രദ്ധേമായി. 1954ൽ ജനിച്ച ഹനീഫ് ഖുറൈഷിയുടെ 1990ൽ ഇറങ്ങിയ നോവൽ *The Budha of Suburbia* ഒരു ഉദാഹരണമാണ്.

1981ലാണ് സൽമാൻ റുഷ്ദി *Midnights Children* എഴുതിയത്. 1947 ആഗസ്റ്റ് 14ന് പാതിരയ്ക്ക് യൂണിയൻ ജാക് കൊടിയിറങ്ങുമ്പോൾ ജനിച്ച സലിം സിനായുടെ കഥ. ഈ നോവൽ മാൻ ബുക്കർ സമ്മാനം നേടി രണ്ടു കൊല്ലത്തിന് ശേഷമാണ് 'Shame' പുറത്തുവന്നത്. പാകിസ്ഥാനും അവിടെ കുടുംബാഭിമാനത്തിന്റെ പേരിൽ സ്ത്രീകളനുഭവിക്കുന്ന അവശതകളുമാണ് ഈ നോവലിന്റെ പ്രമേയം. വിവാദങ്ങളുടെ കൊടുങ്കാറ്റുയർത്തുകയും അയോത്തുള്ള ഖമേനിയുടെ 'ഫാറ്റ്വാ' ക്ഷണിച്ചുവരുത്തുകയും ചെയ്ത പുസ്തകമാണ് *Satanic Verses*. സത്യം, മിഥ്യ, വിശ്വാസം തുടങ്ങിയ സങ്കൽപ്പങ്ങളെ വിചാരണക്കെടുക്കുന്ന ഈ നോവൽ മുസ്ലിം മതവികാരങ്ങളെ മുറിപ്പെടുത്തുന്നു എന്നായിരുന്നു ആക്ഷേപം. കൊല്ലങ്ങളോളം ബ്രിട്ടീഷ് പൗരനായ റുഷ്ദിക്കു അജ്ഞാതവാസം നയിക്കേണ്ടിവന്നു.

ബോംബെയിൽ ജനിക്കുകയും കേംബ്രിഡ്ജിൽ പഠിക്കുകയും ചെയ്ത അഹമ്മദ് സൽമാൻ റുഷ്ദി മാജിക് റിയലിസം അതിസമർ

ഥമായി ഉപയോഗപ്പെടുത്തിയ എഴുത്തുകാരനാണ്. അന്യാപദേശവും (alle-gory) ഫേബിൾ പാരമ്പര്യവുമൊക്കെ അദ്ദേഹത്തിന്റെ എഴുത്തിൽ ഇഴുകിച്ചേരുന്നുണ്ട്. കുടുംബപുരാണം (Family chronicle) നോവലിനു വിഷയമാക്കുക എന്ന റുഷ്ദിയുടെ രീതി അദ്ദേഹത്തിൽനിന്നു പ്രചോദനമുൾക്കൊണ്ട പുത്തനിന്ത്യനിംഗ്ലീഷ് നോവലിസ്റ്റുകൾ പിന്തുടരുന്നുണ്ട്.

1981 ഒരു നാഴികക്കല്ലാണെന്നു നേരത്തെ പറഞ്ഞുവല്ലോ. *മിഡ്നൈറ്റ്സ് ചിൽഡ്രന്റെ* കാലടി പിന്തുടർന്നു Allen Sealyയുടെ *Trotter nama (1988)*യും *Hero (1991)*യും പുറത്തുവന്നു. പ്രശസ്തമായ രണ്ടു നോവലുകളാണ് Boman Desaiയുടെ *The Memory of Elephants (1988)*ഉം ശശി തരൂർ എന്ന മലയാളിയുടെ *The Great Indian Novel*ഉം. ശശി തരൂർ *മഹാഭാരത*ത്തിനു ഒരു പാരഡി ചമയ്ക്കുകയാണ്. ബോമൻ ദേശായ് തന്റെ സമൂഹമായ പാർസികളുടെ കഥ വിദഗ്ധമായി പറയുന്നു. റോഹിൻറ്റൻ മിസ്ത്രിയുടെ (Rohinton Mistry) *Such a Long Journey* 1991ൽ വെളിച്ചം കണ്ടു. ഡിക്കൻസ് ലണ്ടനെയെന്നപോലെ മിസ്ത്രി ബോംബെ മഹാനഗരത്തെ മുഖ്യ കഥാപാത്രമാക്കുന്നു.

1952ൽ ജനിച്ച വിക്രം സേത്ത് (Vikram Seth) ഒരു പദ്യനോവലെഴുതി പേരെടുത്തു. *Golden Gate*. ഈ പുതുമയല്ലാതെ മറ്റെന്തെങ്കിലും യോഗ്യത *സ്വർണവാതിലി*നുണ്ടോയെന്ന് സംശയമാണ്. അദ്ദേഹത്തിന്റെ മാസ്റ്റർ പീസ് എന്നു വിളിക്കപ്പെട്ട നോവൽ *A Suitable Boy* 1950കളിൽ ഇന്ത്യൻ മിഡിൽക്ലാസ് സമൂഹത്തിന്റെ കുശലമായ ചിത്രണമാകുന്നു.

ഇന്ത്യൻ-ഇംഗ്ലീഷ് എഴുത്ത്-പ്രത്യേകിച്ച് നോവൽ-തളരുകയല്ല, വളരുകയും പന്തലിക്കുകയുമാണ്. പുതിയ കാഴ്ചകളുണ്ടാവുന്നു. പുതിയ ശൈലികൾ പരുവപ്പെടുന്നു. ഇംഗ്ലീഷ് എഴുത്തിൽ ഇന്ത്യൻ സാന്നിധ്യം പൂർവാധികം ശക്തമാവുന്നു.

9 788126 204816

Printed by Libri Plureos GmbH in Hamburg,
Germany